MW00770028

English-Vietnamese
Vietnamese-English
Word to Word®
Bilingual Dictionary

Compliled by:
C. Sesma, M.A.

Translated by:
Terry Gwenn

Bilingual Dictionaries, Inc.

Vietnamese Word to Word® Bilingual Dictionary
2nd Edition © Copyright 2011

All rights reserved. No part of this book may be reproduced or transmitted in any form or by any means.

Published in the United States by:

Bilingual Dictionaries, Inc.
PO Box 1154
Murrieta, CA 92562
T: (951) 461-6893 • F: (951) 461-3092
www.BilingualDictionaries.com

ISBN13: 978-0-933146-96-9
ISBN: 0-933146-96-5

Preface

Bilingual Dictionaries, Inc. is committed to providing schools, libraries and educators with a great selection of bilingual materials for students. Along with bilingual dictionaries we also provide ESL materials, children's bilingual stories and children's bilingual picture dictionaries.

Sesma's Vietnamese Word to Word® Bilingual Dictionary was created specifically with students in mind to be used for reference and testing. This dictionary contains approximately 19,000 entries targeting common words used in the English language.

List of Irregular Verbs

present - past - past participle

arise - arose - arisen
awake - awoke - awoken, awaked
be - was - been
bear - bore - borne
beat - beat - beaten
become - became - become
begin - began - begun
behold - beheld - beheld
bend - bent - bent
beseech - besought - besought
bet - bet - betted
bid - bade (bid) - bidden (bid)
bind - bound - bound
bite - bit - bitten
bleed - bled - bled
blow - blew - blown
break - broke - broken
breed - bred - bred
bring - brought - brought
build - built - built
burn - burnt - burnt *
burst - burst - burst
buy - bought - bought
cast - cast - cast
catch - caught - caught
choose - chose - chosen
cling - clung - clung
come - came - come
cost - cost - cost
creep - crept - crept
cut - cut - cut
deal - dealt - dealt

dig - dug - dug
do - did - done
draw - drew - drawn
dream - dreamt - dreamed
drink - drank - drunk
drive - drove - driven
dwell - dwelt - dwelt
eat - ate - eaten
fall - fell - fallen
feed - fed - fed
feel - felt - felt
fight - fought - fought
find - found - found
flee - fled - fled
fling - flung - flung
fly - flew - flown
forebear - forbore - forborne
forbid - forbade - forbidden
forecast - forecast - forecast
forget - forgot - forgotten
forgive - forgave - forgiven
forego - forewent - foregone
foresee - foresaw - foreseen
foretell - foretold - foretold
forget - forgot - forgotten
forsake - forsook - forsaken
freeze - froze - frozen
get - got - gotten
give - gave - given
go - went - gone
grind - ground - ground
grow - grew - grown
hang - hung * - hung *
have - had - had

hear - heard - heard
hide - hid - hidden
hit - hit - hit
hold - held - held
hurt - hurt - hurt
hit - hit - hit
hold - held - held
keep - kept - kept
kneel - knelt * - knelt *
know - knew - known
lay - laid - laid
lead - led - led
lean - leant * - leant *
leap - lept * - lept *
learn - learnt * - learnt *
leave - left - left
lend - lent - lent
let - let - let
lie - lay - lain
light - lit * - lit *
lose - lost - lost
make - made - made
mean - meant - meant
meet - met - met
mistake - mistook - mistaken
must - had to - had to
pay - paid - paid
plead - pleaded - pled
prove - proved - proven
put - put - put
quit - quit * - quit *
read - read - read
rid - rid - rid
ride - rode - ridden

ring - rang - rung
rise - rose - risen
run - ran - run
saw - sawed - sawn
say - said - said
see - saw - seen
seek - sought - sought
sell - sold - sold
send - sent - sent
set - set - set
sew - sewed - sewn
shake - shook - shaken
shear - sheared - shorn
shed - shed - shed
shine - shone - shone
shoot - shot - shot
show - showed - shown
shrink - shrank - shrunk
shut - shut - shut
sing - sang - sung
sink - sank - sunk
sit - sat - sat
slay - slew - slain
sleep - sleep - slept
slide - slid - slid
sling - slung - slung
smell - smelt * - smelt *
sow - sowed - sown *
speak - spoke - spoken
speed - sped * - sped *
spell - spelt * - spelt *
spend - spent - spent
spill - spilt * - spilt *
spin - spun - spun

spit - spat - spat
split - split - split
spread - spread - spread
spring - sprang - sprung
stand - stood - stood
steal - stole - stolen
stick - stuck - stuck
sting - stung - stung
stink - stank - stunk
stride - strode - stridden
strike - struck - struck (stricken)
strive - strove - striven
swear - swore - sworn
sweep - swept - swept
swell - swelled - swollen *
swim - swam - swum
take - took - taken
teach - taught - taught
tear - tore - torn

tell - told - told
think - thought - thought
throw - threw - thrown
thrust - thrust - thrust
tread - trod - trodden
wake - woke - woken
wear - wore - worn
weave - wove * - woven *
wed - wed * - wed *
weep - wept - wept
win - won - won
wind - wound - wound
wring - wrung - wrung
write - wrote - written

Those tenses with an * also have regular forms.

English-Vietnamese

Bilingual Dictionaries, Inc.

Abbreviations

a - article

n - noun

e - exclamation

pro - pronoun

adj - adjective

adv - adverb

v - verb

iv - irregular verb

pre - preposition

c - conjunction

a *a* một

abandon *v* từ bỏ

abandonment *n* sự từ bỏ

abbey *n* tu viện

abbot *n* tu viện trưởng

abbreviate *v* viết tắt, rút gọn

abbreviation *n* lối viết tắt

abdicate *v* từ ngôi vị, thoái vị

abdication *n* sự từ ngôi vị

abdomen *n* bụng

abduct *v* bắt cóc, giạng ra

abduction *n* sự bắt cóc

aberration *n* sự lầm lạc

abhor *v* ghê tởm; ghét

abide by *v* tồn tại; tuân thủ

ability *n* năng lực

ablaze *adj* rực cháy

able *adj* có thể

abnormal *adj* không bình thường

abnormality *n* sự bất thường

aboard *adv* trên tàu, trên xe

abolish *v* bãi bỏ, thủ tiêu

abort *v* hủy bỏ

abortion *n* sự sẩy thai

abound *v* có nhiều, đầy dẫy

about *pre* về, về việc

about *adv* sắp sửa

above *pre* bên trên

abreast *adv* cùng hàng

abridge *v* rút ngắn, tóm tắt

abroad *adv* ra ngoại quốc

abrogate *v* hủy bỏ

abruptly *adv* đột ngột

absence *n* sự vắng mặt

absent *adj* vắng mặt

absolute *adj* tuyệt đối

absolve *v* xá tội

absolution *n* xá tội, miễn trách

absorb *v* thu hút; mải mê

absorbent *adj* hút nước

abstain *v* kiêng cữ; ăn chay

abstinence *n* sự kiêng cữ

abstract *adj* trừu tượng

absurd *adj* phi lý; ngớ ngẩn

abundance *n* sự phong phú

abundant *adj* phong phú, có nhiều

abuse *v* lạm dụng; lừa gạt

abuse *n* sự lạm dụng

abusive *adj* có tính cách lạm dụng

abysmal *adj* thâm sâu

abyss *n* vực thẳm

academy *n* hàn lâm viện

accelerate *v* tăng tốc độ

accelerator *n* bộ phận gia tốc

accent *n* dấu; trọng âm

accept *v* nhận

acceptable *adj* chấp nhận được

acceptance *n* sự chấp nhận

access *n* lối vào, sự tiếp cận

accessible *adj* dễ tiếp cận

accident *n* tai nạn; sự tình cờ
accidental *adj* tình cờ
acclaim *v* hoan hô
acclimatize *v* thích ứng
accommodate *v* thích nghi
accompany *v* đi cùng, đi kèm
accomplice *n* người đồng lõa
accomplish *v* hoàn thành
accomplishment *n* sự hoàn thành
accord *n* sự đồng lòng
according to *pre* theo, tùy theo
accordion *n* phong cầm
account *n* trương mục
account for *v* giải thích
accountant *n* kế toán viên
accumulate *v* tích lũy
accuracy *n* độ chính xác
accurate *adj* đúng, chính xác
accusation *n* sự buộc tội
accuse *v* buộc tội, tố cáo
accustom *v* tập quen
ace *n* lá bài ách
ache *n* chứng đau nhức
achieve *v* hoàn thành
achievement *n* thành tựu
acid *n* axít; chất chua
acidity *n* độ axít; độ chua
acknowledge *v* công nhận
acorn *n* trái đấu
acoustic *adj* âm thanh học
acquaint *v* làm quen

acquaintance *n* sự quen biết
acquire *v* kiếm được
acquisition *n* sự thủ đắc
acquit *v* trả xong; làm trọn
acquittal *n* sự trả xong nợ
acre *n* mẫu Anh; cánh đồng
across *pre* ngang qua; bên kia
act *v* hành động; đóng vai trò
action *n* hành động; vụ kiện
activate *v* hoạt hóa
activation *n* sự hoạt hóa
active *adj* chủ động
activity *n* hoạt động
actor *n* diễn viên
actress *n* nữ diễn viên
actual *adj* thực sự; hiện tại
actually *adv* thực sự; hiện thời
acute *adj* sâu sắc; kịch liệt
adamant *adj* cứng rắn
adapt *v* thích ứng
adaptable *adj* có thể thích ứng
adaptation *n* sự thích nghi
add *v* thêm vào, cộng vào
addicted *adj* mắc nghiện
addiction *n* chứng nghiện
addictive *adj* gây nghiện
addition *n* tính cộng
additional *adj* gia phụ
address *n* địa chỉ; diễn văn
address *v* gởi thư; xưng hô
addressee *n* người nhận thư
adequate *adj* thích hợp

adhere *v* dính chặt vào
adhesive *adj* có chất dính
adjacent *adj* gần kề
adjective *n* tính từ
adjoin *v* nối liền
adjoining *adj* gần kề, tiếp giáp
adjourn *v* hoãn lại, ngưng
adjust *v* điều chỉnh
adjustment *n* sự điều chỉnh
administer *v* quản lý
admirable *adj* đáng ngưỡng mộ
admiral *n* đô đốc hải quân
admiration *n* sự ngưỡng mộ
admire *v* ngưỡng mộ
admirer *n* người hâm mộ
admissible *adj* có thể chấp nhận
admission *n* sự thừa nhận
admit *v* thừa nhận, kết nạp
admittance *n* lối vào; kết nạp
admonish *v* cảnh cáo
admonition *n* sự cảnh cáo
adolescence *n* thời niên thiếu
adolescent *n* thanh thiếu niên
adopt *v* tiếp nhận
adoption *n* sự tiếp nhận
adoptive *adj* được tiếp nhận
adorable *adj* đáng quý mến
adoration *n* sự quý mến
adore *v* quý mến, sùng bái
adorn *v* tô điểm, trang trí
adrift *adv* lênh đênh, trôi giạt
adulation *n* sự nịnh nọt

adult *n* người lớn
adulterate *v* ngoại tình
adultery *n* tội ngoại tình
advance *v* tiến tới trước
advance *n* tiến bộ
advantage *n* sự thuận lợi
Advent *n* sự giáng sinh
adventure *n* cuộc phiêu lưu
adverb *n* phó từ, trạng từ
adversary *n* đối thủ, kẻ địch
adverse *adj* của đối thủ
adversity *n* sự bất hạnh
advertise *v* quảng cáo
advertising *n* quảng cáo
advice *n* lời khuyên
advisable *adj* nên theo
advise *v* khuyên bảo
adviser *n* người cố vấn
advocate *v* biện hộ
aeroplane *n* máy bay
aesthetic *adj* thuộc thẩm mỹ
afar *adv* từ xa
affable *adj* hòa nhã, ân cần
affair *n* công việc
affect *v* tác động đến
affection *n* cảm tình
affectionate *adj* trìu mến, âu yếm
affiliate *v* liên kết, gia nhập
affiliation *n* sự liên kết
affinity *n* mối quan hệ
affirm *v* khẳng định
affirmative *adj* khẳng định

affix v gắn vào, đính vào

afflict v làm cho khổ sở

affliction n nỗi đau, nỗi khổ

affluence n sự qui tụ

affluent adj dồi dào

afford v có đủ sức

affront v đương đầu

affront n sự nhục mạ

afloat adv không ổn định

afraid adj sợ hãi, e ngại

afresh adv làm lại một lần nữa

after pre sau, sau khi

afternoon n buổi xế chiều

afterwards adv sau đó, sau này

again adv lại, nữa

against pre chống lại

age n tuổi; thời đại

agency n đại lý; cơ quan

agenda n chương trình nghị sự

agent n người đại lý; tác nhân

agglomerate v tích tụ

aggravate v làm nặng thêm

aggregate v tập hợp lại

aggression n sự gây hấn

aggressive adj có tính gây hấn

aggressor n kẻ gây hấn

aghast adj kinh hoàng

agile adj nhanh nhẹn

agnostic n thuyết không thể biết

agonize v hấp hối

agonizing adj hấp hối

agony n cơn hấp hối

agree v đồng ý, tán thành

agreeable adj dễ chịu

agreement n sự đồng ý

agricultural adj canh nông

agriculture n nông nghiệp

ahead pre tới trước

aid n người trợ lực

aid v giúp đỡ, viện trợ

aide n phụ tá, hầu cận

ailing adj ốm đau

ailment n sự ốm đau

aim v nhắm vào, hướng về

aimless adj không có mục đích

air n không khí; nhạc điệu

air v bộc lộ

aircraft n máy bay; khí cầu

airfare n giá vé máy bay

airfield n sân bay

airline n đường bay

airport n phi trường

airspace n không phận

airstrip n chuyến bay

airtight adj kín gió

aisle n cánh

ajar adj khép hờ; bất hòa

akin adj thân thuộc

alarm n sự báo động

alarm clock n đồng hồ báo thức

alarming adj làm hốt hoảng

alcoholic adj có chất rượu

alert n sự báo động

algebra n đại số học

alien *n* người ngoại nhập

alight *adv* bừng bừng

align *v* xếp hàng

alignment *n* sự xếp hàng

alike *adj* giống nhau

alive *adj* còn sống

all *adj* tất cả

allegation *n* sự viện cớ

allege *v* viện cớ, dẫn chứng

allegedly *adv* được biết là

allegiance *n* lòng trung thành

allegory *n* ngụ ngôn, ngụ ý

allergic *adj* dị ứng

allergy *n* sự dị ứng

alleviate *v* làm dịu đi

alley *n* lối đi nhỏ

alliance *n* sự liên minh

allied *adj* liên minh, đồng minh

alligator *n* cá sấu

allocate *v* phân bổ

allot *v* phân công

allotment *n* sự phân bổ

allow *v* cho phép

allowance *n* sự cấp phép

alloy *n* hợp kim

allure *n* sức quyến rũ

alluring *adj* duyên dáng

allusion *n* lời ám chỉ

ally *n* nước đồng minh

ally *v* đồng minh với

almanac *n* cuốn niên giám

almighty *adj* vô cùng to lớn

almond *n* trái hạnh

almost *adv* gần như

alms *n* của bố thí

alone *adj* một mình, cô đơn

along *pre* dọc theo

alongside *pre* sát cạnh

aloof *adj* cách xa, tách rời

aloud *adv* lớn tiếng

alphabet *n* bộ mẫu tự

already *adv* đã, rồi

alright *adv* được rồi

also *adv* cũng

altar *n* bàn thờ

alter *v* biến đổi

alteration *n* sự biến đổi

altercation *n* cuộc cãi nhau

alternate *v* xen kẽ

alternate *adj* dự khuyết

alternative *n* giải pháp khác

although *c* mặc dầu

altitude *n* độ cao

altogether *adj* tất cả, nói chung

aluminum *n* nhôm

always *adv* luôn luôn

amass *v* thu góp, tích lũy

amaze *v* làm cho kinh ngạc

amazement *n* sự kinh ngạc

amazing *adj* đáng kinh ngạc

ambassador *n* đại sứ

ambiguous *adj* nhập nhằng

ambition *n* tham vọng

ambitious *adj* đầy tham vọng

ambulance *n* xe cứu thương

ambush *v* phục kích

amenable *adj* dễ bảo

amend *v* sửa đổi

amendment *n* tu chính án

amenities *n* tiện nghi

American *adj* Mỹ

amiable *adj* tử tế, hòa nhã

amicable *adj* thân tình

amid *pre* giữa lúc

ammonia *n* dung dịch amoniac

ammunition *n* đạn dược

amnesia *n* chứng hay quên

amnesty *n* ân xá

among *pre* trong số

amoral *adj* phi luân lý

amorphous *adj* không định hình

amortize *v* khấu hao

amount *n* số tiền, số lượng

amount to *v* lên đến

amphibious *adj* lưỡng cư

amphitheater *n* giảng đường

ample *adj* rộng rãi

amplifier *n* máy khuếch đại

amplify *v* khuếch đại

amputate *v* cắt cụt tay chân

amuse *v* giải trí

amusement *n* trò tiêu khiển

amusing *adj* vui thích

an *a* một

analogy *n* sự tương tự

analysis *n* sự phân tích

analyze *v* phân tích

anarchist *n* người vô chỉnh phủ

anatomy *n* khoa giải phẫu

ancestor *n* tổ tiên

ancestry *n* tông môn, dòng họ

anchor *n* mỏ neo

anchovy *n* cá trống (đực)

ancient *adj* xưa cổ

and *c* và

anecdote *n* giai thoại

anemia *n* bệnh thiếu máu

anemic *adj* bị thiếu máu

anesthesia *n* sự mất cảm giác

anew *adv* một lần nữa

angel *n* thiên thần

angelic *adj* thuộc về thiên thần

anger *v* chọc giận

anger *n* cơn giận

angina *n* đau thắt

angle *n* góc; lưỡi câu

Anglican *adj* thuộc Anh giáo

angry *adj* tức giận

anguish *n* nỗi đau khổ

animal *n* thú vật

animate *v* làm cho có sinh khí

animation *n* tính sinh động

animosity *n* sự thù nghịch

ankle *n* mắt cá chân

annex *n* phần phụ thêm

annexation *n* sự phụ thêm

annihilate *v* hủy diệt, thủ tiêu

annihilation *n* sự hủy diệt

anniversary *n* lễ kỷ niệm chu niên

annotate *v* chú thích, chú giải

annotation *n* chú thích

announce *v* loan báo, công bố

announcement *n* lời công bố

announcer *n* người báo tin

annoy *v* quấy rầy

annoying *adj* hay quấy rầy

annual *adj* hàng năm

annul *v* bãi bỏ, hủy bỏ

annulment *n* sự bãi bỏ

anoint *v* xức dầu, thoa dầu

anonymity *n* sự giấu tên

anonymous *adj* nặc danh

another *adj* một cái khác

answer *v* trả lời

answer *n* câu trả lời

ant *n* con kiến

antagonize *v* chống đối

antecedent *n* tiền đề, đi trước

antecedents *n* lai lịch, tiền sử

antelope *n* con linh dương

antenna *n* râu của sâu bọ

anthem *n* bài ca

antibiotic *n* thuốc kháng sinh

anticipate *v* tiên liệu; àm trước

anticipation *n* sự làm trước

antidote *n* thuốc giải độc

antipathy *n* ác cảm

antiquated *adj* cổ xưa, cổ kính

antiquity *n* tình trạng cổ xưa

anvil *n* tiếng la ó phản đối

anxiety *n* nỗi lo âu

anxious *adj* lo âu, lo lắng

any *adj* cái nào

anybody *pro* người nào

anyhow *pro* dù sao

anyone *pro* bất cứ ai

anything *pro* bất cứ cái gì

apart *adv* riêng ra, rời ra

apartment *n* căn chung cư

apathy *n* tính thờ ơ

ape *n* khỉ dã nhân

aperitif *n* rượu khai vị

apex *n* đỉnh, chóp, ngọn

aphrodisiac *adj* có tính kích dục

apiece *adv* mỗi cái

apocalypse *n* sự tận thế

apologize *v* xin lỗi

apology *n* lời xin lỗi

apostle *n* tông đồ

apostrophe *n* dấu giản lược

appall *v* làm hoảng sợ

appalling *adj* kinh khủng

apparel *n* quần áo

apparent *adj* bên ngoài

apparently *adv* bề ngoài

apparition *n* sự xuất hiện

appeal *n* sự kêu goi

appeal *v* kêu goi; lôi cuốn

appealing *adj* cảm động

appear *v* xuất hiện, hình như

appearance *n* sự xuất hiện

appease *v* khuyên giải

appeasement *n* sự khuyên giải

appendix *n* phụ lục; ruột thừa

appetite *n* sự ngon miệng

appetizer *n* rượu khai vị

applaud *v* hoan hô

applause *n* sự hoan hô

apple *n* trái táo

appliance *n* trang thiết bị

applicant *n* người xin việc

application *n* ứng dụng

apply *v* áp dụng

apply for *v* xin, nạp đơn xin

appoint *v* hẹn; bổ nhiệm

appointment *n* cuộc hẹn

appraisal *n* sự lượng giá

appraise *v* lượng giá

appreciate *v* cảm kích

appreciation *n* sự cảm kích

apprehend *v* hiểu rõ; e sợ

apprehensive *adj* thuộc về nhận thức

apprentice *n* người học nghề

approach *v* đến gần, tiếp cận

approach *n* sự tiếp cận

approbation *n* sự chấp thuận

appropriate *adj* thích hợp

approval *n* sự chấp thuận

approve *v* chấp thuận

approximate *adj* xấp xỉ, gần đúng

apricot *n* trái mơ

April *n* tháng Tư

apron *n* cái tạp dề làm bếp

aptitude *n* khả năng, năng lực

aquarium *n* hồ nuôi cá cảnh

aquatic *adj* dưới nước

aqueduct *n* ống cống

Arabic *adj* thuộc về Ả rập

arable *adj* trồng trọt được

arbiter *n* người phân xử

arbitrary *adj* độc đoán, tùy ý

arbitration *n* sự phân xử

arc *n* cây cung

arch *n* cửa hình vòng cung

archaeology *n* môn khảo cổ học

archaic *adj* cổ xưa

archbishop *n* tổng giám mục

architect *n* kiến trúc sư

architecture *n* môn kiến trúc

archive *n* tài liệu lưu trữ

arctic *adj* thuộc về Bắc cực

ardent *adj* nồng cháy, rực lửa

ardor *n* nhiệt tình

arduous *adj* gian khổ

area *n* vùng, khu vực

arena *n* đấu trường

argue *v* tranh cãi

argument *n* luận chứng, lý lẽ

arid *adj* khô cằn

arise *iv* phát sinh, mọc lên

aristocracy *n* giai cấp quý tộc

aristocrat *adj* thuộc về quý tộc

arithmetic *n* số học

ark *n* rương; thuyền lớn

arm *n* cánh tay; vũ khí

arm *v* võ trang
armchair *n* ghế bành
armed *adj* võ trang, mang vũ khí
armistice *n* cuộc đình chiến
armor *n* áo giáp, bọc thép
armpit *n* nách
army *n* quân đội
aromatic *adj* thơm
around *pre* chung quanh
arouse *v* khơi dậy
arrange *v* xếp đặt, thu xếp
arrangement *n* sự xếp đặt
array *n* dãy số, trận liệt
arrest *v* ngăn chận, bắt giữ
arrest *n* sự ngăn chận
arrival *n* sự đến nơi, nơi đến
arrive *v* đến
arrogance *n* tánh kiêu ngạo
arrogant *adj* kiêu ngạo
arrow *n* mũi tên
arsenic *n* chất axen
arson *n* hỏa hoạn, đám cháy
arsonist *n* người phóng hỏa
art *n* nghệ thuật
artery *n* động mạch
arthritis *n* bệnh viêm khớp
artichoke *n* cây atisô
article *n* món đồ; điều khoản
articulate *v* phát âm rõ ràng
articulation *n* khớp xương
artificial *adj* nhân tạo, giả
artillery *n* pháo binh

artisan *n* thợ thủ công
artist *n* nghệ sĩ
artistic *adj* thuộc về nghệ thuật
artwork *n* tác phẩm nghệ thuật
as *c* trong khi
as *adv* như, như là
ascend *v* đi lên, trèo lên
ascendancy *n* uy thế, uy lực
ascertain *v* biết chắc, xác lập
ascetic *adj* khổ hạnh
ash *n* tro; cây tần bì
ashamed *adj* xấu hổ
ashore *adv* trên bờ
ashtray *n* đĩa gạt tàn thuốc
aside *adv* sang bên
aside from *adv* ngoại trừ
ask *v* hỏi, yêu cầu
asleep *adj* buồn ngủ
asparagus *n* măng tây
aspect *n* mặt, bề ngoài
asphalt *n* nhựa đường
asphyxiate *v* làm ngạt thở
asphyxiation *n* sự làm ngạt thở
aspiration *n* nguyện vọng
aspire *v* ước muốn
aspirin *n* thuốc aspirin
assail *v* tấn công
assailant *n* kẻ tấn công
assassin *n* kẻ giết người
assassinate *v* ám sát
assassination *n* vụ ám sát
assault *n* sự công kích

assault *v* tấn công, xung sát
assemble *v* lắp ráp; hội họp
assembly *n* sự lắp ráp
assent *n* sự chuẩn y
assert *v* đòi hỏi, xác định
assertion *n* sự đòi hỏi
assess *v* lượng định
assessment *n* thẩm định
asset *n* tài sản
assets *n* tích sản
assign *v* giao việc, chỉ định
assignment *n* sự giao việc
assimilate *v* tiêu hóa
assimilation *n* sự đồng hóa
assist *v* trợ giúp, phụ tá
assistance *n* sự trợ giúp
associate *v* kết hợp, cộng tác
association *n* sự kết hợp
assorted *adj* hỗn hợp, đủ loại
assortment *n* sự phân loại
assume *v* đảm nhận
assumption *n* sự giả thiết
assurance *n* sự quả quyết
assure *v* quả quyết
asterisk *n* dấu hoa thị
asteroid *n* hành tinh nhỏ
asthma *n* bệnh suyễn
astonish *v* làm kinh ngạc
astonishing *adj* lạ lùng
astound *v* làm sửng sốt
astounding *adj* kinh dị
astray *v* lạc đường

astrologer *n* nhà chiêm tinh
astrology *n* khoa chiêm tinh
astronaut *n* phi hành gia
astronomer *n* nhà thiên văn học
astronomic *adj* thuộc thiên văn học
astronomy *n* khoa thiên văn học
astute *adj* tinh ranh
asunder *adv* cách xa nhau
asylum *n* viện cứu tế
at *pre* tại, ở
atheism *n* thuyết vô thần
atheist *n* người vô thần
athletic *adj* thuộc về điền kinh
atmosphere *n* khí quyển
atom *n* nguyên tử
atomic *adj* thuộc về nguyên tử
atone *v* chuộc tội; hòa giải
atonement *n* sự chuộc tội
atrocious *adj* tàn ác
atrocity *n* sự tàn ác
atrophy *v* teo, hao mòn
attach *v* đính theo, kèm theo
attached *adj* được đính theo
attachment *n* vật đính theo
attack *n* sự công kích
attack *v* công kích
attacker *n* người công kích
attain *v* đạt tới
attainable *adj* có thể đạt tới
attainment *n* sự đạt tới
attempt *v* cố gắng, mưu toan
attempt *n* sự toan tính

attend *v* tham dự
attendance *n* sự tham dự
attendant *n* người tham dự
attention *n* sự chú ý
attentive *adj* chăm chỉ, cẩn thận
attenuate *v* làm suy giảm
attenuating *adj* suy yếu
attest *v* chứng nhận
attic *n* tầng gác mái
attitude *n* thái độ
attorney *n* luật sư
attract *v* lôi cuốn, hấp dẫn
attraction *n* sự lôi cuốn
attractive *adj* có tính lôi cuốn
attribute *v* gán cho, quy cho
auction *n* cuộc đấu giá
auction *v* bán đấu giá
auctioneer *n* người đấu giá
audacity *adj* táo bạo
audacious *n* sự táo bạo
audible *adj* nghe được
audience *n* khán giả, cử tọa
audit *v* kiểm toán
auditorium *n* thính phòng
augment *v* gia tăng
August *n* tháng Tám
aunt *n* cô, dì, thím, bác gái
auspicious *adj* thuận lợi
austere *adj* nghiêm khắc
austerity *n* sự nghiêm khắc
authentic *adj* chân thật, đích thật
authenticate *v* xác nhận đúng

authenticity *n* sự chân thật
author *n* tác giả
authoritarian *adj* độc đoán, tùy ý
authority *n* giới thẩm quyền
authorization *n* sự cho phép
authorize *v* cho phép
auto *n* xe hơi
autograph *n* bản viết tay
automatic *adj* tự động
automobile *n* xe hơi
autonomous *adj* tự trị
autonomy *n* nền tự trị
autopsy *n* phẫu thuật
autumn *n* mùa Thu
auxiliary *adj* người phụ tá
avail *v* giúp ích, có lợi ích
availability *n* sự sẵn sàng
available *adj* có sẵn
avalanche *n* tuyết lở, thác
avarice *n* tính hà tiện
avaricious *adj* hà tiện
avenge *v* trả thù, báo thù
avenue *n* đại lộ
average *n* số trung bình
averse *adj* chống đối
aversion *n* ác cảm
avert *v* quay đi
aviation *n* hàng không
aviator *n* phi công
avid *adj* ham muốn
avoid *v* tránh
avoidable *adj* có thể tránh được

avoidance *n* sự lẩn tránh

await *v* chờ đợi

awake *iv* thức dậy

awake *adj* tỉnh ngủ

awakening *n* sự nhận thức

award *v* thưởng

award *n* phần thưởng

aware *adj* có ý thức

awareness *n* ý thức, nhận thức

away *adv* xa ra

awe *n* sự sợ hãi

awesome *adj* đáng sợ

awful *adj* kinh khủng

awkward *adj* lúng túng

awning *n* mái hiên

ax *n* cái rìu

axiom *n* tiên đề; chân lý

axis *n* trục

axle *n* trục xe

B

babble *v* nói bập be

baby *n* trẻ sơ sinh

babysitter *n* người giữ trẻ

bachelor *n* nngười độc thân

back *n* cái lưng; mặt sau

back *adv* trở lui

back *v* đi giật lùi; ủng hộ

back down *v* thoái lui

back up *v* lưu giữ dữ liệu lại

backbone *n* xương sống

backdoor *n* cửa sau

backfire *v* phản ứng ngược

background *n* nền; kiến thức

backing *n* sự ủng hộ

backlash *n* phản xung

backlog *n* dự trữ

backpack *n* túi đeo lưng

backup *n* bản sao lưu

backward *adj* lùi về phía sau

backwards *adv* giật lùi, tụt hậu

backyard *n* sân sau

bacon *n* thit heo hun khói

bacteria *n* vi khuẩn

bad *adj* xấu

badge *n* phù hiệu

badly *adv* trầm trọng

baffle *v* làm hỏng

bag *n* cái túi xách

baggage *n* hành lý

baggy *adj* rộng thùng thình

baguette *n* cây đũa

bail *n* tiền bảo chứng

bail out *v* bảo lãnh ra

bailiff *n* nhân viên tòa án

bait *n* con mồi

bake *v* nung, nướng

baker *n* thợ làm bánh

bakery *n* lò bánh

B

balance *v* cân đối, cân bằng

balance *n* cái cân; thăng bằng

balcony *n* ban công

bald *adj* hói đầu

bale *n* kiện hàng

ball *n* quả bóng; viên đạn

balloon *n* trái khí cầu

ballot *n* phiếu bầu

ballroom *n* phòng nhảy

balm *n* hương thơm

balmy *adj* có mùi thơm

bamboo *n* cây tre

ban *n* lời nguyền rủa

ban *v* cấm

banana *n* chuối

band *n* dải băng; đoàn hát

bandage *n* sự băng bó

bandage *v* băng bó

bang *v* kẻ cướp

bandit *n* đập mạnh

banish *v* xua đuổi

banishment *n* sự trục xuất

bank *n* ngân hàng

bankrupt *v* phá sản

bankrupt *adj* thuộc về phá sản

bankruptcy *n* tình trạng phá sản

banner *n* ngọn cờ, tiêu đề

banquet *n* bữa tiệc

baptism *n* lễ rửa tội

baptize *v* rửa tội

bar *n* thỏi; quán rượu

bar *v* ngăn chặn; kháng biện

barbarian *n* người thô lỗ

barbaric *adj* dã man

barbarism *n* tình trạng man rợ

barbecue *n* thịt nướng

barber *n* thợ hớt tóc

bare *adj* trần trụi

barefoot *adj* chân không

barely *adv* trần trụi

bargain *n* hàng giá hời

bargain *v* mặc cả

bargaining *n* sự mặc cả

barge *n* xà lan

bark *v* sủa

bark *n* tiếng sủa

barley *n* lúa mạch

barmaid *n* cô bán quán rượu

barman *n* ông chủ quán rượu

barn *n* vựa lúa

barometer *n* phong vũ biểu

barracks *n* trại lính

barrage *n* rào cản

barrel *n* thùng rượu

barren *adj* cằn cỗi

barricade *n* chướng ngại vật

barrier *n* lớp chắn

barring *pre* ngoại trừ, trừ ra

barter *v* đổi chác

base *n* căn bản, căn cứ

base *v* căn cứ vào

baseball *n* bóng chày

baseless *adj* vô căn cứ

basement *n* nền tảng

B

bashful *adj* rụt rè, e lệ

basic *adj* căn bản, cơ bản

basics *n* những điều căn bản

basin *n* cái chậu; lưu vực

basis *n* nền tảng

bask *v* phơi nắng

basket *n* cái rổ, cái giỏ

basketball *n* bóng rổ

bastard *n* con hoang, lai căn

bat *n* con dơi

batch *n* mẻ, loạt, lứa, lô

bath *n* bồn tắm

bathe *v* tắm rửa

bathrobe *n* áo choàng tắm

bathroom *n* buồng tắm

bathtub *n* bồn ngâm mình

baton *n* cây gậy

battalion *n* tiểu đoàn

batter *v* đánh đập

battery *n* sự đánh đập

battle *n* trận đánh

battle *v* chiến đấu

battleship *n* tàu chiến

bay *n* vịnh

bayonet *n* lưỡi lê

bazaar *n* tiệm tạp hóa

be *iv* là, ở, tồn tại

be born *v* sinh ra

beach *n* bãi biển

beacon *n* đèn hiệu

beak *n* mỏ chim

beam *n* tia, chùm

bean *n* đậu

bear *iv* mang; chịu đựng

bear *n* con gấu

bearable *adj* có thể chịu được

beard *n* râu

bearded *adj* có râu

bearer *n* cây chống; trụ đỡ

beast *n* súc vật

beat *iv* đánh; vượt trội

beaten *adj* đập, gò

beating *n* sự đập, sự đánh

beautiful *adj* đẹp, hay

beautify *v* làm đẹp

beauty *n* sắc đẹp

beaver *n* con hãi ly; mũ sắt

because *c* vì, bởi vì

because of *pre* do

beckon *v* gật đầu ra hiệu

become *iv* trở nên

bed *n* cái giường

bedding *n* đồ trải giường

bedroom *n* buồng ngủ

bedspread *n* khăn trải giường

bee *n* con ong

beef *n* thịt bò

beef up *v* tăng cường

beehive *n* tổ ong

beer *n* bia uống

beet *n* củ cải đường

beetle *n* cái chày

before *adv* trước khi

before *pre* trước, đàng trước

beforehand *adv* trước
befriend *v* đối xử tốt
beg *v* xin
beggar *n* người ăn xin
begin *iv* bắt đầu
beginning *n* sự bắt đầu
beguile *v* làm khuây đi; gạt
behalf (on) *adv* nhân danh
behave *v* đối xử, cư xử
behavior *n* tác phong, hành vi
behead *v* chém đầu
behind *pre* đằng sau
behold *iv* nhìn ngắm
being *n* sinh vật
belated *adj* xảy đến chậm
belch *v* ợ; phun lửa
belch *n* sự ợ; sự phun lửa
belfry *n* tháp chuông
Belgian *adj* người Bỉ
Belgium *n* nước Bỉ
belief *n* lòng tin
believable *adj* có thể tin được
believe *v* tin tưởng
believer *n* người tin
belittle *v* thu nhỏ lại
bell *n* cái chuông
bell pepper *n* tiêu
belligerent *adj* tham chiến
belly *n* bụng
belly button *n* rốn
belong *v* thuộc về
belongings *n* của cải

beloved *adj* yêu dấu
below *pre* phía dưới
below *adv* dưới
belt *n* dây nịt, thắt lưng
bench *n* ghế; cuộc triển lãm
bend *iv* cúi xuống
bend down *v* cúi xuống
beneath *pre* bên dưới
benediction *n* giáng phúc
beneficial *adj* có lợi ích
beneficiary *n* người thụ hưởng
benefit *n* lợi ích
benefit *v* làm lợi, giúp ích
benevolence *n* lòng nhân
benevolent *adj* nhân từ
benign *adj* lành; ôn hòa
bequeath *v* để lại, truyền lại
bereavement *n* tang quyến
beret *n* mũ vải; núi băng
berserk *adv* nổi quạu
berth *n* giường ngủ trên tàu
beseech *iv* cầu xin, van nài
beset *iv* vây quanh
beside *pre* bên cạnh
besides *adv* ngoài ra
besiege *iv* bao vây, vây hãm
best *adj* tốt nhất
best man *n* người phụ rể
bestial *adj* thuộc về súc vật
bestiality *n* thú tính
bestow *v* rắc, vãi
bet *iv* đánh cuộc, cá cược

B

bet *n* sự đánh cuộc
betray *v* bội phản, lừa dối
betrayal *n* sự bội phản
better *adj* tốt hơn
between *pre* giữa
beverage *n* thức uống
beware *v* chú ý, thận trọng
bewilder *v* làm bối rối
bewitch *v* làm say mê
beyond *adv* ở xa hơn
bias *n* độ nghiêng
bible *n* thánh kinh
biblical *adj* thuộc về thánh kinh
bibliography *n* thư mục học
bicycle *n* xe đạp
bid *n* cuộc đấu giá
bid *iv* đấu giá
big *adj* lớn
bigamy *n* chế độ đa thê
bigot *adj* hay tin mù quáng
bigotry *n* sự hay tin mù quáng
bike *n* xe đạp
bile *n* tính cáu gắt
bilingual *adj* hai ngôn ngữ
bill *n* hoá đơn; dự luật
billion *n* một tỷ
billionaire *n* tỷ phú
billiards *n* trò chơi bi-da
bimonthly *adj* hai tháng một lần
bin *n* thùng đựng rượu
bind *iv* buộc lại; ràng buộc
binding *adj* ràng buộc

binoculars *n* ống nhòm
biography *n* tiểu sử
biology *n* sinh vật học
bird *n* con chim
birth *n* sự sinh đẻ
birthday *n* ngày sinh
biscuit *n* bánh quy
bishop *n* giám mục
bison *n* con bò rừng
bit *n* mảnh nhỏ
bite *iv* cắn
bite *n* sự cắn, vết cắn
bitter *adj* đắng
bitterly *adv* cay đắng
bitterness *n* sự cay đắng
bizarre *adj* lạ lùng, kỳ quái
black *adj* đen
blackberry *n* trái mâm xôi
blackboard *n* bảng đen
blackmail *n* hăm doạ tống tiền
blackmail *v* tống tiền
blackness *n* sự đen tối
blackout *n* sự tắt đèn
blacksmith *n* thợ rèn
bladder *n* bong bóng
blade *n* lưỡi dao
blame *n* sự, lời khiển trách
blame *v* khiển trách
bland *adj* dịu dàng, ôn hoà
blank *adj* để trống
blanket *n* cái mền, chăn
blaspheme *v* nhục mạ, báng bổ

B

blasphemy *n* sự, lời nhục mạ

blast *n* luồng gió, hơi

blaze *n* ngọn lửa

bleach *v* tẩy trắng

bleach *n* sự tẩy trắng

bleak *adj* nơi trống trải

bleed *iv* chảy máu

bleeding *n* sự chảy máu

blemish *n* vết nhơ

blemish *v* làm hư hỏng

blend *n* vật để pha trộn

blend *v* pha trộn

blender *n* máy pha trộn

bless *v* giáng phúc

blessed *adj* thiêng liêng

blessing *n* phúc lành

blind *v* làm mù quáng

blind *adj* mù

blindfold *n* vật che mắt

blindfold *v* bịt mắt

blindly *adv* mù quáng

blindness *n* sự mù quáng

blink *v* chớp, nháy mắt

bliss *n* hạnh phúc

blissful *adj* vui thích

blister *n* chỗ phồng da

blizzard *n* bão tuyết

bloat *v* phồng lên

bloated *adj* bị phồng lên

block *n* khối

block *v* ngăn chặn

blockade *n* sự phong tỏa

blockade *v* làm tắc nghẽn

blockage *n* tình trạng bị bao vây

blond *adj* có tóc vàng

blood *n* máu

bloodthirsty *adj* khát máu

bloody *adj* đổ máu, tàn bạo

bloom *v* nở hoa

blossom *v* trổ hoa

blot *n* điểm yếu; vết nhơ

blot *v* vấy bẩn

blouse *n* áo cánh phụ nữ

blow *n* sự nở hoa

blow *iv* thổi

blow out *iv* thổi đi

blow up *iv* phóng đại

blowout *n* cơn giận

bludgeon *v* đánh bằng gậy

blue *adj* xanh

blueprint *n* bản thiết kế

bluff *v* lừa gạt

blunder *n* điều sai lầm

blunt *adj* cùn nhụt; đần độn

bluntness *n* sự cùn nhụt

blur *v* làm mờ nhạt

blurred *adj* mờ nhạt

blush *v* đỏ mặt; ửng đỏ

blush *n* ánh hồng

boar *n* heo đực

board *n* bảng; ban; hội đồng

board *v* lát ván; ăn cơm tháng

boast *v* nói khoác, tự cao

boat *n* con thuyền

B

bodily *adj* thuộc thể xác

body *n* cơ thể; thân xe

bog *n* đầm lầy

bog down *v* nhận chìm

boil *v* nấu sôi

boil down *v* tóm tắt lại

boil over *v* sôi tràn

boiler *n* nồi đun

boisterous *adj* hung dữ

bold *adj* táo bạo; rõ nét

boldness *n* tính táo bạo

bolster *v* đỡ đần; ủng hộ

bolt *n* cái then cửa

bolt *v* cấm cửa

bomb *n* trái bom

bomb *v* ném bom

bombing *n* vụ ném bom

bombshell *n* tạc đạn

bond *n* dây đai; tiền nợ

bondage *n* sự bó buộc

bone *n* xương

bone marrow *n* tủy xương

bonfire *n* lửa mừng

bonus *n* thưởng

book *n* sách

bookcase *n* tủ sách

bookkeeping *n* việc giữ sổ sách

booklet *n* cuốn sách nhỏ

bookseller *n* người bán sách

bookstore *n* tiệm bán sách

boom *n* tiếng gầm; cần trục

boom *v* giá cả tăng vọt

boost *v* tăng, khuếch đại

boost *n* sự tăng giá

boot *n* giày ống

booth *n* phòng điện thoại

booty *n* vật giành được

booze *n* rượu; sự say sưa

border *n* bờ, mép, ven

border on *v* tiếp giáp

borderline *adj* giới tuyến

bore *v* khoan; đào

bored *adj* buồn chán

boredom *n* nỗi buồn chán

boring *adj* khiến cho buồn chán

born *adj* sinh ra

borough *n* khu vực thành phố

borrow *v* mượn

bosom *n* ngực áo

boss *n* cái bướu

boss around *v* chỉ huy

bossy *adj* lồi ra

botany *n* thảo mộc

botch *v* làm hỏng; chắp vá

both *adj* cả hai

bother *v* quấy nhiễu

bothersome *adj* hay quấy nhiễu

bottle *n* cái chai

bottle *v* đóng chai

bottleneck *n* đường hẹp

bottom *n* đáy, phần dưới

bottomless *adj* không đáy

bough *n* cành cây

boulder *n* đá cuội

boulevard *n* đại lộ

bounce *v* nảy lên

bounce *n* sự nảy lên

bound *adj* hướng về

bound for *adj* đi về hướng

boundary *n* ranh giới

boundless *adj* không biên giới

bounty *n* tính hào phóng

bourgeois *adj* tiểu tư sản

bow *v* cúi xuống; bắn cung

bow *n* cái cung; cầu vồng

bow out *v* cúi chào

bowels *n* ruột; lòng trắc ẩn

bowl *n* cái chén

box *n* cái hộp

boxer *n* võ sĩ quyền thuật

boxing *n* quyền thuật

box office *n* phòng bán vé

boy *n* bé trai

boycott *v* tẩy chay

boyfriend *n* bạn trai

boyhood *n* thời niên thiếu

bra *n* cái yếm

brace for *v* móc, nối, chằng

bracelet *n* vòng đeo tay

bracket *n* dấu ngoặc

brag *v* khoe khoang

braid *n* dải viền áo quần

brain *n* não bộ

brainwash *v* tẩy não

brake *n* cái thắng xe; cái bừa

brake *v* hãm, thắng xe lại

branch *n* cành, nhánh cây

branch office *n* chi nhánh

branch out *v* phân nhánh

brand *n* nhãn hiệu

brand-new *adj* mới tinh

brandy *n* rượu mạnh

brat *n* đứa trẻ hư hỏng

brave *adj* can đảm

bravely *adv* dũng cảm

bravery *n* sự can đảm

brawl *n* sự cãi nhau ồn ào

breach *n* chỗ rạn nứt

bread *n* bánh mì; miếng ăn

breadth *n* bề ngang, bề rộng

break *n* sự ngừng nghỉ

break *v* làm gãy; cắt đứt

break away *v* trốn khỏi, sổng mất

break down *v* phá hủy

break free *v* trốn thoát

break in *v* phá cửa vào

break off *v* cắt đứt quan hệ

break open *v* mở mạch

break up *v* tan vỡ

break out *v* vượt thoát

breakable *adj* không phá vỡ được

breakfast *n* bữa ăn sáng

breakthrough *n* tiến bộ

breast *n* ngực, vú

breath *n* hơi thở

breathe *v* thở

breathing *n* sự hô hấp

breathtaking *adj* hấp dẫn

B

breed _iv_ sinh sản; phát sinh

breed _n_ nòi giống

breeze _n_ cơn gió nhẹ

brethren _n_ đồng môn

brevity _n_ sự ngắn gọn

brew _v_ chế rượu; ủ rượu

brewery _n_ nhà máy chế rượu

bribe _v_ hối lộ, đút lót

bribe _n_ của hối lộ

bribery _n_ sự hối lộ, đút lót

brick _n_ viên gạch

bricklayer _n_ thợ nề

bridal _adj_ thuộc về đám cưới

bride _n_ cô dâu; dây cương

bridegroom _n_ chú rể

bridesmaid _n_ cô phù dâu

bridge _n_ cây cầu

bridle _n_ cương ngựa

brief _adj_ vắn tắt

brief _v_ trình bày ngắn gọn

briefcase _n_ cái cặp tài liệu

briefing _n_ chỉ thị

briefly _adv_ ngắn gọn

briefs _n_ quần đùi, quần lót

brigade _n_ lữ đoàn

bright _adj_ sáng sủa, rực rỡ

brighten _v_ làm rạng rỡ

brightness _n_ độ sáng chói

brilliant _adj_ tài giỏi, lỗi lạc

brim _n_ miệng chén

bring _iv_ mang, đem theo

bring back _v_ mang lại

bring down _v_ hạ xuống

bring up _v_ nâng lên

brink _n_ bờ vực

brisk _adj_ lanh lợi

Britain _n_ Anh

British _adj_ thuộc Anh

brittle _adj_ dễ gãy

broad _adj_ rộng

broadcast _v_ quảng bá

broadcast _n_ sự quảng bá

broadcaster _n_ quảng bá viên

broaden _v_ mở rộng ra

broadly _adv_ rộng lớn

broadminded _adj_ phóng khoáng

brochure _n_ cuốn sách mỏng

broil _v_ nướng

broiler _n_ lò nướng

broke _adj_ bần cùng

broken _adj_ gãy, vỡ

bronze _n_ đồng

broom _n_ cái chổi

broth _n_ nước luộc thịt

brother _n_ anh, em trai

brotherhood _n_ tình anh em

brother-in-law _n_ anh/em rể/vợ

brotherly _adj_ như anh em

brow _n_ lông mày

brown _adj_ màu nâu

browse _v_ gặm cỏ

bruise _n_ vết bầm tím

bruise _v_ bầm tím

brunch _n_ bữa ăn nửa buổi

brunette *adj* có tóc nâu đen

brush *n* bàn chải

brush *v* chải

brush aside *v* bỏ qua

brush up *v* ôn lại

brusque *adj* đột ngột

brutal *adj* thô bạo

brutality *n* tánh thô bạo

brutalize *v* hành hung

brute *adj* tàn bạo, vũ phu

bubble *n* bong bóng

buck *n* con nai đực

bucket *n* gàu múc nước

buckle *n* cái khoá thắt lưng

buckle up *v* làm xong việc

bud *n* chồi, nụ, lộc

buddy *n* bạn thân

budge *v* làm chuyển động

budget *n* ngân sách

buffalo *n* con trâu

bug *n* con bọ

build *iv* xây dựng

builder *n* người xây cất nhà

building *n* toà nhà

buildup *n* xây lấp đi

built-in *adj* có sẵn bên trong

bulb *n* củ; bóng đèn

bulge *n* chỗ phình ra

bulk *n* số lượng lớn

bulky *adj* đồ sộ; kềnh càng

bull *n* bò đực

bulldoze *v* ủi đất; hăm dọa

bullet *n* đạn; hột đậu

bulletin *n* tập san; thông báo

bull fight *n* trận đấu bò

bull fighter *n* người đấu bò

bully *adj* xuất sắc

bulwark *n* đê ngăn sóng

bum *n* kẻ lười biếng

bump *n* sự va chạm mạnh

bump into *v* đụng mạnh vào

bumper *n* cái cản xe hơi

bumpy *adj* gập ghềnh

bun *n* bánh sữa

bunch *n* chùm, bó, cụm

bundle *n* bó, gói

bundle *v* đuổi ra

bunker *n* kho than

buoy *n* phao

burden *n* gánh nặng

burden *v* đè nặng lên

burdensome *adj* nặng nề

bureau *n* cục, nha, vụ

bureaucracy *n* chế độ quan lại

bureaucrat *n* người quan liêu

burger *n* bánh mì kẹp thịt bò

burglar *n* kẻ trộm

burglarize *v* ăn trộm

burglary *n* vụ trộm

burial *n* việc mai táng

burly *adj* lực lưỡng

burn *iv* đốt cháy

burn *n* vết bỏng

burp *v* ợ

B
C

burp *n* sự ợ
burrow *n* hang
burst *iv* nổ tung
burst into *v* xộc vào
bury *v* chôn cất
bus *n* xe buýt
bus *v* đi, chở bằng xe khách
bush *n* bụi cây
busily *adv* bận rộn
business *n* kinh doanh
businessman *n* doanh nhân
bust *n* tượng bán thân
bustling *adj* hối hả
busy *adj* bận, bận việc
but *c* nhưng
butcher *n* người hàng thịt
butchery *n* lò mổ thịt
butler *n* quản gia
butt *n* thùng đựng rượu
butter *n* bơ
butterfly *n* con bướm
button *n* nút, cúc
buttonhole *n* khuy
buy *iv* mua
buy off *v* đút lót
buyer *n* khách mua
buzz *n* tiếng kêu vù vù
buzz *v* kêu vù vù
buzzard *n* con ó
buzzer *n* còi
by *pre* do, bởi; gần
bye bye *e* chào tạm biệt

bypass *n* bỏ qua
bypass *v* đi vòng
by-product *n* phó sản
bystander *n* người ngoài cuộc

cab *n* xe tắcxi; xe ngựa
cabbage *n* cải bắp
cabin *n* buồng ngủ trên tàu
cabinet *n* tủ có nhiều ngăn
cable *n* dây cáp
cafeteria *n* quán ăn tự phục vụ
caffeine *n* chất cafein
cage *n* lồng, chuồng
cake *n* bánh ngọt
calamity *n* tai ương
calculate *v* tính toán
calculation *n* phép tính toán
calculator *n* máy tính
calendar *n* lịch
calf *n* con bê
caliber *n* cỡ; nòng súng,
calibrate *v* định cỡ
call *v* kêu, gọi
call *n* lời kêu gọi; cuộc gọi
call off *v* đưa đi chỗ khác
call on *v* ghé thăm

call out *v* gọi lớn
calling *n* khuynh hướng
callous *adj* trở nên chai lì
calm *adj* bình tĩnh
calm *n* sự bình tĩnh
calm down *v* dịu lại
calorie *n* calori
calumny *n* lời vu khống
camel *n* con lạc đà
camera *n* máy ảnh
camouflage *v* ngụy trang
camouflage *n* vật ngụy trang
camp *n* trại; phe phái
camp *v* cắm trại
campaign *v* đi chiến dịch
campaign *n* chiến dịch
campfire *n* lửa trại
can *iv* có thể
can *v* đóng hộp
can *n* hộp
can opener *n* cái mở hộp
canal *n* kênh, sông đào
canary *n* chim yến
cancel *v* huỷ bỏ
cancellation *n* sự huỷ bỏ
cancer *n* ung thư
cancerous *adj* thuộc về ung thư
candid *adj* thật thà
candidacy *n* sự ứng cử
candidate *n* ứng viên
candle *n* nến, đèn cầy
candlestick *n* cây đèn nến

candor *n* tính thật thà
candy *n* kẹo
cane *n* cây gậy
canister *n* hộp nhỏ
canned *adj* đóng hộp
cannibal *n* kẻ ăn thịt người
canoe *n* chiếc xuồng
canon *n* quy tắc, quy luật
canonize *v* phong thánh
cantaloupe *n* dưa đỏ
canteen *n* căng tin
canvas *n* vải bạt; buồm
canvas *v* căng vải bạt
canyon *n* hẻm núi
cap *n* mũ lưỡi trai; nắp đậy
capability *n* năng lực
capable *adj* có năng lực
capacity *n* dung tích, sức chứa
cape *n* mũi đất
capital *n* thủ đ; vốn
capital letter *n* chữ viết hoa
capitalism *n* chủ nghĩa tư bản
capitalize *v* tư bản hoá
capitulate *v* đầu hàng
capsize *n* sự lật úp
capsule *n* bao, vỏ
captain *n* đại uý
captivate *v* làm say đắm
captive *n* tù nhân
capture *v* bắt giữ
capture *n* sự bắt giữ
car *n* xe hơi, toa tàu

C

carat n cara
caravan n đoàn hành hương
carburetor n bộ chế hoà khí xe
carcass n xác súc vật
card n tấm thẻ
cardboard n giấy bồi cứng
cardiac adj tim mạch
cardiac arrest n đứng tim
cardiology n khoa tim
care n sự chăm sóc
care v chăm sóc
care about v quan tâm đến
care for v trông nom
career n sự nghiệp
carefree adj thảnh thơi
careful adj cẩn thận
careless adj sơ ý
carelessness n sự sơ ý
caress n sự vuốt ve
caress v vuốt ve
caretaker n nguười chăm sóc
cargo n hàng hoá
caricature n biếm hoạ
caring adj chu đáo
carnage n cảnh chém giết
carnal adj thuộc xác thịt
carnation n hoa cẩm chướng
carol n bài ca mừng
carpenter n thợ lợp nhà
carpentry n nghề mộc
carpet n tấm thảm
carriage n xe ngựa

carrot n cà rốt
carry v mang, xách
carry on v tiến hành
carry out v thực hiện
cart n xe đẩy; xe ngựa
cart v chở bằng xe đẩy
cartoon n tranh hoạt hoạ
cartridge n cuộn phim ảnh
carve v chạm, khắc
cascade n thác nước
case n trường hợp; hồ sơ
cash n tiền mặt
cashier n thủ quỹ
casino n sòng bạc
casket n quan tài
casserole n nồi niêu
cassock n áo thầy tu
cast iv ném, bỏ
castaway n người bị đắm tàu
caste n đẳng cấp
castle n lâu đài
casual adj tự nhiên
casualty n tai hoạ
cat n con mèo
cataclysm n biến động
catacomb n phần mộ
catalog n danh mục, mục lục
cataract n thác nước
catastrophe n tai ương
catch iv bắt, chụp
catch up v bắt kịp
catching adj hay lây; lôi cuốn

catchword *n* chữ đầu trang
category *n* loại
cater to *v* cung cấp thực phẩm
caterpillar *n* sâu bướm
cathedral *n* nhà thờ lớn
catholic *adj* thuộc đạo Cơ đốc
Catholicism *n* đạo Cơ đốc
cattle *n* gia súc
cauliflower *n* cải bông
cause *n* lý do
cause *v* gây ra
caution *n* sự cẩn thận
cautious *adj* thận trong
cavalry *n* kỵ binh
cave *n* hầm rượu
cave in *v* sụp đổ
cavern *n* hang động
cavity *n* ổ, khoang
cease *v* dừng, ngừng
cease-fire *n* ngừng bắn
ceaselessly *adv* không ngớt
ceiling *n* trần nhà
celebrate *v* làm lễ kỷ niệm
celebration *n* lễ kỷ niệm
celebrity *n* lừng danh
celery *n* rau cần tây
celestial *adj* thuộc vũ trụ
celibacy *n* tình trạng độc thân
celibate *adj* sống độc thân
cellar *n* hầm rượu
cellphone *n* điện thoại di động
cement *n* xi măng

cemetery *n* nghĩa địa
censorship *n* sự kiểm duyệt
censure *v* kiểm duyệt; giám thị
census *n* sự điều tra dân số
cent *n* đồng xu
centenary *n* một trăm năm
center *n* trung tâm
center *v* chỉnh tâm
centimeter *n* phân mét
central *adj* thuộc trung tâm
centralize *v* tập trung
century *n* thế kỷ
ceramic *n* đồ gốm
cereal *n* ngũ cốc
cerebral *adj* thuộc não bộ
ceremony *n* nghi lễ
certain *adj* chắc chắn; nào đó
certainty *n* điều chắc chắn
certificate *n* chứng chỉ
certify *v* chứng nhận
chagrin *n* sự chán nản
chain *n* dây xích
chain *v* nối kết
chainsaw *n* cưa xích
chair *n* ghế
chair *v* chọn làm chủ tịch
chairman *n* chủ tịch, chủ tọa
chalet *n* nhà gỗ nhỏ
chalice *n* ly rượu lễ
chalk *n* phấn viết
chalkboard *n* bảng phấn
challenge *v* thách đố

C

challenge *n* lời thách thức

challenging *adj* có tính thách đố

chamber *n* buồng

champ *n* sự nhai

champion *n* quán quân

champion *v* bênh vực

chance *n* cơ hội, cơ may

chancellor *n* vị chưởng ấn

change *v* thay đổi

change *n* sự thay đổi; tiền lẻ

channel *n* kênh, sông đào

chant *n* thánh ca, lời cầu kinh

chaos *n* tình trạng hỗn loạn

chaotic *adj* hỗn loạn

chapel *n* nhà thờ nhỏ

chaplain *n* giáo sĩ

chapter *n* chương sách

char *v* đốt thành than

character *n* tính tình; tính chất

characteristic *adj* đặc thù

charade *n* trò chơi đố chữ

charbroil *adj* nướng vỉ

charcoal *n* than củi

charge *v* tính tiền; nạp; tấn công

charge *n* gánh nặng; nhiệm vụ

charisma *n* uy tín

charismatic *adj* có tính thuyết phục

charitable *adj* từ thiện

charity *n* tính từ thiện

charm *v* quyến rũ, mê hoặc

charm *n* duyên dáng

charming *adj* quyến rũ, mê hoặc

chart *n* biểu đồ

charter *n* hiến chương

charter *v* ban đặc quyền

chase *n* sự theo đuổi

chase *v* theo đuổi, săn đuổi

chase away *v* đuổi đi

chasm *n* vực thẳm

chaste *adj* trong trắng; tao nhã

chastise *v* trừng phạt

chastisement *n* sự trừng phạt

chastity *n* sự trong trắng

chat *v* nói chuyện phiếm

chauffeur *n* tài xế

cheap *adj* rẻ tiền

cheat *v* lừa bịp, gian lận

cheater *n* kẻ lừa đảo

check *n* sự kiểm tra; chi phiếu

check *v* kiểm tra

check in *v* nhận phòng

check up *n* kiểm tra toàn diện

checkbook *n* tập chi phiếu

cheek *n* cái má

cheekbone *n* xương gò má

cheeky *adj* trơ tráo, hỗn xược

cheer *n* sự vui vẻ, khoái trá

cheer up *v* vui lên!

cheerful *adj* vui vẻ, khoái trá

cheers *n* cụng ly

cheese *n* phô mai, phó mát

chef *n* đầu bếp

chemical *adj* thuộc về hóa học

chemist *n* nhà hóa học

chemistry *n* môn hóa học
cherish *v* yêu dấu
cherry *n* trái anh đào
chess *n* cờ
chest *n* ngực; rương, hòm
chestnut *n* hột dẻ
chew *v* nhai
chick *n* chim con, gà con
chicken *n* gà con
chicken out *v* tránh vì sợ
chicken pox *n* bệnh thủy đậu
chide *v* khiển trách
chief *n* truưởng cơ quan
chiefly *adv* trước nhất
child *n* trẻ con
childhood *n* thời thơ ấu
childish *adj* thuộc về trẻ con
childless *adj* không có con
children *n* trẻ con
chill *n* sự ớn lạnh
chill *v* làm ớn lạnh
chilly *adj* giá lạnh; lạnh nhạt
chimney *n* ống khói lò sưởi
chimpanzee *n* con vượn
chin *n* cái cằm
chip *n* mảnh vỡ; lát khoai
chisel *n* cái đục
chocolate *n* sôcôla
choice *n* sự chọn lựa
choir *n* ban hợp xướng
choke *v* làm ngạt thở
cholera *n* dịch tả

cholesterol *n* mỡ trong máu
choose *iv* chọn lựa
choosy *adj* hay kén chọn
chop *v* chặt, đốn
chop *n* miếng chặt ra
chopper *n* người đốn cây
chore *n* việc vặt
chorus *n* hợp xướng
christen *v* rửa tội
christening *n* lễ rửa tội
Christianity *n* đạo Thiên chúa
Christmas *n* lễ Giáng Sinh
chronic *adj* kinh niên, mạn tính
chronicle *n* sử biên niên
chronology *n* niên đại học
chubby *adj* mũm mĩm
chuckle *v* cười khúc khích
chunk *n* mảng, khối, miếng
church *n* nhà thờ
chute *n* thác nước
cider *n* rượu táo
cigar *n* xi-gà
cigarette *n* điếu thuốc lá
cinder *n* than xỉ
cinema *n* chiếu bóng
cinnamon *n* cây quế
circle *n* vòng tròn
circle *v* khoanh tròn
circuit *n* mạch điện
circular *adj* hình tròn
circulate *v* lưu thông
circulation *n* sự lưu thông

C

circumcise *v* cắt bao qui đầu

circumstance *n* hoàn cảnh

circus *n* gánh hát xiệc

cistern *n* bể chứa nước

citizen *n* công dân

citizenship *n* quyền công dân

city *n* thành phố

city hall *n* tòa thị chính

civic *adj* thuộc về công dân

civil *adj* dân sự

civilization *n* văn minh

civilize *v* khai hóa

claim *v* đòi, yêu sách

claim *n* điều yêu sách

clam *n* con trai (sò)

clamor *v* hò hét yêu sách

clamp *n* bàn kẹp

clan *n* thị tộc; phe cánh

clandestine *adj* bí mật

clap *v* vỗ tay

clarification *n* sự làm rõ

clarify *v* làm rõ, minh xác

clarinet *n* kèn

clarity *n* minh bạch

clash *v* va chạm nhau

clash *n* sự xung đột

class *n* lớp

classic *adj* cổ điển

classify *v* xếp hạng

classmate *n* bạn học

classroom *n* phòng học

classy *adj* ưu tú

clause *n* điều khoản

claw *n* vuốt, móng

claw *v* cào, kẹp

clay *n* đất sét

clean *adj* sạch sẽ

clean *v* rửa, lau, chùi sạch

cleaner *n* người lau chùi

cleanliness *n* tình trạng sạch sẽ

cleanse *v* tẩy rửa

cleanser *n* thuốc tẩy

clear *adj* rõ ràng, sáng sủa

clear *v* làm sáng tỏ

clearance *n* sự làm sạch

clear-cut *adj* rõ ràng, dứt khoát

clearly *adv* một cách rõ ràng

clearness *n* sự trong sáng

cleft *n* khe, đường nứt

clemency *n* lòng khoan dung

clench *v* siết chặt

clergy *n* tăng lữ

clergyman *n* giáo sĩ

clerical *adj* thuộc về văn phòng

clerk *n* thư ký, nhân viên

clever *adj* khôn ngoan

click *v* bấm, kích

client *n* khách hàng

clientele *n* nhóm khách hàng

cliff *n* vách đá nhô ra biển

climate *n* khí hậu

climatic *adj* thuộc về khí hậu

climax *n* đỉnh cao nhất

climb *v* leo, trèo

C

climbing *n* sự leo, trèo

clinch *v* ghì chặt

cling *iv* bám sát

clinic *n* dưỡng đường

clip *v* cắt, xén

clipping *n* sự cắt, xén

cloak *n* áo khoát không tay

clock *n* đồng hồ

clog *v* cản trở

cloister *n* tu viện

clone *v* mô phỏng, nhái

cloning *n* hệ vô tính

close *v* đóng

close *adj* gần

close to *pre* gần, sát

closed *adj* đóng kín

closely *adv* chặt chẽ

closet *n* phòng chứa đồ

closure *n* sự kết thúc

clot *n* cục, khối, hòn

cloth *n* vải, khăn trải

clothe *v* che phủ

clothes *n* áo quần

clothing *n* trang phục

cloud *n* mây

cloudless *adj* không mây

cloudy *adj* nhiều mây

clown *n* anh hề

club *n* câu lạc bộ

club *v* đánh bằng gậy

clue *n* đầu mối, manh mối

clumsiness *n* sự vụng về

clumsy *adj* vụng về

cluster *n* bó, cụm, đàn

cluster *v* tập hợp lại

clutch *n* ổ gà con

coach *v* dạy kèm

coach *n* xe ngựa bốn bánh

coaching *n* sự huấn luyện

coagulate *v* đông lại

coagulation *n* sự đông lại

coal *n* than đá

coalition *n* liên minh

coarse *adj* thô lỗ

coast *n* bờ biển

coastal *adj* thuộc về bờ biển

coastline *n* đường dọc bờ biển

coat *n* áo ngoài

coax *v* vỗ về

cob *n* cùi bắp

cobblestone *n* đá cuội

cobweb *n* mạng nhện

cocaine *n* cocain

cock *n* gà trống

cockpit *n* buồng lái

cockroach *n* con gián

cocktail *n* rượu hỗn hợp

cocky *adj* tự phụ, tự mãn

cocoa *n* cacao

coconut *n* trái dừa

cod *n* cá thu

code *n* bộ luật; mật mã

codify *v* chuyển thành mã số

coefficient *n* hệ số

C

coerce *v* ép buộc

coercion *n* sự ép buộc

coexist *v* chung sống

coffee *n* cà phê

coffin *n* quan tài

cohabit *v* ăn ở với nhau

coherent *adj* dính liền

cohesion *n* sự cố kết

coin *n* đồng tiền kim loại

coincide *v* trùng khớp với nhau

coincidence *n* sự trùng hợp

coincidental *adj* trùng hợp

cold *adj* lạnh

coldness *n* sự lạnh lẽo

colic *n* cơn đau bụng

collaborate *v* hợp tác, cộng tác

collaboration *n* sự cộng tác

collaborator *n* cộng tác viên

collapse *v* sụp đổ

collapse *n* sự sụp đổ

collar *n* cổ áo, vòng đeo cổ

collarbone *n* xương đòn gánh

collateral *adj* ngành bên

colleague *n* đồng nghiệp

collect *v* thu, góp

collection *n* sưu tập

collector *n* người thu tiền

college *n* trường cao đẳng

collide *v* đụng nhau

collision *n* sự đụng nhau

cologne *n* nước hoa côlôn

colon *n* dấu hai chấm; ruột kết

colonel *n* đại tá

colonial *adj* thuộc về thực dân

colonize *v* chiếm làm thuộc địa

colony *n* thuộc địa

color *n* màu sắc

color *v* tô màu; đổi màu

colorful *adj* nhiều màu sắc

colossal *adj* khổng lồ, to lớn

colt *n* ngựa non

column *n* cột

coma *n* sự hôn mê

comb *n* cái lược

comb *v* chải tóc

combat *n* trận chiến

combat *v* chiến đấu

combatant *n* chiến sĩ

combination *n* tổ hợp

combine *v* kết hợp

combustible *n* dễ cháy

combustion *n* sự đốt cháy

come *iv* đến

come about *v* xảy ra

come across *v* tình cờ gặp

come apart *v* rời ra

come back *v* trở lại

come down *v* sa sút

come forward *v* tình nguyện đến

come from *v* đến từ

come in *v* đến

come out *v* xuất bản

come over *v* ảnh hưởng

come up *v* nêu lên

comeback *n* phục chức
comedian *n* diễn viên hài
comedy *n* hài kịch
comet *n* sao chổi
comfort *n* tiện nghi
comfortable *adj* có đủ tiện nghi
comforter *n* chăn bông
comical *adj* hài hước
coming *adj* sắp đến
coming *n* sự đến
comma *n* dấu phẩy
command *v* chỉ huy
commander *n* người chỉ huy
commandment *n* huấn lệnh
commemorate *v* kỷ niệm
commence *v* mở đầu
commend *v* ngợi khen
commendation *n* lời ngợi khen
comment *v* phê bình
comment *n* lời bình
commerce *n* thương mãi
commission *n* lệnh; nhiệm vụ
commit *v* phạm tội
commitment *n* sự cam kết
committed *adj* tận tụy
committee *n* ủy ban
common *adj* thông thường
commotion *n* sự rối loạn
communicate *v* truyền đạt
communication *n* truyền thông
communion *n* sự cùng chia xẻ
communism *n* chủ nghĩa cộng sản

communist *n* người cộng sản
community *n* cộng đồng
commute *v* di chuyển giữa hai nơi
compact *adj* gọn
compact *v* làm cho rắn chắc lại
companion *n* người đồng hành
companionship *n* tình bạn bè
company *n* công ty
comparable *adj* so sánh với
comparative *adj* tỷ giảo
compare *v* so sánh
comparison *n* sự so sánh
compartment *n* phòng nhỏ
compass *n* la bàn
compassion *n* lòng trắc ẩn
compassionate *adj* có lòng trắc ẩn
compatibility *n* sự tương thích
compatible *adj* tương thích
compatriot *n* đồng bào
compel *v* bắt buộc
compelling *adj* có tính cách bắt buộc
compendium *n* bản tóm lược
compensate *v* bù trừ, bù đắp
compensation *n* sự bù trừ, bù đắp
compete *v* cạnh tranh với
competence *n* sự am hiểu
competent *adj* am hiểu
competition *n* sự cạnh tranh
competitor *n* đối thủ cạnh tranh
compile *v* sưu tập
complain *v* khiếu nại
complaint *n* sự khiếu nại

C

complement *n* phần bổ sung
complete *adj* đầy đủ, hoàn tất
complete *v* thêm, bổ sung
completely *adv* đầy đủ
completion *n* sự bổ sung
complex *adj* phức tạp
complexion *n* nước da
compliance *n* sự ưng thuận
compliant *adj* hay phục tùng
complicate *v* làm cho phức tạp
complication *n* sự phức tạp
complicity *n* sự đồng lõa
compliment *n* lời khen
complimentary *adj* tán tung, ca ngợi
comply *v* tuân theo
component *n* thành phần
compose *v* gồm có; dự thảo
composed *adj* bình tĩnh
composer *n* nhà soạn nhạc
composition *n* sự hợp thành
compost *n* phân ủ
composure *n* sự điềm tĩnh
compound *n* phức hợp
compound *v* pha trộn; điều đình
comprehend *v* nhận thức
comprehensive *adj* bao hàm
compress *v* nén, ép
compression *n* sự nén, ép
comprise *v* gồm, bao gồm
compromise *n* sự tương nhượng
compromise *v* tương nhượng

compulsion *n* sự ép buộc
compulsive *adj* có tính cách ép buộc
compulsory *adj* bắt buộc
compute *v* tính toán
computer *n* máy điện toán
comrade *n* bạn, đồng chí
con man *n* người lừa gạt
conceal *v* giấu giếm
concede *v* nhường; nhìn nhận
conceited *adj* có tính tự cao tự đại
conceive *v* nhận thức được
concentrate *v* tập trung
concentration *n* sự tập trung
concentric *adj* đồng tâm
concept *n* ý niệm
conception *n* quan niệm
concern *v* quan tâm
concern *n* mối quan tâm
concerning *pre* nói về, về việc
concert *n* buổi hòa nhạc
concession *n* nhượng bộ
conciliate *v* thu phục
conciliatory *adj* có tính hòa giải
concise *adj* ngắn gọn
conclude *v* kết luận
conclusion *n* phần kết luận
conclusive *adj* kết thúc, cuối cùng
concoct *v* pha chế
concoction *n* sự pha chế
concrete *n* bê tông
concrete *adj* cụ thể
concur *v* đồng ý, tán thành

concurrent *adj* đồng thời
concussion *n* hối lộ
condemn *v* kết án
condemnation *n* sự kết án
condensation *n* sự cô đặc
condense *v* cô đọng lại
condescend *v* hạ mình
condiment *n* gia vị
condition *n* điều kiện
conditional *adj* có điều kiện
condo *n* căn chung cư
condolences *n* lời chia buồn
condone *v* tha thứ
conducive *adj* có lợi
conduct *n* hạnh kiểm
conduct *v* chỉ đạo, dẫn đến
conductor *n* người chỉ đạo
cone *n* hình nón
confer *v* bàn bạc
conference *n* hội nghị
confess *v* thú tội
confession *n* lời thú tội
confessional *n* phòng xưng tội
confessor *n* người xưng tội
confidant *n* bạn tâm tình
confide *v* thổ lộ tâm tình
confidence *n* tâm sự
confident *adj* đáng tin cậy
confidential *adj* kín, mật
confine *v* giam giữ
confinement *n* sự giam giữ
confirm *v* xác nhận

confirmation *n* sự xác nhận
confiscate *v* tịch thu
confiscation *n* việc tịch thu
conflict *n* sự xung đột
conflict *v* xung đột, đối lập
conflicting *adj* mâu thuẫn
conform *v* thích ứng với
conformist *n* người tuân thủ
conformity *n* sự thích ứng
confound *v* làm tiêu tan
confront *v* đương đầu
confrontation *n* sự đương đầu
confuse *v* làm xáo trộn
confusing *adj* khó hiểu
confusion *n* sự lẫn lộn
congenial *adj* tương đắc
congested *adj* sung huyết
congestion *n* chứng sung huyết
congratulate *v* ngợi khen
congratulations *n* lời ngợi khen
congregate *v* nhóm họp, tụ tập
congregation *n* sự hội họp
congress *n* hội nghị; Quốc hội
conjecture *n* sự phỏng đoán
conjugal *adj* thuộc về vợ chồng
conjugate *v* chia động từ
conjunction *n* liên từ
conjure up *v* gợi lên; gọi hồn
connect *v* kết nối
connection *n* sự kết nối
connive *v* đồng lõa
connote *v* bao hàm

C

conquer v chiếm đoạt
conqueror n kẻ xâm chiếm
conquest n sự xâm chiếm
conscience n lương tâm
conscious adj có ý thức
consciously adv một cách có ý thức
conscript n người đến tuổi lính
consecrate v hiến dâng
consecration n sự hiến dâng
consecutive adj liên tiếp
consensus n sự đồng thuận
consent v đồng thuận
consent n sự ưng thuận
consequence n hậu quả
consequent adj do bởi
conservation n sự duy trì
conservative adj bảo thủ
conserve v duy trì
conserve n sự bảo tồn
consider v xem xét
considerable adj đáng kể
considerate adj ân cần
consideration n sự xem xét
consignment n hàng hóa gởi bán
consist v gồm có
consistency n sự nhất quán
consistent adj nhất quán
consolation n sự an ủi
console v an ủi
consolidate v củng cố
consonant n phụ âm
conspicuous adj dễ thấy

conspiracy n sự đồng mưu
conspirator n người âm mưu
conspire v đồng mưu
constancy n sự kiên định
constant adj không thay đổi
constellation n chòm sao
consternation n sự kinh hoàng
constipate v làm táo bón
constipated adj bị táo bón
constipation n chứng táo bón
constitute v tạo thành
constitution n thể chế; hiến pháp
constrain v cưỡng chế
constraint n sự cưỡng chế
construct v xây dựng
construction n sự xây cất
constructive adj có tính xây dựng
consul n lãnh sự
consulate n tòa lãnh sự
consult v tham khảo
consultation n sự tham khảo
consume v tiêu thụ, thiêu đốt
consumer n người tiêu thụ
consumption n sự tiêu thụ
contact n sự tiếp xúc, liên lạc
contact v tiếp xúc
contagious adj truyền nhiễm
contain v chứa đựng
container n thùng chứa
contaminate v làm ô nhiễm
contamination n sự nhiễm độc
contemplate v ngắm thưởng

contemporary *adj* cùng thời
contempt *n* sự khinh khi
contend *v* tranh giành
contender *n* đối thủ
content *adj* hài lòng
content *v* làm vừa lòng
contentious *adj* hay sinh sự
contents *n* nội dung
contest *n* thi đấu, tranh luận
contestant *n* đấu thủ
context *n* khung cảnh
continent *n* lục địa
continental *adj* thuộc về đại lục
contingency *n* sự ngẫu nhiên
contingent *adj* ngẫu nhiên
continuation *n* sự tiếp nối
continue *v* tiếp tục
continuity *n* sự liên tục
continuous *adj* liên tục
contour *n* đường viền
contraband *n* sự buôn lậu
contract *v* kết ước
contract *n* hợp đồng, khế ước
contraction *n* mắc bệnh; thu gọn
contradict *v* mâu thuẫn
contradiction *n* điều mâu thuẫn
contrary *adj* trái lại
contrast *v* làm ngược lại
contrast *n* sự tương phản
contribute *v* đóng góp
contribution *n* sự đóng góp
contributor *n* kẻ đóng góp

contrition *n* sự ăn năn, hối cãi
control *n* sự kiểm soát
control *v* kiểm soát
controversial *adj* gây tranh cãi
controversy *n* sự tranh cãi
convalescent *adj* đang hồi phục
convene *v* triệu tập
convenience *n* sự thuận tiện
convenient *adj* thuận tiện
convent *n* nữ tu viện
convention *n* quy ước
conventional *adj* theo tập tục
converge *v* hội tụ
conversation *n* câu chuyện
converse *v* chuyện trò
conversely *adv* ngược lại
conversion *n* sự chuyển đổi
convert *v* đổi
convert *n* người cải đạo
convey *v* chuyên chở
convict *v* tuyên án
conviction *n* sự kết án
convince *v* thuyết phục
convincing *adj* có tính thuyết phục
convoluted *adj* xoắn
convoy *n* đoàn xe
convulse *v* làm chấn động
convulsion *n* sự chấn động
cook *v* nấu nướng
cook *n* đầu bếp
cookie *n* bánh ngọt
cooking *n* việc nấu ăn

C

C

cool *adj* mát, lạnh

cool *v* làm lạnh, làm dịu

cool down *v* dịu xuống

cooling *adj* làm nguội

coolness *n* cơn lạnh

cooperate *v* hợp tác

cooperation *n* sự hợp tác

cooperative *adj* có tính hợp tác

coordinate *v* phối hợp

coordination *n* sự phối hợp

coordinator *n* điều phối viên

cop *n* suốt chỉ, ống chỉ

cope *v* đối phó

copier *n* người bắt chước

copper *n* đồng

copy *v* sao chép

copy *n* bản sao

copyright *n* bản quyền

cord *n* sợi dây

cordial *adj* thân ái

cordless *adj* không dây

cordon *n* hàng rào

cordon off *v* gỡ bỏ hàng rào

core *n* lõi, hạch

cork *n* cây bần, nút bần

corn *n* bắp

corner *n* góc

cornerstone *n* viên đá nền

cornet *n* kèn cornet

corollary *n* hệ luận

coronary *adj* hình vành

coronation *n* lễ đăng quang

corporal *adj* thuộc về thân thể

corporal *n* hạ sĩ, cai

corporation *n* tập đoàn công ty

corpse *n* đoàn, quân đoàn

corpulent *adj* vạm vỡ

corpuscle *n* hạt; tiểu thể

correct *v* sửa, chỉnh

correct *adj* đúng; chính xác

correspond *v* liên lạc thư từ

correspondent *n* phóng viên

corresponding *adj* tương ứng

corridor *n* hành lang

corroborate *v* chứng thực

corrode *v* gặm mòn

corrupt *v* thối nát, tham nhũng

corrupt *adj* sai lạc; thối nát

corruption *n* sự thối nát

cosmetic *n* mỹ phẩm

cosmic *adj* vũ trụ, vĩ đại

cosmonaut *n* nhà du hành vũ trụ

cost *iv* trị giá

cost *n* giá

costly *adj* đắt giá

costume *n* y phục

cottage *n* nhà tranh

cotton *n* bông vải

couch *n* ghế dài

cough *n* cơn ho

cough *v* ho

council *n* hội đồng

counsel *v* cố vấn

counsel *n* sự hội ý, chỉ bảo

counselor *n* người cố vấn

count *v* đếm, kể

count *n* sự đếm, tính

countdown *n* việc đếm ngược

countenance *n* vẻ mặt

counter *n* quầy hàng

counter *v* phản đối

counteract *v* kháng lại; giải độc

counterfeit *v* làm giả mạo

counterfeit *adj* giả mạo

counterpart *n* đối tác

countess *n* nữ bá tước

countless *adj* vô số kể

country *n* nước, quốc gia

countryman *n* đồng bào

countryside *n* nông thôn

county *n* quận hạt

coup *n* việc làm táo bạo

couple *n* cặp, đôi

coupon *n* phiếu

courage *n* lòng can đảm

courageous *adj* can đảm

courier *n* người đưa tin

course *n* sân đua; tiến trình

court *n* sân; tòa án; cung đình

court *v* tán tỉnh; chuốc lấy

courteous *adj* nhã nhặn

courtesy *n* sự nhã nhặn

courthouse *n* trụ sở tòa án

courtship *n* sự tán tỉnh

courtyard *n* sân nhỏ

cousin *n* anh em họ

cove *n* chỗ kín đáo

covenant *n* hiệp ước

cover *n* nắp đậy

cover *v* đậy

cover up *v* che kín

coverage *n* phạm vi bao quát

covert *adj* vụng trộm

coverup *n* sự che đậy

covet *v* thèm muốn

cow *n* bò cái

coward *n* người hèn nhát

cowardice *n* tính hèn nhát

cowardly *adv* hèn nhát

cowboy *n* người chăn bò

cozy *adj* thoải mái

crab *n* con cua

crack *v* làm nứt, vỡ

crack *adj* xuất sắc

cradle *n* cái đế; cái nôi

craft *n* nghề thủ công; tàu

craftsman *n* thợ thủ công

cram *v* nhồi, nhét

cramp *n* chứng chuột rút

cramped *adj* tù túng; chữ khó đọc

crane *n* con sếu

crank *n* cái quay tay

cranky *adj* quanh co; cáu kỉnh

crap *n* phân; chuyện tào lao

crappy *adj* không hấp dẫn

crash *n* sự sụp đổ

crash *v* rơi vỡ

crass *adj* dày đặc; đần độn

C

C

crater *n* miệng núi lửa
crave *v* nài xin; khao khát
craving *n* sự khao khát
crawl *v* bò, trườn
crayon *n* bút chì
craziness *n* sự điên dại
crazy *adj* điên dại
creak *v* kêu kẽo kẹt
creak *n* tiếng kẽo kẹt
cream *n* kem
creamy *adj* có nhiều kem
crease *n* nếp nhăn, nếp gấp
crease *v* gấp nếp, làm nhăn
create *v* tạo ra
creation *n* sự sáng tạo
creative *adj* sáng tạo
creativity *n* tính sáng tạo
creator *n* người sáng tạo
creature *n* tạo hóa
credibility *n* sự tín nhiệm
credible *adj* đáng tín nhiệm
credit *n* lòng tin, tín dụng
creditor *n* chủ nợ
creed *n* tín điều
creek *n* lạch; nhánh sông
creep *v* bò, trườn
creepy *adj* làm khiếp sợ
cremate *v* thiêu xác
crematorium *n* lò thiêu xác
crest *n* mào gà, chỏm
crevice *n* kẽ hở
crew *n* ban, nhóm, đội

crib *n* giường trẻ em
cricket *n* con dế
crime *n* tội ác
criminal *adj* phạm tội ác
cripple *adj* bị què
cripple *v* đi khập khiễng
crisis *n* khủng hoảng
crisp *adj* giòn; mạnh mẽ
crispy *adj* có tóc quăn
criss-cross *v* đặt chéo nhau
criterion *n* tiêu chuẩn
critical *adj* hay phê bình
criticism *n* sự phê bình
criticize *v* phê bình
critique *n* bài phê bình
crockery *n* đồ sành sứ
crocodile *n* cá sấu
crony *n* bạn thân
crook *n* gậy có móc
crooked *adj* cong, quanh co
crop *n* mùa thu hoạch
cross *n* thánh giá
cross *adj* chéo
cross *v* vượt qua
cross out *v* gạch bỏ
crossfire *n* luồng đạn bắn chéo
crossing *n* ngã tư đường
crossroads *n* giao lộ
crossword *n* trò chơi ô chữ
crouch *v* né tránh
crow *n* con quạ
crow *v* reo mừng

crowbar n cái xà beng
crowd n đám đông
crowd v tụ lại
crowded adj đông đảo
crown n vương miện
crown v đội mũ miện
crowning n lễ đăng quang
crucial adj thuộc về sự sống
crucifix n thập ác
crucifixion n sự đóng đinh vào giá
crude adj thô lỗ
cruel adj độc ác
cruelty n sự tàn ác
cruise v tuần tra
crumb n mảnh vụn
crumble v vỡ vụn
crunchy adj giòn
crusade n thập tự chinh
crush v nghiền nát
crushing adj làm tan nát
crust n vỏ cứng
crusty adj có vỏ cứng
crutch n cái nạng
cry v kêu, khóc
cry n tiếng kêu, khóc
cry out v đòi hỏi, yêu sách
crying adj khóc lóc
crystal n pha lê
cub n sói con
cube n hình khối
cubic adj hình khối
cubicle n phòng nhỏ

cucumber n cây dưa chuột
cuddle v ôm ấp
cuff n cổ tay áo
cuisine n bếp
culminate v đạt đỉnh cao
culpability n sự có tội
culprit n thủ phạm
cult n sự tôn thờ
cultivate v cày cấy; tu dưỡng
cultivation n việc cày cấy
cultural adj văn hóa
culture n văn hóa
cumbersome adj cồng kềnh
cunning adj xinh xắn
cup n tách; giải thưởng
cupboard n tủ ăn
curable adj có thể chữa lành
curator n người quản lý
curb v kềm chế
curb n sự kềm chế
curdle v đông đặc lại
cure v chữa lành bệnh
cure n việc chữa lành bệnh
curfew n giới nghiêm
curiosity n tính hiếu kỳ
curious adj hiếu kỳ
curl v uốn quăn
curl n món tóc quăn
curly adj quăn
currency n tiền tệ
current adj hiện thời
currently adv hiện tại

C

curse v nguyền rủa
curtail v rút ngắn
curtain n tấm màn
curve n đường cong
curve v uốn cong
cushion n cái đệm, đện
cushion v lót bằng nệm
cuss n lời nguyền rủa
custard n món sữa trứng
custodian n người bảo hộ
custody n bảo hộ, giám hộ
custom n tục lệ
customary adj luật theo tục lệ
customer n khách hàng
custom-made adj làm theo đặt hàng
customs n quan thuế
cut n vết cắt
cut iv cắt
cut back v cắt bớt
cut down v chặc xuống
cut off v cắt đứt
cut out v cắt bỏ
cute adj xinh xắn; tinh khôn
cutter n máy cắt
cyanide n hóa chất xyanua
cycle n chu kỳ
cyclist n người đi xe đạp
cyclone n gió xoáy
cylinder n xylanh, trụ, hình trụ
cynic adj hay hoài nghi
cynicism n tính nhạo báng
cypress n cây bách

cyst n u nang
czar n Nga hoàng

D

dad n cha
dagger n dao găm
daily adv hàng ngày
daisy n cây cúc
dam n đập nước
damage n sự hư hại
damage v làm hư hại
damaging adj làm hư hại
damn v chê trách
damnation n lời chê trách
damp adj ẩm ướt
dampen v làm ẩm ướt
dance n môn khiêu vũ
dance v khiêu vũ
dancing n sự khiêu vũ
dandruff n gàu trên đầu
danger n sự nguy hiểm
dangerous adj nguy hiểm
dangle v đong đưa
dare v dám
dare n sự thách thức
daring adj dám
dark adj tối tăm

darken *v* bôi đen, nhuộm đen

darkness *n* bóng tối

darling *adj* yêu dấu

darn *v* chửi rủa

dart *n* cái lao, dáo

dash *v* gạch ngang

dashing *adj* nhanh

data *n* dữ liệu, dữ kiện

database *n* cơ sở dữ liệu

date *n* ngày tháng

date *v* đề ngày; hẹn hò

daughter *n* con gái

daughter-in-law *n* con dâu

daunt *v* đe dọa

daunting *adj* làm nản lòng

dawn *n* bình minh

day *n* ngày

daydream *v* mơ mộng

daze *v* làm lóa mắt

dazed *adj* bị lóa mắt

dazzle *v* làm hoa mắt

dazzling *adj* bị hoa mắt

de luxe *adj* sang trọng

deacon *n* ông trợ tế, phó tế

dead *adj* chết

dead end *n* đường cùng

deaden *v* làm giảm nhẹ

deadline *n* hạn cuối cùng

deadlock *n* chỗ bế tắc

deadly *adj* vô cùng, hết sức

deaf *adj* điếc

deafen *v* làm điếc tai

deafening *adj* làm điếc tai

deafness *n* chứng điếc

deal *iv* giao thiệp, trả giá

deal *n* số lượng; tấm ván

dealer *n* người buôn bán

dealings *n* quan hệ, giao thiệp

dear *adj* thân yêu

dearly *adv* thân ái

death *n* cái chết

death toll *n* số người chết

death trap *n* chỗ nguy hiểm

debase *v* làm giảm giá trị

debate *v* thảo luận

debate *n* cuộc thảo luận

debit *n* món nợ; bên nợ

debrief *v* thẩm vấn

debris *n* mảnh vụn

debt *n* nợ

debtor *n* con nợ

debunk *v* vạch trần

debut *n* khởi điểm

decade *n* thập niên, thập kỷ

decadence *n* suy đồi, sa sút

decaffeinated *adj* đã lọc chất cafein

decapitate *v* chém đầu

decay *v* làm suy tàn, đổ nát

decay *n* sự suy tàn, đổ nát

deceased *adj* chết

deceit *n* sự lừa dối

deceive *v* lừa dối

December *n* tháng Mười Hai

decency *n* sự đứng đắn

decent *adj* đứng đắn, lịch sự

deception *n* sự lừa bịp

deceptive *adj* có tính cách lừa dối

decide *v* quyết định

deciding *adj* quyết định

decimal *n* số thập phân

decimate *v* tàn sát

decipher *v* giải mã, giải đoán

decision *n* quyết định

deck *n* sàn tàu; bộ bài

declaration *n* tuyên ngôn

declare *v* tuyên bố

declension *n* sự suy đồi

decline *v* cúi mình, từ khước

decline *n* sự suy tàn, sụt giá

decompose *v* phân hủy

décor *n* vật trang hoàng

decorate *v* trang hoàng

decorative *adj* để trang trí

decorum *n* sự đứng đắn

decrease *v* giảm

decrease *n* sự sụt giảm

decree *n* sắc lệnh

decree *v* ra sắc lệnh

decrepit *adj* già yếu

dedicate *v* cống hiến

dedication *n* sự cống hiến

deduce *v* suy diễn

deduct *v* khấu trừ

deductible *adj* có thể khấu trừ

deduction *n* sự khấu trừ

deed *n* hành vi; chứng thư

deem *v* nghĩ rằng, cho rằng

deep *adj* sâu xa

deepen *v* đào sâu

deer *n* con hươu

deface *v* làm mất uy tín

defame *v* phỉ báng

defeat *v* đánh bại

defeat *n* sự thất bại

defect *n* sai sót, nhược điểm

defect *v* đào ngủ, bỏ đạo

defection *n* sự đào ngủ

defective *adj* kém, có sai sót

defend *v* biện hộ, bào chữa

defendant *n* bị cáo, bị đơn

defender *n* người biện hộ

defense *n* sự chống giữ

defer *v* trì hoãn

defiance *n* sự thách thức

defiant *adj* bướng bỉnh

deficiency *n* sự thiếu thốn

deficient *adj* thiếu thốn

deficit *n* số tiền thiếu hụt

defile *v* làm ô uế

define *v* định nghĩa

definite *adj* xác định

definition *n* định nghĩa

definitive *adj* dứt khoát

deflate *v* xã hơi

deform *v* làm biến dạng

deformity *n* sự biến dạng

defraud *v* lừa gạt

defray *v* thanh toán

defrost v làm tan băng

deft adj khéo tay

defuse v làm lắng dịu

defy v thách thức

degenerate v thoái hóa

degenerate adj thoái hóa

degeneration n sự thoái hóa

degrade v giáng chức

degrading adj làm giảm giá trị

degree n mức độ; độ

dehydrate v loại nước

deign v chiếu cố

deity n thần

dejected adj chán nản

delay v trì hoãn

delay n sự trì hoãn

delegate v ủy quyền, ủy thác

delegate n đoàn đại biểu

delegation n hủy bỏ

delete v cân nhắc, bàn bạc

deliberate v thận trọng

delicacy n sự thanh nhã

delicate adj mảnh dẻ; tế nhị

delicious adj ngon

delight n sự vui sướng

delight v vui sướng

delightful adj ham thích

delinquency n sự phạm pháp

delinquent n kẻ phạm pháp

deliver v giao hàng

delivery n sự giao hàng

delude v lừa gạt

deluge n trận lụt lớn

delusion n ảo giác

demand v đòi hỏi, yêu sách

demand n điều đòi hỏi

demanding adj có tính cách đòi hỏi

demean v xử sự, hạ mình

demeanor n cách xử sự

demented adj điên cuồng

demise n sự cho thuê

democracy n nền dân chủ

democratic adj dân chủ

demolish v phá hủy; đánh đổ

demolition n sự phá hủy

demon n ma quỷ

demonstrate v chứng minh

demonstrative adj chứng minh

demoralize v làm mất tinh thần

demote v giáng chức

den n hang; phòng nhỏ

denial n sự khước từ

denigrate v chê bai, phỉ báng

Denmak n nước Đan mạch

denominator n mẫu số

denote v chứng tỏ

denounce v tố giác

dense adj dày đặc

density n mật độ, tỷ trọng

dent v khắc hình nổi

dent n cái răng, hình nổi

dental adj thuộc về răng

dentist n nha sĩ

dentures n hàm răng giả

D

D

deny v từ chối, phản đối
deodorant n chất khử mùi
depart v khởi hành
department n bộ, sở, ban
departure n sự ra đi
depend v tùy thuộc
dependable adj đáng tin cậy
dependence n sự phụ thuộc
dependent adj phụ thuộc
depict v miêu tả
deplete v tháo ra
deplorable adj đáng trách
deplore v phàn nàn
deploy v triển khai; dàn trận
deployment n sự triển khai
deport v trục xuất
deportation n sự trục xuất
depose v khai cung; hạ bệ
deposit n tiền gởi ngân hàng
depot n kho hàng
deprave adj làm sa đọa
depravity n sự trụy lạc
depreciate v làm giảm giá
depreciation n sự giảm giá
depress v chán nản, suy sụp
depression n sự chán nản
deprive v tước đoạt
deprived adj túng thiếu
deprivation n sự mất mác
depth n chiều sâu
derail v trật đường rầy
derailment n sự trật đường rầy

deranged adj bị trục trặc
derelict adj bị bỏ rơi
deride v nhạo báng
derivative adj dẫn xuất
derive v chuyển hóa
derogatory adj vi phạm
descend v đi xuống
descendant n con cháu
descent n sự đi xuống
describe v mô tả
description n sự mô tả
descriptive adj có tính cách mô tả
desecrate v mạo phạm
desert n sa mạc
desert v rời bỏ, trốn đi
deserted adj hoang vắng
deserter n người đào ngũ
deserve v xứng đáng
deserving adj xứng đáng
design n kiểu thiết kế
designate v chỉ định
desirable adj đáng ước muốn
desire v muốn, ưa thích
desire n sự ước muốn
desist v ngừng, dứt bỏ
desk n bàn giấy
desolate adj bị tàn phá
desolation n cảnh hoang tàn
despair n sự tuyệt vọng
desperate adj thất vọng
despicable adj đáng khinh
despise v coi thường

despite *c* mặc dầu

despondent *adj* ngã lòng, nãn chí

despot *n* kẻ chuyên chế

despotic *adj* chuyên chế

dessert *n* món tráng miệng

destination *n* nơi đến

destiny *n* số phận

destitute *adj* thiếu, túng thiếu

destroy *v* phá hũy

destroyer *n* khu trục hạm

destruction *n* sự phá hũy

destructive *adj* phá hoại

detach *v* tách ra

detail *n* chi tiết

detail *v* kể chi tiết

detain *v* bắt giữ

detect *v* khám phá

detective *n* thám tử

detector *n* máy dò

detention *n* sự giam cầm

deter *v* ngăn cản

detergent *n* thuốc tẩy

deteriorate *v* làm hư hỏng

deterioration *n* sự làm hư hỏng

determination *n* sự thẩm định

determine *v* thẩm định

deterrence *n* sự cản trở

detest *v* ghét

detestable *adj* dễ ghét

detonate *v* phát nổ

detonation *n* sự nổ, tiếng nổ

detonator *n* ngòi nổ

detour *n* đường vòng

detriment *n* sự tổn hại

detrimental *adj* bất lợi

devaluation *n* sự giảm giá

devalue *v* làm mất giá

devastate *v* phá hũy

devastation *n* sự phá phách

develop *v* mở mang

development *n* sự mở mang

deviation *n* sự lệch lạc

device *n* thiết bị

devil *n* ma, quỷ

devious *adj* xa xôi; lạnh lẽo

devise *v* nghĩ ra; bày mưu

devoid *adj* trống rỗng

devote *v* hiến dâng

devotion *n* sự hiến dâng

devour *v* ăn ngấu nghiến

devout *adj* thành kính

dew *n* sương

diabetes *n* bệnh tiểu đường

diabolical *adj* độc ác

diagnose *v* chẩn đoán

diagnosis *n* sự chẩn đoán

diagonal *adj* đường chéo

diagram *n* biểu đồ

dial *n* mặt đồng hồ

dial *v* quay số

dial tone *n* âm hiệu điện thoại

dialect *n* thổ ngữ

dialogue *n* đối thoại

diameter *n* đường kính

diamond *n* kim cương

diaper *n* tã lót

D

diarrhea *n* tiêu chảy

diary *n* nhật ký

dice *n* hột xúc xắc

dictate *v* đọc; sai khiến

dictator *n* kẻ độc tài

dictatorial *adj* độc tài

dictatorship *n* sự độc tài

dictionary *n* tự điển

die *v* chết

die out *v* chết sạch

diet *n* ăn kiêng

differ *v* khác với

difference *n* sự khác biệt

different *adj* khác biệt

difficult *adj* khó

difficulty *n* cái khó

diffuse *v* truyền bá

dig *iv* đào bới

digest *v* tiêu hóa

digestion *n* sự tiêu hóa

digestive *adj* tiêu hóa

digit *n* ký tự

dignify *v* tôn vinh

dignitary *n* chức sắc

dignity *n* phẩm giá

digress *v* lạc đề

dike *n* đê, hào

dilapidated *adj* đổ nát

dilemma *n* song đề

diligence *n* sự cần cù

diligent *adj* cần cù

dilute *v* pha loãng

dim *adj* tối lờ mờ

dim *v* làm mờ

dime *n* đồng 10 xu

dimension *n* kích cỡ

diminish *v* giảm bớt

dine *v* ăn tối

diner *n* người dự tiệc

dining room *n* phòng ăn

dinner *n* bữa ăn tối

dinosaur *n* khủng long

diocese *n* giáo khu

diphthong *n* nguyên âm đôi

diploma *n* văn bằng

diplomacy *n* ngoại giao

diplomat *n* nhà ngoại giao

dire *adj* thảm khốc

direct *adj* trực tiếp

direct *v* hướng về

direction *n* hướng

director *n* giám đốc

directory *n* danh mục

dirt *n* đồ dơ bẩn

dirty *adj* dơ bẩn

disability *n* sự bất lực

disabled *adj* bất lực, ốm đau

disadvantage *n* điều bất lợi

disagree *v* không đồng ý

disagreeable *adj* khó chịu

disagreement *n* sự bất đồng

disappear *v* biến mất

disappearance *n* sự biến mất

disappoint *v* làm thất vọng

disappointing *adj* thất vọng

disappointment *n* sự thất vọng

disapproval *n* bác khước

disapprove *v* không chấp thuận

disarm *v* giải giới

disarmament *n* sự giải giới

disaster *n* thảm họa

disastrous *adj* tai họa

disband *v* giải tán

disbelief *n* sự không tin

disburse *v* loại bỏ

discard *v* dẹp bỏ

discern *v* phân biệt

discharge *v* giải ngũ; xuất viện

discharge *n* sự phóng ra

disciple *n* môn đồ

discipline *n* kỷ luật; môn học

disclaim *v* từ bỏ; phủ nhận

disclose *v* tiết lộ

discomfort *n* sự khó chịu

disconnect *v* làm rời ra

discontent *adj* bất mãn

discontinue *v* gián đoạn

discord *n* mối bất hòa

discordant *adj* bất hòa

discount *n* sự giảm giá

discount *v* giảm giá

discourage *v* làm nản lòng

discouragement *n* sự làm nản lòng

discouraging *adj* nản lòng

discourtesy *n* sự thô lỗ

discover *v* phát kiến

discovery *n* sự khám phá

discredit *v* làm mất tín nhiệm

discreet *adj* thận trọng

discrepancy *n* sự bất đồng

discretion *n* sự kín đáo

discriminate *v* kỳ thị

discuss *v* thảo luận

discussion *n* sự thảo luận

disdain *n* khinh dễ

disease *n* bệnh tật

disembark *v* lên bờ

disenchanted *adj* giải mê

disentangle *v* gỡ rối

disfigure *v* làm biến dạng

disgrace *n* sự ghét bỏ

disgrace *v* ghét bỏ

disgraceful *adj* nhục nhã

disgruntled *adj* bất bình

disguise *v* cải trang

disguise *n* sự cải trang

disgust *n* ghê tởm

disgusting *adj* làm ghê tởm

dish *n* đĩa, món ăn

dishearten *v* làm chán nản

dishonest *adj* bất lương

dishonesty *n* ô danh

dishonor *n* sự ô danh

dishonorable *adj* nhục nhã

dishwasher *n* máy rửa chén

disillusion *n* sự vỡ mộng

disinfect *v* tẩy uế
disinfectant *n* thuốc tẩy
disintegrate *v* làm tan rã
disintegration *n* sự tan rã
disinterested *adj* không quan tâm
disk *n* đĩa từ
dislike *v* ghét
dislike *n* sự ghét bỏ
dislocate *v* làm trật khớp
dislodge *v* đuổi ra
disloyal *adj* không trung thành
dismal *adj* buồn nãn
dismantle *v* tháo gỡ
dismay *n* sự mất tinh thần
dismay *v* mất tinh thần
dismiss *v* giải tán
dismissal *n* sự giải tán
dismount *n* sự không tuân thủ
disobedience *n* sự không vâng lời
disobedient *adj* không vâng lời
disobey *v* phóng đãng
disorder *n* sự rối loạn
disorganized *adj* lộn xộn, rối loạn
disown *v* không thừa nhận
disparity *n* sự chênh lệch
dispatch *v* truyền đi
dispel *v* xua đuổi
dispensation *n* sự miễn trừ
dispense *v* miễn trừ
dispersal *n* sự giải tán
disperse *v* phân tán
displace *v* dời chỗ

display *n* sự trưng bày
display *v* trưng bày
displease *v* làm phật ý
displeasing *adj* phật ý
displeasure *n* sự bất mãn
disposable *adj* có thể sử dụng
disposal *n* sự vứt bỏ
dispose *v* sắp xếp; quyết định
disprove *v* bác bỏ
dispute *n* tranh cãi
dispute *v* tranh cãi
disqualify *v* loại ra
disregard *v* coi nhẹ, bất chấp
disrepair *n* tình trạng hư nát
disrespect *n* sự bất kính
disrespectful *adj* thiếu tôn kính
disrupt *v* phá vỡ
disruption *n* sự phá vỡ
dissatisfied *adj* không thỏa mãn
disseminate *v* gieo rắc
dissent *v* bất đồng quan điểm
dissident *n* người ly khai
dissimilar *adj* không đồng dạng
dissipate *v* xua tan
dissolution *n* sự giải tán
dissolve *v* giải tán
dissonant *adj* không hòa hợp
dissuade *v* khuyên can
distance *n* khoảng cách
distant *adj* xa cách
distaste *n* sự chán ghét
distasteful *adj* khó chịu

distill *v* chưng, cất

distinct *adj* riêng biệt

distinction *n* sự riêng biệt

distinctive *adj* đặc biệt

distinguish *v* phân biệt

distort *v* bóp méo

distortion *n* sự bóp méo

distract *v* làm xao lãng

distraction *n* giải trí, chia trí

distraught *adj* làm đau khổ

distress *n* sự đau khổ

distress *v* làm lo lắng

distressing *adj* làm đau khổ

distribute *v* phân phát

distribution *n* sự phân phát

district *n* khu vực

distrust *n* sự ngờ vực

distrust *v* ngờ vực

distrustful *adj* nghi ngờ

disturb *v* quấy rầy

disturbance *n* sự quấy rối

disturbing *adj* quấy rối

disunity *n* sự không đoàn kết

ditch *n* hào, mương

dive *v* lặn xuống

diver *n* phân rẽ

diverse *adj* khác loại

diversify *v* làm cho đa dạng

diversion *n* sự khác nhau

diversity *n* tính đa dạng

divert *v* làm trệch hướng

divide *v* phân chia

dividend *n* số bị chia; cổ tức

divine *adj* thần thánh

divinity *n* thần thánh

divisible *adj* có thể phân chia

division *n* sự phân chia

divorce *n* sự ly dị

divorce *v* ly dị

divorcee *n* người ly dị

divulge *v* tiết lộ

dizziness *n* sự choáng váng

dizzy *adj* choáng váng

do *iv* làm

docile *adj* dễ bảo

docility *n* tính dễ bảo

dock *n* bến tàu

dock *v* đưa tàu vào bến

doctor *n* bác sĩ, tiến sĩ

doctrine *n* chủ nghĩa

document *n* tài liệu

documentary *adj* thuộc về tài liệu

dodge *v* né tránh

dog *n* con chó

dogmatic *adj* tính giáo điều

dole out *v* cấp phát nhỏ giọt

doll *n* con búp bê

dollar *n* Mỹ kim

dolphin *n* cá heo

dome *n* mái vòm

domestic *adj* thuộc về gia đình

domesticate *v* thuần hóa

dominate *v* vượt trội, chế ngự

domination *n* sự thống trị

domineering *adj* độc đoán, áp bức

dominion *n* quyền thống trị

donate *v* tặng

donation *n* tặng dữ

donkey *n* con lừa

donor *n* người biếu tặng

doom *n* số phận

doomed *adj* có hình mái vòm

door *n* cửa

doorbell *n* chuông cửa

doorstep *n* ngưỡng cửa

doorway *n* khung cửa

dope *n* chất đặc quánh

dope *v* dùng ma túy

dormitory *n* khu nội trú

dosage *n* liều lượng

dossier *n* hồ sơ

dot *n* cái chấm

double *adj* gấp đôi

double *v* nhân đôi

double-check *v* kiểm soát kỹ lại

double-cross *v* hai mang

doubt *n* sự nghi ngờ

doubt *v* nghi ngờ

doubtful *adl* khả nghi

dough *n* bột nhão

dove *n* chim bồ câu

down *adv* xuống

down payment *n* tiền đặt trước

downcast *adj* chán nản

downfall *n* mưa lớn

downhill *adv* xuống dốc

downpour *n* mưa lớn

downsize *v* thu mình lại

downstairs *adv* tầng dưới

down-to-earth *adj* suy sụp

downtown *n* khu phố

downtrodden *adj* bị chà đạp

downturn *adj* bị suy thoái

dowry *n* của hồi môn

doze *n* giấc ngủ ngắn

doze *v* ngủ gà ngủ gật

dozen *n* tá (12 cái)

draft *n* bản phác thảo

draft *v* phác thảo

draftsman *n* người phác thảo

drag *v* kéo lê

dragon *n* con rồng

drain *v* tháo nước ra

drainage *n* việc tháo nước ra

dramatic *adj* bi thảm, bi đát

dramatize *v* làm cho bi thảm

drape *n* màn, rèm

drastic *adj* quyết liệt

draw *n* sự rút thăm

draw *iv* kéo; vẽ; rút thăm

drawback *n* trở ngại

drawer *n* người kéo

drawing *n* bản vẽ

dread *v* kinh hãi

dreaded *adj* dễ sợ

dreadful *adj* dễ sợ

dream *iv* mơ, ước mơ

dream *n* giấc mơ

dress *n* áo dài

dress *v* mặc áo quần

dresser *n* chạn bát đĩa

dressing *n* cách ăn mặc

dried *adj* khô

drift *v* trôi giạt

drift apart *v* trôi giạt ra

drifter *n* thuyền đánh lưới

drill *v* khoan

drill *n* cái khoan

drink *iv* uống

drink *n* thức uống

drinkable *adj* có thể uống được

drip *v* chảy nhỏ giọt

drip *n* sự chảy nhỏ giọt

drive *iv* kéo, lái xe

drive *v* xua đuổi

drive at *v* nhắm mục đích

drive away *v* đuổi đi

driver *n* tài xế

drizzle *v* mưa phùn

drizzle *n* mưa phùn

drop *n* nhỏ giọt

drop *v* tụt hậu

drop in *v* tạt vào thăm

drop off *v* bỏ đi

drop out *v* biến mất

drought *n* khô cạn, hạn hán

drown *v* chết đuối

drowsy *adj* thờ thẫn

drug *n* thuốc, ma túy

drug *v* cho uống thuốc

drugstore *n* tiệm thuốc tây

drum *n* cái trống

drunk *adj* say rượu

dry *v* phơi khô

dry *adj* khô

dryclean *v* giặt khô

dryer *n* máy sấy

dual *adj* tay đôi

dubious *adj* mơ hồ

duchess *n* nữ công tước

duck *n* người vỡ nợ

duck *v* lặn xuống nước

duct *n* ống dẫn

due *adj* thiếu nợ

duel *n* cuộc đấu kiếm

dues *n* món nợ

duke *n* công tước

dull *adj* ngu đần; buồn tẻ

dully *adv* một cách ngu đần

dumb *adj* câm

dummy *n* người nộm, giả

dummy *adj* giả

dump *v* đổ rác

dump *n* bồn rác

dung *n* phân súc vật

dungeon *n* ngục tối

dupe *v* lừa bịp

duplicate *v* sao lục

duplication *n* bản sao

durable *adj* bền bỉ

duration *n* quảng thời gian

during *pre* trong khi
dusk *n* bóng tối
dust *n* bụi
dusty *adj* có bụi bám
Dutch *adj* thuộc về Hòa lan
duty *n* phận sự
dwarf *n* người lùn
dwell *iv* đứng chựng lại
dwelling *n* nhà ở
dwindle *v* thu nhỏ lại; suy yếu
dye *v* nhuộm
dye *n* thuốc nhuộm
dying *adj* hấp hối
dynamic *adj* năng động
dynamite *n* thuốc nổ
dynasty *n* triều đại

each *adj* mỗi
each other *adj* nhau, với nhau
eager *adj* háo hức
eagerness *n* sự háo hức
eagle *n* diều hâu
ear *n* tai
earache *n* đau tai
eardrum *n* màng tai
early *adv* sớm

earmark *v* đánh dấu vào tai cừu
earn *v* kiếm tiền
earnestly *adv* nghiêm túc
earnings *n* tiền kiếm được
earphones *n* ống nghe
earring *n* bông tai
earth *n* đất, trái đất
earthquake *n* động đất
earwax *n* ráy tai
ease *v* làm thanh thản
ease *n* sự thanh thản
easily *adv* một cách dễ dàng
east *n* phương Đông
eastbound *adj* về hướng Đông
Easter *n* lễ Easter
eastern *adj* miền Đông
easterner *n* người miền Đông
eastward *adv* về hướng Đông
easy *adj* dễ
eat *iv* ăn
eat away *v* ăn mòn
eavesdrop *v* nghe trộm
ebb *v* (nước) rút xuống
eccentric *adj* lệch tâm
echo *n* tiếng vọng
eclipse *n* nhật thực
ecology *n* sinh thái học
economical *adj* thuộc về kinh tế
economize *v* tiết kiệm
economy *n* nền kinh tế
ecstasy *n* trạng thái bị mê
ecstatic *adj* bị mê

edge _n_ lưỡi dao
edgy _adj_ sắc bén
edible _adj_ có thể ăn được
edifice _n_ công trình lớn
edit _v_ biên tập
edition _n_ sự xuất bản
educate _v_ giáo dục
educational _adj_ thuộc về giáo dục
eerie _adj_ kỳ quái
effect _n_ hiệu lực, tác dụng
effective _adj_ có hiệu lực
effectiveness _n_ sự hiệu nghiệm
efficiency _n_ hiệu năng
efficient _adj_ hiệu nghiệm
effigy _n_ hình nổi
effort _n_ sự cố gắng
effusive _adj_ dạt dào
egg _n_ trứng
egg white _n_ lòng trắng trứng
egoism _n_ tính ích kỷ
egoist _n_ ích kỷ
eight _adj_ tám
eighteen _adj_ mười tám
eighth _adj_ thứ tám
eighty _adj_ tám mươi
either _adj_ hoặc
either _adv_ hoặc
eject _v_ tống ra
elapse _v_ trôi qua
elastic _adj_ đàn hồi
elated _adj_ phấn chấn
elbow _n_ khuỷu tay

elder _n_ lớn, trưởng
elderly _adj_ cao niên
elect _v_ bầu chọn
election _n_ cuộc bầu cử
electric _adj_ thuộc về điện
electrician _n_ thợ điện
electricity _n_ điện
electrify _v_ điện khí hóa
electrocute _v_ điện giật
electronic _adj_ thuộc về điện tử
elegance _n_ sự tao nhã
elegant _adj_ tao nhã
element _n_ yếu tố
elementary _adj_ cơ bản
elephant _n_ con voi
elevate _v_ nâng lên
elevation _n_ sự nâng lên
elevator _n_ thang máy
eleven _adj_ mười một
eleventh _adj_ thứ mười một
eligible _adj_ có đủ điều kiện
eliminate _v_ loại trừ
elm _n_ cây đu
eloquence _n_ tài hùng biện
else _adv_ khác
elsewhere _adv_ nơi khác
elude _v_ né tránh
elusive _adj_ hay lãng tránh
emaciated _adj_ gầy mòn
emanate _v_ phát ra
emancipate _v_ giải phóng
embalm _v_ ướp xác

E

embark v lên tàu

embarrass v lúng túng

embassy n tòa đại sứ

embellish v làm đẹp

embers n tro than

embezzle v tham ô

embitter v làm cho cay đắng

emblem n biểu tượng

embody v biểu hiện

emboss v chạm nổi

embrace v ôm

embrace n vòng tay ôm

embroider v thêu

embroidery n đồ thêu

embroil v làm rối rắm

embryo n cái phôi

emerald n lục ngọc

emerge v nổi lên

emergency n khẩn cấp

emigrant n di dân

emigrate v di cư

emission n sự phát ra

emit v phát ra

emotion n sự xúc động

emotional adj thuộc về cảm xúc

emperor n hoàng đế

emphasis n sự nhấn mạnh

emphasize v nhấn mạnh

empire n đế quốc

employ v tuyển dụng

employee n người làm công

employer n chủ nhân

employment n việc làm

empress n nữ hoàng

empty adj trống rỗng

empty v trút hết ra

enable v cho phép

enchant v làm say mê

enchanting adj say mê, thích thú

encircle v bao quanh

enclose v bỏ vào phong bì

encompass v bao gồm

encounter v gặp

encounter n bắt gặp

encourage v khuyến khích

encroach v xâm lấn

end n điểm cuối

end v kết thúc

end up v chấm dứt

endanger v làm nguy hiểm

endeavor v cố gắng

endeavor n nỗ lực

ending n kết thúc

endless adj không dứt

endorse v bối thự; yểm trợ

endorsement n sự bối thự

endure v chịu đựng; tồn tại

enemy n kẻ thù

energetic adj đầy sinh lực

energy n năng lực

enforce v cưỡng chế

engage v cam kết

engaged adj đã đính ước

engagement n sự kết ước

engine *n* máy móc
engineer *n* kỹ sư
England *n* Anh quốc
English *adj* thuộc về Anh quốc
engrave *v* chạm trổ
engraving *n* sự chạm trổ
engrossed *adj* bị thu hút
engulf *v* nhận chìm
enhance *v* tăng cường
enjoy *v* hưởng thụ
enjoyable *adj* thú vị
enjoyment *n* sự thích thú
enlarge *v* phóng đại
enlargement *n* sự phóng đại
enlighten *v* soi sáng
enlist *v* tuyển quân
enormous *adj* to lớn, vĩ đại
enough *adv* đủ
enrage *v* giận điên lên
enrich *v* làm giàu
enroll *v* ghi tên gia nhập
enrollment *n* sự ghi tên gia nhập
ensure *v* bảo đảm
entail *v* đòi hỏi
entangle *v* làm rối rắm
enter *v* đi vào
enterprise *n* doanh nghiệp
entertain *v* giải trí, tiêu khiển
entertaining *adj* vui thú
entertainment *n* sự giải trí,
  tiêu khiển
enthrall *v* mê hoặc

enthralling *adj* làm mê hoặc
enthuse *v* làm cho hăng hái
enthusiasm *n* nhiệt tình
entice *v* dụ dỗ
enticement *n* sự dụ dỗ
enticing *adj* có tính cách dụ dỗ
entire *adj* trọn vẹn
entirely *adv* một cách trọn vẹn
entrance *n* lối vào
entreat *v* khẩn khoản
entree *n* món ăn đầu tiên
entrenched *adj* cố hữu
entrepreneur *n* doanh nhân
entrust *v* giao phó
entry *n* lối vào
enumerate *v* liệt kê
envelop *v* bao bọc
envelope *n* phong bì
envious *adj* ganh tị
environment *n* môi trường
envisage *v* dự tính
envoy *n* phái viên
envy *n* sự đố kỵ
envy *v* đố kỵ
epidemic *n* bệnh dịch
epilepsy *n* sự động kinh
episode *n* màn kịch
epistle *n* thư
epitaph *n* mộ chí
epitomize *v* thu nhỏ lại
epoch *n* kỷ nguyên
equal *adj* bằng

E

equality *n* bình đẳng

equate *v* san bằng

equation *n* phương trình

equator *n* xích đạo

equilibrium *n* sự thăng bằng

equip *v* trang bị

equipment *n* thiết bị

equivalent *adj* tương đương

era *n* thời đại

eradicate *v* trừ tiệt

erase *v* xóa bỏ

eraser *n* cái tẩy

erect *v* dựng đứng

erect *adj* tình trạng dựng đứng

err *v* phạm tội

errand *n* việc vặt

erroneous *adj* có sai lầm

error *n* sai lầm

erupt *v* nổ ra, phun lửa

eruption *n* sự nổ ra, phun lửa

escalate *v* leo thang

escalator *n* cầu thang tự động

escapade *n* sự lẩn trốn

escape *v* thoát ra

escort *n* người hộ tống

esophagus *n* thực quản

especially *adv* nhất là

espionage *n* gián điệp

essay *n* bài tiểu luận

essence *n* bản chất

essential *adj* thiết yếu

establish *v* thành lập

estate *n* bất động sản

esteem *v* quý trọng

estimate *v* đánh giá

estimation *n* sự đánh giá

estranged *adj* ly thân

estuary *n* cửa sông

eternity *n* vĩnh viễn, thiên thu

ethical *adj* thuộc về đạo đức

ethics *n* đạo đức học

etiquette *n* nghi lễ, quy ước

euphoria *n* trạng thái phởn phơ

Europe *n* Âu châu

European *adj* thuộc về Âu châu

evacuate *v* tản cư

evade *v* lẩn tránh

evaluate *v* lượng giá

evaporate *v* bốc hơi

evasion *n* sự lẩn tránh

evasive *adj* hay lẩn tránh

eve *n* đêm trước

even *adj* cả đến

even if *c* dù cho

even more *c* nhiều hơn nữa

evening *n* buổi tối

event *n* sự kiện

eventually *adv* rốt cuộc

ever *adv* bao giờ

everlasting *adj* đời đời

every *adj* mỗi, mọi

everybody *pro* mọi người

everyday *adj* mọi ngày

everyone *pro* mọi người

everything *pro* mọi việc
evict *v* đuổi nhà
evidence *n* sự hiển nhiên
evil *n* điều ác
evil *adj* ác
evoke *v* gợi lên
evolution *n* sự tiến triển
evolve *v* tiến triển, tiến hóa
exact *adj* chính xác
exaggerate *v* phóng đại
exalt *v* đề cao
examination *n* cuộc sát hạch
examine *v* sát hạch, xem xét
example *n* ví dụ
exasperate *v* làm trầm trọng hơn
excavate *v* đào, khai quật
exceed *v* vượt quá
exceedingly *adv* cực kỳ
excel *v* làm xuất sắc
excellence *n* sự xuất sắc
excellent *adj* xuất sắc
except *pre* ngoại trừ
exception *n* ngoại lệ
exceptional *adj* đặc biệt, hiếm có
excerpt *n* trích đoạn
excess *n* số thặng dư
excessive *adj* thặng dư
exchange *v* trao đổi
excite *v* kích thích
excitement *n* sự kích thích
exciting *adj* hứng thú
exclaim *v* la lên

exclude *v* loại trừ; khai trừ
excruciating *adj* đau đớn tột độ
excursion *n* cuộc đi chơi
excuse *v* thứ lỗi
excuse *n* lời xin lỗi; lý do
execute *v* thi hành
executive *n* hành pháp
exemplary *adj* gương mẫu
exemplify *v* lấy ví dụ
exempt *adj* miễn trừ
exemption *n* sự giảm miễn
exercise *n* bài tập
exercise *v* luyện tập
exert *v* sử dụng; cố gắng
exertion *n* việc sử dụng
exhaust *v* làm cạn kiệt, vét kiệt
exhausting *adj* kiệt sức
exhaustion *n* sự cạn kiệt
exhibit *v* trưng bày
exhibition *n* cuộc trưng bày
exhilarating *adj* làm vui vẻ
exhort *v* hô hào, cổ vũ
exile *v* đày ải
exile *n* sự đày ải
exist *v* có, hiện hữu
existence *n* sự hiện hữu
exit *n* lối ra
exodus *n* sự ra đi, di cư
exonerate *v* miễn tội
exorbitant *adj* quá cao; quá đáng
exorcist *n* phù thủy
exotic *adj* ngoại lai

expand v mở rộng, phát triển

expansion n sự mở rộng

expect v mong đợi

expectancy n sự mong đợi

expectation n sự mong đợi

expediency n sự thiết thực

expedient adj có lợi, thiết thực

expedition n cuộc viễn chinh

expel v trục xuất

expenditure n sự tiêu dùng

expense n phí tổn

expensive adj đắt giá

experience n kinh nghiệm

experiment n cuộc thí nghiệm

expiate v chuộc lỗi

expiation n sự chuộc lỗi

expiration n ngày hết thời hạn

expire v hết thời hạn

explain v giải thích

explicit adj rõ ràng, minh thị

explode v nổ tung

exploit v khai thác; bóc lột

exploit n cuộc thăm dò

explore v thăm dò, thám hiểm

explorer n người thăm dò

explosion n vụ nổ

explosive adj gây nổ, dễ nổ

explotation n sự khai thác

export v xuất cảng

expose v phơi bày ra

exposed adj xoay về

express n văn thư hỏa tốc

expression n nét mặt; biểu thức

expressly adv cốt để; tuyệt đối

expropriate v tước đoạt

expulsion n sự tống xuất

exquisite adj tế nhị; thanh tú

extend v kéo dài

extension n sự kéo dài

extent n phạm vi

extenuating adj giảm khinh

exterior adj bên ngoài

exterminate v triệt, tiêu hủy

external adj ngoại, bên ngoài

extinct adj tắt; tuyệt chủng

extinguish v dập tắt, làm tiêu tan

extort v tống tiền

extortion n sự bóp nắn

extra adv thêm; phụ; ngoại

extract v rút ra; chiết xuất

extradite v dẫn độ

extradition n sự dẫn độ

extraneous adj ngoại lai

extravagance n sự quá đáng

extravagant adj quá mức

extreme adj tột cùng

extremist adj cực đoan

extremities n đầu mút; cuối

extricate v giải thoát

extroverted adj hướng ngoại

exude v rỉ ra, rin ra

exult v hân hoan

eye n con mắt

eyebrow n lông mày

eye-catching *adj* dễ gây chú ý
eyeglasses *n* kính đeo mắt
eyelash *n* lông mi
eyelid *n* mí mắt
eyesight *n* tầm nhìn, thị lực
eyewitness *n* người chứng kiến

fable *n* bài ngụ ngôn
fabric *n* cơ cấu
fabricate *v* chế tạo; làm giả
fabulous *adj* thần thoại
face *n* mặt, bề mặt
face up to *v* đương đầu với
facet *n* mặt (nhẫn)
facilitate *v* làm cho dễ dàng
facing *pre* đối mặt
fact *n* sự kiện; sự thật
factor *n* nhân tố; thừa số
factory *n* nhà máy
factual *adj* có thật
faculty *n* khả năng; khoa đại học
fad *n* thời trang
fade *v* héo, tàn, mờ dần
faded *adj* bị phai tàn
fail *v* quên; thiếu
failure *n* sự thiếu; hư hỏng

faint *v* ngất xỉu; nản chí
faint *n* cơn ngất
faint *adj* uể oải; bị ngất
fair *n* hội chợ
fair *adj* đúng; công bằng
fairness *n* sự đúng đắn
fairy *n* nàng tiên
faith *n* niềm tin
faithful *adj* trung thành
fake *v* làm giả mạo
fake *adj* giả mạo
fall *n* sự rơi ngã, sụp đổ
fall *iv* rơi xuống
fall back *v* trả lại, phục hồi
fall behind *v* tụt hậu
fall down *v* thất bại
fall through *v* không đạt mục tiêu
fallacy *n* sai lầm; ngụy biện
fallout *n* kết quả bất ngờ
falsehood *n* lời nói dối
falsify *v* xuyên tạc
falter *v* chùn bước
fame *n* danh tiếng
familiar *adj* quen thuộc
family *n* gia đình
famine *n* cơn đói
famous *adj* lừng danh
fan *n* cái quạt
fanatic *adj* cuồng tín
fancy *adj* lạ lùng trang trí đẹp
fang *n* răng nanh chó
fantastic *adj* vô cùng to lớn

E
F

fantasy *n* ý nghĩ kỳ quái
far *adv* xa
faraway *adj* xa xăm, xa xưa
farce *n* trò hề, trò đùa
fare *n* tiền xe, tàu
farewell *n* tạm biệt
farm *n* nông trại
farmer *n* chủ nông trại
farming *n* công việc trồng trọt
farmyard *n* sân trại
farther *adv* xa hơn
fascinate *v* quyến rũ
fashion *n* thời trang
fashionable *adj* hợp thời trang
fast *adj* nhanh
fasten *v* buộc chặt
fat *n* chất béo
fat *adj* béo
fatal *adj* tai hại; chí tử
fate *n* định mệnh
fateful *adj* gây họa
father *n* cha
fatherhood *n* cương vị làm cha
father-in-law *n* cha vợ, cha chồng
fatherly *adj* như cha
fathom out *v* đo; tìm hiểu
fatigue *n* sự mệt mỏi
fatten *v* vỗ béo; béo ra
fatty *adj* béo, mập phì
faucet *n* vòi nước
fault *n* khuyết điểm
faulty *adj* có khuyết điểm, sai

favor *n* ân huệ
favorable *adj* thuận lợi
favorite *adj* được ưa chuộng
fear *n* cơn sợ hãi
fearful *adj* sợ
feasible *adj* có thể
feast *n* bữa tiệc
feat *n* kỳ công
feather *n* lông vũ; vật nhẹ
feature *n* điểm đặc trưng
February *n* tháng Hai
fed up *adj* buồn chán
federal *adj* thuộc về liên bang
fee *n* lệ phí
feeble *adj* yếu đuối
feed *iv* nuôi dưỡng
feedback *n* hồi đáp, phản hồi
feel *iv* cảm giác, cảm thấy
feeling *n* cảm giác
feelings *n* cảm giác
feet *n* bàn chân
feign *v* giả vờ
fellow *n* bạn; hội viên
fellowship *n* tình bạn; hội ái hữu
felon *n* độc ác; phạm tội ác
felony *n* tội ác nghiêm trọng
female *n* phái nữ, giống cái
feminine *adj* thuộc về phụ nữ
fence *n* hàng rào
fencing *n* thuộc về hàng rào
fend *v* cung cấp vật cần thiết
fend off *v* gạt đòn

fender *n* vật chắn; cái cản xe
ferment *v* làm lên men; kích thích
ferment *n* men, sự lên men
ferocious *adj* hung dữ, tàn ác
ferocity *n* tính hung dữ, tàn ác
ferry *n* bến phà
fertile *adj* có màu mỡ
fertility *n* màu mỡ
fertilize *v* thụ tinh
fervent *adj* nhiệt thành
fester *v* ung thối; mưng mủ
festive *adj* thuộc về ngày lễ
festivity *n* ngày hội; vui mừng
fetid *adj* hôi hám
fetus *n* bào thai
feud *n* thái ấp, đất phong
fever *n* cơn sốt
feverish *adj* thuộc về cơn sốt
few *adj* ít
fewer *adj* ít hơn
fiancé *n* chồng chưa cưới
fiber *n* sợi, thớ
fickle *adj* hay thay đổi
fiction *n* điều hư cấu
fictitious *adj* hư cấu
fiddle *n* cái chốt, cái chặn
fidelity *n* lòng trung thành
field *n* cánh đồng, lãnh vực
fierce *adj* ác liệt, hung dữ
fiery *adj* bốc cháy, nồng nhiệt
fifteen *adj* mười lăm
fifth *adj* thứ năm

fifty *adj* năm mươi
fifty-fifty *adv* chia đôi
fig *n* trái vả; y phục
fight *iv* chiến đấu
fight *n* trận chiến
fighter *n* chiến binh
figure *n* hình vẽ; nhân vật
figure out *v* hình dung ra
file *v* giũa; sắp hồ sơ
file *n* cái giũa; hồ sơ; hàng
fill *v* làm đầy; điền đơn
filling *n* sự đổ đầy
film *n* phim ảnh
filter *n* cái lọc
filter *v* lọc
filth *n* rác rưởi
filthy *adj* bẩn thỉu
fin *n* vây cá
final *adj* cuối cùng
finalize *v* làm xong
finance *n* tài chánh
financial *adj* thuộc về tài chánh
find *iv* tìm thấy
find out *v* tìm thấy
fine *n* tiền phạt
fine *v* lọc
fine *adv* hay, khéo
fine *adj* tốt, đẹp, khoẻ
fine print *n* dòng chữ in nhỏ
finger *n* ngón tay
fingernail *n* móng tay
fingerprint *n* dấu lăn tay, điểm chỉ

F

fingertip *n* đầu ngón tay

finish *v* kết thúc, làm xong

Finland *n* Phần lan

Finnish *adj* thuộc về Phần lan

fire *v* đốt cháy; nổ súng

fire *n* lửa, hỏa lực

firearm *n* súng

firecracker *n* pháo

firefighter *n* lính chữa cháy

fireman *n* công nhân đốt lò

fireplace *n* lò sưởi

firewood *n* củi

fireworks *n* pháo bông

firm *adj* rắn chắc

firm *n* hãng, công ty

firmness *n* sự vững chắc

first *adj* đầu tiên

fish *n* cá

fisherman *n* người đánh cá

fishy *adj* thuộc về cá

fist *n* nắm tay

fit *v* hợp, vừa, ăn khớp

fitness *n* sự phù hợp

fitting *adj* phù hợp, vừa vặn

five *adj* năm

fix *v* lắp, gắn, sửa

fjord *n* vịnh hẹp

flag *n* cây cờ

flagpole *n* cột cờ

flamboyant *adj* rực rỡ

flame *n* ngọn lửa

flammable *adj* dễ bắt lửa, dễ cháy

flank *n* sườn, hông

flare *n* đèn hiệu

flare-up *v* đốt lửa, đèn hiệu

flash *n* ánh sáng lóe lên

flashlight *n* đèn nháy

flashy *adj* lòe loẹt, hào nhoáng

flat *n* căn phòng

flat *adj* bằng phẳng

flatten *v* san phẳng, trải ra

flatter *v* tâng bốc, xu nịnh

flattery *n* sự tâng bốc

flaunt *v* bay phất phới

flavor *n* mùi vị ngon

flaw *n* cơn gió mạnh; thói xấu

flawless *adj* hoàn thiện

flea *n* con bọ chét

flee *iv* chạy trốn

fleece *n* bộ lông cừu

fleet *n* đội xe; hạm đội

fleeting *adj* lướt nhanh

flesh *n* thịt

flex *v* uốn cong

flexible *adj* mềm dẻo, linh động

flicker *v* rung rinh; đong đưa

flier *n* vật có cánh

flight *n* đường bay; chuyến bay

flimsy *adj* mỏng mảnh

flip *v* búng ngón tay

flirt *v* tán tỉnh, đùa cợt

float *v* trôi nổi, thả nổi

flock *n* đám đông

flog *v* đánh bằng roi

flood v ùa vào

floodgate n cổng ngăn nước lụt

flooding n nạn lụt

floodlight n đèn pha

floor n sàn nhà

flop n tiếng rơi tỏm

floss n vải sồi

flour n bột, bột mì

flourish v phát đạt, phồn thịnh

flow v chảy, tuôn ra

flow n luồng nước

flower n hoa

flowerpot n chậu hoa

flu n bệnh cúm

fluctuate v dao động lên xuống

fluently adv thông thạo

fluid n chất lỏng

flunk v hỏng, chịu thua

flush v xua cho bay lên

flute n ống sáo

flutter v vỗ cánh; vẫy tay

fly iv bay

fly n con ruồi; đường bay

foam n bọt, nước dãi

focus n tiêu điểm, trọng tâm

focus on v chú trọng vào

foe n kẻ thù địch

fog n sương mù

foggy adj có sương mù

foil v đánh bại, đẩy lui

fold v gấp, xếp

folder n cặp hồ sơ

folks n thân thuộc

folksy adj bình dân

follow v theo

follower n nngười hầu

folly n sự điên rồ

fond adj yêu thích

fondle v vuốt ve, âu yếm

fondness n sự yêu mến

food n thức ăn

foodstuff n thực phẩm

fool v lừa gạt

fool adj dại dột, ngu xuẩn

foolproof adj hết sức rõ ràng

foot n bàn chân

football n túc cầu

footprint n diện tích choán chỗ

footstep n dấu chân

footwear n giày dép

for pre để, cho, để cho

forbid iv cấm

force n sức mạnh, bạo lực

force v cưỡng hành

forceful adj mạnh mẽ

forcibly adv bằng sức mạnh

forecast iv dự đoán

forefront n hàng đầu

foreground n cận cảnh

forehead n trán

foreign adj ngoại

foreigner n người ngoại quốc

foreman n quản đốc

foremost adj trước nhất

F

foresee *iv* đoán trước

foreshadow *v* báo trước

foresight *n* sự thấy trước

forest *n* rừng

foretaste *n* sự nếm trước

foretell *v* nói trước

forever *adv* mãi mãi

forewarn *v* báo trước

foreword *n* lời tựa

forfeit *v* để mất

forge *v* rèn dao

forgery *n* sự giả mạo

forget *v* quên

forgive *v* tha thứ

forgiveness *n* sự tha thứ

fork *n* cái nĩa; âm thoa

form *n* hình dạng

formal *adj* chính thức

formality *n* thể thức

formalize *v* chính thức hóa

formally *adv* chính thức

format *n* khuôn khổ

formation *n* sự hình thành

former *adj* trước, cũ

formerly *adv* trước đây là

formidable *adj* ghê gớm

formula *n* công thức, thể thức

forsake *iv* bỏ rơi, từ bỏ

fort *n* pháo đài

forthcoming *adj* sắp đến

forthright *adj* nói thẳng, trực tính

fortify *v* củng cố

fortitude *n* sự chịu đựng

fortress *n* pháo đài

fortunate *adj* may mắn

fortune *n* của cải, vận may

forty *adj* bốn mươi

forward *adv* phía trước

fossil *n* hoá thạch

foster *v* nuôi dưỡng

foul *adj* hôi hám, thô lỗ

foundation *n* sự thiết lập; sáng hội

founder *n* người sáng lập

foundry *n* lò đúc gang

fountain *n* vòi nước

four *adj* bốn

fourteen *adj* mười bốn

fourth *adj* thứ tư

fox *n* con cáo

foxy *adj* xảo quyệt

fraction *n* phần nhỏ

fracture *n* sự gãy, chỗ gãy

fragile *adj* mỏng mảnh

fragment *n* mảnh vỡ

fragrance *n* mùi thơm nức

fragrant *adj* thơm nức

frail *adj* yếu đuối, bạc nhược

frailty *n* sự mỏng mảnh

frame *n* cơ cấu, khung

frame *v* bố trí

framework *n* sườn nhà

France *n* nước Pháp

franchise *n* đặc quyền

frank *adj* ngay thẳng

fuel

frankly *adv* thẳng thắn

frankness *n* tính ngay thật

frantic *adj* điên cuồng

fraternal *adj* có tình anh em

fraternity *n* tình anh em

fraud *n* sự gian lận

fraudulent *adj* gian lận

freckle *n* tàn nhang trên da

freckled *adj* bị tàn nhang trên da

free *v* giải phóng

free *adj* tự do; miễn phí

freedom *n* tự do, quyền tự do

freeway *n* xa lộ

freeze *iv* làm đông lạnh

freezer *n* tủ đá

freezing *adj* giá lạnh

freight *n* chuyên chở hàng hoá

French *adj* tiếng Pháp

frenetic *adj* cuồng tín

frenzied *adj* điên cuồng

frenzy *n* sự điên cuồng

frequency *n* tần số

frequent *adj* thường

frequent *v* hay lui tới

fresh *adj* tươi

freshen *v* làm mới lại

freshness *n* tình trạng tươi

friar *n* thầy dòng

friction *n* sự ma sát

Friday *n* thứ Sáu

fried *adj* chiên, rán

friend *n* bạn

friendship *n* tình bạn

fries *n* cá mới nở

frigate *n* tàu chiến nhỏ

fright *n* sự kinh hoảng

frighten *v* hoảng sợ

frightening *adj* kinh khủng

frigid *adj* giá lạnh

fringe *n* tua khăn; râu cằm

frivolous *adj* phù phiếm, nhẹ dạ

frog *n* con ếch

from *pre* từ

front *n* trán; đằng trước

front *adj* phía trước

frontage *n* mặt trước nhà

frontier *n* biên giới

frost *n* sự đông giá

frostbite *n* chỗ lạnh cóng

frostbitten *adj* lạnh cóng

frosty *adj* băng giá

frown *v* đông lạnh

frozen *adj* cau mày

frugal *adj* thanh đạm

frugality *n* tính tiết kiệm

fruit *n* trái cây

fruitful *adj* có trái, có kết quả

fruity *adj* thuộc về trái cây

frustrate *v* làm thất vọng

frustration *n* sự làm thất vọng

fry *v* rán, chiên

frying pan *n* chảo chiên

fuel *n* nhiên liệu

fuel *v* cung cấp chất đốt

F

fugitive *n* kẻ lánh nạn
fulfill *v* thực hiện, làm tròn
fulfillment *n* sự thực hiện
full *adj* đầy đủ
fully *adv* đầy đủ, hoàn toàn
fumes *n* khói, hơi
fumigate *v* hun khói, xông
fun *n* trò vui đùa
function *n* chức năng; hàm số
fund *n* quỹ, kho
fund *v* tài trợ
fundamental *adj* cơ bản
funds *n* quỹ, kho
funeral *n* đám tang
fungus *n* nấm
funny *adj* buồn cười, ngộ
fur *n* bộ da thú
furious *adj* giận dữ
furiously *adv* hung hăng
furnace *n* lò luyện kim
furnish *v* cung cấp, trang bị
furnishings *n* đồ đạc trong nhà
furniture *n* bàn ghế
furor *n* cơn giận điên
furrow *n* luống cày; nếp nhăn
furry *adj* làm bằng bộ da thú
further *adv* xa hơn
furthermore *adv* hơn nữa
fury *n* sự giận dữ
fuse *n* cầu chì
fusion *n* sự nấu chảy
fuss *n* sự ồn ào

fussy *adj* ồn ào
futile *adj* phù phiếm
futility *n* sự phù phiếm
future *n* tương lai
fuzzy *adj* sờn; mờ

gadget *n* đồ phụ tùng nhỏ
gag *n* cái nút; lời nói đùa
gag *v* bịt miệng
gage *v* cầm cố
gain *v* thu lợi
gain *n* mối lợi
gal *n* cô gái
galaxy *n* ngân hà
gale *n* cơn gió mạnh
gall bladder *n* túi mật
gallant *adj* hào hiệp; bảnh bao
gallery *n* nhà cầu, hành lang
gallon *n* ga lông
gallop *v* ngựa phi
gallows *n* giá treo cổ
galvanize *v* mạ điện
gamble *v* đánh bạc
game *n* trò chơi
gang *n* băng đảng
gangrene *n* bệnh thối hoại

gangster *n* kẻ cướp
gap *n* lỗ hổng, gián đoạn
garage *n* nhà để xe hơi
garbage *n* rác rến
garden *n* vườn
gardener *n* người làm vườn
gargle *v* súc miệng
garland *n* vòng hoa
garlic *n* cây, củ tỏi
garment *n* áo quần
garnish *v* bày biện
garnish *n* sự bày biện
garrison *n* đồn lính
garrulous *n* người nói ba hoa
garter *n* nịt bít tất
gas *n* khí; dầu xăng
gash *n* vết thương dài
gasoline *n* dầu hoả
gasp *v* hơi thở hổn hển
gastric *adj* thuộc về dạ dày
gate *n* cổng
gather *v* tụ họp lại
gathering *n* sự tụ họp lại
gauge *n* máy đo
gauze *n* miếng gạc
gaze *v* nhìn chằm chằm
gear *n* đồ đạc; đồ gá lắp
gem *n* ngọc chạm
gender *n* giống, phái tính
gene *n* gien
general *n* viên tướng
generalize *v* nói tổng quát

generate *v* phát sinh
generation *n* thế hệ; sự phát điện
generator *n* máy phát điện
generic *adj* chung, tổng quát
generosity *n* độ lượng
genetic *adj* thuộc về nguồn gốc
genial *adj* vui tính; thiên tài
genius *n* thiên tài
genocide *n* tội diệt chủng
genteel *adj* nhã nhặn, lịch sự
gentle *adj* dịu dàng, hoà nhã
gentleman *n* người thượng lưu
gentleness *n* tính hoà nhã
genuflect *v* quỳ gối
genuine *adj* xác thực
geography *n* địa lý, địa dư
geology *n* khoa địa chất
geometry *n* hình học
germ *n* mầm bệnh, vi trùng
German *adj* người Đức
Germany *n* nước Đức
germinate *v* nảy mầm
gerund *n* động danh từ
gestation *n* sự thai nghén
gesticulate *v* hoa tay múa chân
gesture *n* điệu bộ, cử chỉ
get *iv* được, có được
get along *v* sống chung
get away *v* đi khỏi
get back *v* trở về
get by *v* xoay xở được
get down *v* bắt đầu; đạt tới

G

G

get down to v xuống
get in v về, vào
get off v ra khỏi; kết thúc
get out v ra khỏi
get over v vượt qua
get together v họp mặt
get up v dậy, đứng dậy
geyser n mạch nước phun
ghastly adj rùng rợn
ghost n ma, linh hồn
giant n người khổng lồ
gift n quà tặng
gifted adj có thiên tài
gigantic adj khổng lồ`
giggle v cười rúc rích
gimmick n mánh lới
ginger n củ gừng
gingerly adv thận trọng
giraffe n con hươu cao cổ
girl n con gái
girlfriend n bạn gái
give iv cho
give away v cho không
give back v trả lại
give in v đầu hàng; nộp
give out v bỏ cuộc
give up v phân phát
glacier n sông băng
glad adj vui mừng
gladiator n người đấu võ
glamorous adj đẹp quyến rũ
glance v nhìn thoáng qua

glance n cái nhìn thoáng qua
gland n quả sồi; tuyến
glare n ánh sáng chói
glass n thủy tinh; cái ly
glasses n kính mắt
glassware n đồ bằng thuỷ tinh
gleam n tia sáng yếu ớt
gleam v chiếu ra
glide v trượt, lướt, lượn
glimmer n tia sáng le lói
glimpse n cái nhìn lướt qua
glimpse v nhìn lướt qua
glitter v lấp lánh, rực rỡ
globe n quả cầu
globule n viên, giọt
gloom n bóng tối mờ mờ
gloomy adj tối mờ mờ
glorify v tuyên dương
glorious adj vẻ vang
glory n vinh quang
gloss n nước bóng
glossary n từ vựng
glossy adj bóng loáng
glove n găng tay
glow v sáng rực
glucose n glucoza
glue n keo dán
glue v dán, gắn dính lại
glut n cái chêm bằng gỗ
glutton n háu ăn
gnaw v gặm, ăn mòn
go iv đi

go ahead *v* tiến hành

go away *v* đi mất

go back *v* trở lại

go down *v* đi xuống; đắm chìm

go in *v* đi vào; khuất

go on *v* tiếp tục

go out *v* đi ra khỏi; tắt

go over *v* kiểm tra

go through *v* trải qua; đọc hết

go under *v* chìm, phá sản

go up *v* trèo lên; tăng lên

goad *v* thúc dục, kích thích

goal *n* mục tiêu

goalkeeper *n* người thủ thành

goat *n* con dê

gobble *v* ăn ngấu nghiến

God *n* Chúa, thần

goddess *n* nữ thần

godless *adj* vô thần

goggles *n* kính đeo mắt

gold *n* vàng

golden *adj* bằng vàng

good *adj* tốt

good-looking *adj* dễ nhìn

goodness *n* lòng tốt, tính tốt

goods *n* hàng hoá

goodwill *n* thiện chí

goof *v* làm hỏng

goof *n* người ngu ngốc

goose *n* con ngỗng mái

gorge *n* hẽm núi; rãnh

gorgeous *adj* lộng lẫy, đẹp đẽ

gorilla *n* con khỉ đột

gory *adj* đẫm máu

gospel *n* sách phúc âm

gossip *v* ngồi lê đôi mách

gossip *n* chuyện tào lao

gout *n* giọt; bệnh gút

govern *v* quản trị

government *n* chính phủ

governor *n* thống đốc

gown *n* áo choàng

grab *v* túm lấy, vồ

grace *n* vẻ yêu kiều

graceful *adj* duyên dáng

gracious *adj* thanh lịch, tử tế

grade *n* gra't; điểm số

gradual *adj* dần dần, từ từ

graduate *v* tốt nghiệp

graduation *n* sự tốt nghiệp

graft *v* ăn hối lộ, đút lót

graft *n* của hối lộ; ghép cây

grain *n* hột, thóc lúa

gram *n* đậu xanh, đậu Thổ

grammar *n* văn phạm

grand *adj* rất lớn, vĩ đại

grandchild *n* cháu nội

grandfather *n* ông nội

grandmother *n* bà nội

grandparents *n* ông bà

grandson *n* cháu trai

grandstand *n* khán đài

granite *n* đá hoa cương

granny *n* bà, bà già

G

grant *v* ban cấp, trợ cấp

grant *n* tiền trợ cấp

grape *n* trái nho; bệnh grape

grapefruit *n* trái bưởi

grapevine *n* tin tức truyền miệng

graphic *adj* bằng đồ thị

grasp *n* sự nắm lấy; cái cán

grasp *v* nắm chắc, túm lấy

grass *n* cỏ

grassroots *n* người dân thường

grateful *adj* biết ơn

gratify *v* trả thù lao

gratifying *adj* làm hài lòng

gratitude *n* lòng biết ơn

grave *adj* khắc sâu, ghi tạc

grave *n* mồ mả

gravel *n* sỏi, sạn

gravely *adv* trang trọng

gravestone *n* bia mộ

graveyard *n* nghĩa trang

gravitate *v* hướng về

gravity *n* trọng lực

gravy *n* nước thịt

gray *adj* màu xám

grayish *adj* ngã màu xám

graze *v* sướt qua

graze *n* chỗ da bị trầy

grease *v* bôi trơn; hối lộ

grease *n* mỡ, dầu nhờn

greasy *adj* trơn, dính mỡ

great *adj* to lớn; cao quý

greatness *n* sự to lớn

Greece *n* nước Hy lạp

greed *n* tính tham lam

greedy *adj* tham lam, háu ăn

Greek *adj* người Hy lạp

green *adj* màu lục

green bean *n* đậu xanh

greenhouse *n* nhà kính

Greenland *n* Băng đảo

greet *v* than khóc

greetings *n* lời chào mừng

gregarious *adj* sống thành đàn

grenade *n* trái lựu, lựu đạn

greyhound *n* chó săn thỏ

grief *n* nỗi đau buồn

grievance *n* lời kêu ca

grieve *v* gây đau buồn

grill *v* nướng, đốt

grill *n* vĩ nướng cá

grim *adj* tàn nhẫn

grimace *n* sự nhăn nhó

grime *n* bụi bẩn

grind *iv* xay, tán, mài

grip *v* nắm chắc, kẹp chặt

grip *n* cái kìm

gripe *n* sự kẹp chặt

grisly *adj* ghê sợ, rùng rợn

groan *v* nói lầm bầm, rên rỉ

groan *n* tiếng lầm bầm

groceries *n* tạp phẩm

groin *n* bụng dưới

groom *n* người giữ ngựa

groove *n* đường rãnh, khe

gross *adj* thô; gộp, tổng gộp
grossly *adv* thô thiển
grotesque *adj* lố bịch
grotto *n* hang động
grouch *v* cằn nhằn
grouchy *adj* tính cáu kỉnh
ground *n* đất, mặt đất
ground floor *n* tầng trệt
groundless *adj* không căn cứ
groundwork *n* nền, nền đường
group *n* nhóm, tập hợp
grow *iv* mọc lên, lớn lên
grow up *v* trưởng thành
growl *v* gầm gừ, càu nhàu
grown-up *n* thành niên
growth *n* sự lớn mạnh
grudge *n* mối ác cảm
grudgingly *adv* miễn cưỡng
gruelling *adj* làm mệt nhoài
gruesome *adj* khủng khiếp
grumble *v* cằn nhằn
grumpy *adj* gắt gỏng
guarantee *v* bảo đảm
guarantee *n* sự bảo đảm
guarantor *n* người bảo đảm
guard *n* cận vệ; đội quân
guardian *n* người bảo vệ
guerrilla *n* du kích chiến
guess *v* ước đoán
guess *n* sự ước đoán
guest *n* khách
guidance *n* sự chỉ đạo

guide *v* hướng dẫn
guide *n* hướng dẫn viên
guidebook *n* sách hướng dẫn
guild *n* phường hội
guile *n* thủ đoạn
guillotine *n* máy chém
guilt *n* điều sai quấy
guilty *adj* có tội
guise *n* chiêu bài
guitar *n* đàn ghi ta
gulf *n* vịnh
gull *n* con mòng biển
gullible *adj* dễ bị lừa
gulp *n* ngụm, sự nuốt
gulp *v* nuốt trộng
gulp down *v* nuốt xuống
gum *n* chất gum; nướu, lợi
gun *n* súng
gun down *v* bỏ súng xuống
gunfire *n* loạt đạn
gunman *n* người bắn súng
gunpowder *n* thuốc súng
gunshot *n* phát súng
gust *n* cơn gió, cơn mưa
gusto *n* sự thưởng thức
gusty *adj* đầy bão tố
gut *n* ruột, lòng
guts *n* ruột
gutter *n* máng xối
guy *n* dây xích; con bù nhìn
guzzle *v* ham ăn uống
gymnasium *n* phòng thể dục

G

gynecology *n* phụ khoa
gypsy *n* dân Di gan

habit *n* thói quen
habitable *adj* có thể ở được
habitual *adj* thường lệ
hack *v* chặt, đốn cây
haggle *v* mặc cả, tranh cãi
hail *n* trận mưa đá
hail *v* mưa đá
hair *n* tóc, lông
hairbrush *n* bàn chải tóc
haircut *n* cắt tóc
hairdo *n* kiểu làm tóc
hairdresser *n* thợ làm tóc
hairpiece *n* tóc giả
hairy *adj* rậm tóc, rậm lông
half *n* nửa
half *adj* một nửa
hall *n* phòng lớn
hallucinate *v* gợi ảo giác
hallway *n* phòng trước
halt *v* tạm nghỉ, tạm dừng
halve *v* chia đôi
ham *n* thịt đùi heo hun khói
hamburger *n* thịt băm

hamlet *n* thôn, xóm
hammer *n* cái búa
hammock *n* cái võng
hand *n* bàn tay
hand down *v* chuyền tay
hand in *v* giao nộp
hand out *v* phát ra
hand over *v* trao lại
handbag *n* túi xách
handbook *n* sách chỉ nam
handcuff *v* còng tay
handcuffs *n* cái còng tay
handful *n* nhúm, nắm, vốc
handgun *n* súng ngắn
handicap *n* khuyết tật
handkerchief *n* khăn tay
handle *v* xử lý, vận dụng
handle *n* cái cán, quai xách
handmade *adj* làm bằng tay
handout *n* của bố thí
handrail *n* tay vin cầu thang
handshake *n* bắt tay
handsome *adj* đẹp trai
handwriting *n* viết tay
handy *adj* vừa tầm tay
hang *iv* treo
hang around *v* lẩn quẩn
hang on *v* chờ
hang up *v* treo lên; gác máy
hanger *n* sự gác máy
hangup *n* giá treo
happen *v* xảy ra

happening *n* chuyện xảy ra
happiness *n* hạnh phúc
happy *adj* sung sướng
harass *v* quấy rối
harassment *n* sự quấy rối
harbor *n* bến tàu
hard *adj* khó, vất vả
harden *v* cứng lại
hardly *adv* khó khăn, vất vả
hardness *n* độ rắn, cứng
hardship *n* sự gian khổ
hardware *n* ngũ kim, thiết bị
hardwood *n* gỗ cứng
hardy *adj* táo bạo
hare *n* thỏ rừng
harm *v* gây hại
harm *n* sự thiệt hại
harmful *adj* có hại
harmless *adj* vô hại
harmonize *v* làm hài hoà
harmony *n* sự hài hoà, hoà âm
harp *n* đàn harp
harpoon *n* cây lao có móc
harrowing *adj* làm đau đớn
harsh *adj* thô, nhám, xù xì
harshly *adv* khắc nghiệt
harshness *n* sự khắc nghiệt
harvest *n* mùa gặt
harvest *v* thu hoạch, gặt hái
hashish *n* thuốc lá Ha sít
hassle *v* làm phiền nhiễu
hassle *n* điều rắc rối

haste *n* sự vội vàng
hasten *v* hối thúc
hastily *adv* vội vàng
hasty *adj* gấp rút
hat *n* nón, mũ
hatchet *n* cái rìu nhỏ
hate *v* ghét
hateful *adj* thù hận
hatred *n* lòng thù ghét
haughty *adj* kiêu căng
haul *v* lôi, kéo
haunt *v* ám ảnh
have *iv* có, ăn, uống, hút
have to *v* phải
haven *n* bến tàu, nơi trú ẩn
havoc *n* sự tàn phá
hawk *n* chim ưng, diều hâu
hay *n* cỏ khô
haystack *n* đống cỏ khô
hazard *n* sự may rủi
hazardous *adj* mạo hiểm
haze *n* sương mù
hazelnut *n* trái phỉ
hazy *adj* đầy sương mù
he *pro* nó, hắn, ông ấy
head *n* cái đầu
head for *v* tiến về
headache *n* nhức đầu
heading *n* đề mục
head-on *adv* đụng đầu nhau
headphones *n* mũ nghe
headquarters *n* tổng hành dinh

headway *n* tiến bộ

heal *v* lành lại

healer *n* người chữa lành

health *n* sức khoẻ

healthy *adj* khoẻ mạnh

heap *n* đống

heap *v* chất đống

H

hear *iv* nghe

hearing *n* thính giác

hearsay *n* tin đồn

hearse *n* xe tang

heart *n* trái tim

heartbeat *n* nhịp tim

heartburn *n* chứng ợ chua

hearten *v* cổ vũ

heartfelt *adj* chân thành

hearth *n* nền lò sưởi

heartless *adj* vô tình, nhẫn tâm

hearty *adj* thân mật

heat *v* nung nóng

heat *n* sức nóng

heater *n* máy sưởi

heathen *n* người ngoại đạo

heating *n* sự nung nóng

heatstroke *n* say nắng

heatwave *n* đợt nóng

heaven *n* thiên đàng

heavenly *adj* trên trời

heaviness *n* sức nặng

heavy *adj* nặng

heckle *v* chất vấn

hectic *adj* sôi nổi

heed *v* chú ý

heel *n* gót chân

height *n* chiều cao

heighten *v* nâng cao

heinous *adj* tàn ác

heir *n* người thừa kế

heiress *n* người nữ thừa kế

heist *n* sự trộm cắp

helicopter *n* trực thăng

hell *n* địa ngục

hello *e* chào

helm *n* bánh lái tàu; sự chỉ huy

helmet *n* mũ sắt; cái nắp

help *v* giúp đỡ

help *n* sự giúp đỡ

helper *n* người giúp đỡ

helpful *adj* có ích

helpless *adj* vô ích

hem *n* đường viền

hemisphere *n* bán cầu

hemorrhage *n* sự xuất huyết

hen *n* gà mái

hence *adv* kể từ đây

henchman *n* người hầu cận

her *adj* của cô, bà ấy

herald *v* báo trước

herald *n* sứ giả

herb *n* cỏ, thảo mộc

here *adv* ở đây

hereafter *adv* sau đây

hereby *adv* bằng cách này

hereditary *adj* cha truyền con nối

heresy *n* dị giáo
heretic *adj* thuộc về dị giáo
heritage *n* di sản
hermetic *adj* kín
hermit *n* người ẩn dật
hernia *n* chứng thoát vị
hero *n* người anh hùng
heroic *adj* anh hùng
heroin *n* bạch phiến
heroism *n* chủ nghĩa anh hùng
hers *pro* vật của nó
herself *pro* tự cô, bà ấy
hesitant *adj* có tính cách do dự
hesitate *v* do dự
hesitation *n* sự do dự
heyday *n* thời cực thịnh
hiccup *n* nấc, nấc cụt
hidden *adj* che giấu
hide *iv* che giấu
hideaway *n* nơi ẩn náu
hideous *adj* gớm ghiếc
hierarchy *n* giai cấp
high *adj* cao
highlight *n* nét nổi bật
highly *adv* rất, hết sức
Highness *n* bậc cao quý
highway *n* xa lộ
hijack *v* cướp tàu, xe
hijack *n* vụ cướp tàu, xe
hijacker *n* kẻ cướp tàu, xe
hike *v* đi bộ, hành quân
hike *n* chuyến đi bộ

hilarious *adj* vui nhộn
hill *n* đồi, cồn, gò
hillside *n* sườn đồi
hilltop *n* đỉnh đồi
hilly *adj* có nhiều đồi
hilt *n* cán dao, kiếm
hinder *v* cản trở
hindrance *n* vật cản
hindsight *n* thước ngắm súng
hinge *v* nối bản lề
hinge *n* bản lề
hint *n* lời ám chỉ
hint *v* ám chỉ, gợi ý
hip *n* cái hông
hire *v* thuê, mướn
his *adj* của nó, của ông ấy
his *pro* vật của nó, của ông ấy
Hispanic *adj* thuộc về Tây ban nha
hiss *v* huýt gió
historian *n* sử gia
history *n* lịch sử
hit *n* đụng, chạm, va
hit *iv* sự đụng, chạm, va
hit back *v* đấm lại
hitch *n* giật mạnh
hitch up *v* kéo lên
hitchhike *n* việc đi nhờ xe
hitherto *adv* cho đến nay
hive *n* tổ ong
hoard *v* kho tích trữ
hoarse *adj* khàn giọng
hoax *n* trò chơi xỏ

hobby *n* thú tiêu khiển

hog *n* heo thiến

hoist *v* kéo lên, nhấc lên

hoist *n* sự trục lên

hold *iv* giữ, cầm

hold back *v* giữ lại; giữ bí mật

hold on to *v* nắm chặt; giữ máy

hold out *v* đưa ra; chịu đựng

hold up *v* chặn đường

holdup *n* cướp chặn đường

hole *n* lỗ thủng

holiday *n* ngày nghỉ lễ

holiness *n* thiêng liêng

Holland *n* nước Hoà lan

hollow *adj* trống rỗng

holocaust *n* vụ tàn sát

holy *adj* linh thiêng

homage *n* sự tôn kính

home *n* nhà, quê nhà

homeland *n* quê hương

homeless *adj* vô gia cư

homely *adj* chất phác

homemade *adj* của nhà làm

homesick *adj* nhớ nhà

hometown *n* quê nhà

homework *n* bài làm ở nhà

homicide *n* kẻ giết người

homily *n* bài thuyết giảng

honest *adj* thật thà

honesty *n* tính thật thà

honey *n* mật

honeymoon *n* tuần trăng mật

honk *n* tiếng ngỗng kêu

honor *n* vinh dự

hood *n* mũ trùm đầu

hoodlum *n* du côn, lưu manh

hoof *n* móng bò

hook *n* lưỡi câu, lưỡi liềm

hooligan *n* du côn

hop *v* nhảy nhót

hope *n* niềm hy vọng

hopeful *adj* đầy hy vọng

hopefully *adv* có hy vọng là

hopeless *adj* vô vọng

horizon *n* chân trời

horizontal *adj* nằm ngang

hormone *n* hocmon

horn *n* sừng bò

horrendous *adj* kinh khủng

horrible *adj* kinh tởm

horrify *v* làm kinh tởm

horror *n* sự kinh tởm

horse *n* con ngựa

hose *n* bít tất dài

hospital *n* bệnh viện

hospitality *n* lòng mến khách

hospitalize *v* nhập viện

host *n* chủ nhà

hostage *n* con tin

hostess *n* bà chủ nhà

hostile *adj* thù nghịch

hot *adj* nóng

hotel *n* khách sạn

hound *n* chó săn**

hour *n* giờ

hourly *adv* hàng giờ

house *n* nhà

household *n* người trong nhà

housekeeper *n* người quản gia

housewife *n* bà nội trợ

housework *n* việc nhà

hover *v* bay lơ lửng

how *adv* làm sao

however *c* tuy vậy

howl *v* gào, thét lên

howl *n* tiếng gào, thét

hub *n* trục bánh xe

huddle *v* vứt thành đống

hug *v* ôm

hug *n* cái ôm

huge *adj* to lớn, khổng lồ

hull *n* vỏ trái cây

hum *v* kêu vo ve

human *adj* có tính người

human being *n* con người

humanities *n* nhân loại

humankind *n* loài người

humble *adj* khiêm tốn

humid *adj* ẩm ướt

humidity *n* độ ẩm

humiliate *v* làm nhục

humility *n* sự khiêm tốn

humor *n* sự hài hước

humorous *adj* hài hước

hump *n* cái bướu

hunch *n* cái bướu

hunchback *n* người gù lưng

hunched *adj* cong lưng

hundred *adj* trăm

hundredth *adj* thứ một trăm

hunger *n* cơn đói

hungry *adj* đói

hunt *v* đi săn

hunter *n* thợ săn

hunting *n* cuộc săn

hurdle *n* rào thú săn

hurl *v* ném, phóng

hurricane *n* bão

hurriedly *adv* vội vàng

hurry *v* thúc giục

hurry up *v* làm gấp

hurt *iv* làm tổn thương

hurt *adj* bị tổn thương

hurtful *adj* gây tổn hại

husband *n* người chồng

hush *n* sự im lặng

hush up *v* im lặng

husky *adj* có vỏ bọc

hustle *n* sự chen lấn

hut *n* túp lều

hydrogen *n* dưỡng khí

hyena *n* con linh cẩu

hygiene *n* vệ sinh

hymn *n* bài ca

hyphen *n* dấu phẩy

hypnosis *n* phép thôi miên

hypnotize *v* thôi miên

hypocrisy *n* đạo đức giả

hypothesis *n* giả thuyết
hysteria *n* sự quá kích động
hysterical *adj* kích động

I

I *pro* tôi, tao
ice *n* nước đá
ice cream *n* kem
ice cube *n* nước đá cục
ice skate *v* trượt băng
iceberg *n* núi băng trôi
icebox *n* tủ lạnh
ice-cold *adj* băng giá
icon *n* hình tượng
icy *adj* đóng băng
idea *n* ý kiến
ideal *adj* lý tưởng
identical *adj* đồng nhất
identify *v* nhận diện
identity *n* căn cước
ideology *n* hệ tư tưởng
idiom *n* đặc ngữ
idiot *n* thằng ngốc
idiotic *adj* ngu ngốc
idle *adj* không hoạt động
idol *n* thần tượng
if *c* nếu

ignite *v* bốc cháy, bắt lửa
ignorance *n* sự ngu dốt
ignorant *adj* ngu dốt
ignore *v* không biết, lờ đi
ill *adj* đau ốm
illegal *adj* bất hợp pháp
illegible *adj* không đọc được
illegitimate *adj* không chính đáng
illicit *adj* trái phép
illiterate *adj* mù chữ
illness *n* sự đau ốm
illogical *adj* không hợp lý
illuminate *v* soi sáng
illusion *n* ảo tưởng
illustrate *v* minh hoạ
illustration *n* sự minh hoạ
illustrious *adj* nổi tiếng
image *n* hình ảnh
imagination *n* sự tưởng tượng
imagine *v* tưởng tượng
imbalance *n* không cân bằng
imitate *v* bắt chước
imitation *n* sự bắt chước
immaculate *adj* tinh khiết
immature *adj* non nớt
immaturity *n* sự non nớt
immediately *adv* ngay lập tức
immense *adj* mênh mông
immensity *n* sự mênh mông
immerse *v* đắm chìm
immersion *n* sự đắm chìm
immigrant *n* dân nhập cư**

immigrate *v* nhập cư
immigration *n* di trú
imminent *adj* sắp đến nơi
immobile *adj* bất động
immobilize *v* giữ cố định
immoral *adj* trái với đạo đức
immortal *adj* bất diệt
immortality *n* sự bất diệt
immune *adj* miễn dịch
immunity *n* sự miễn dịch
immunize *v* miễn dịch
immutable *adj* không thể thay đổi
impact *n* sự tác động
impact *v* tác động, va chạm
impair *v* làm suy yếu
impartial *adj* công bằng, vô tư
impatience *n* sự thiếu kiên nhẫn
impatient *adj* thiếu kiên nhẫn
impeccable *adj* hoàn hảo
impediment *n* trở ngại
impending *adj* sắp xảy đến
imperfection *n* sự không hoàn hảo
imperial *adj* thuộc về đế quốc
imperialism *n* chủ nghĩa đế quốc
impersonal *adj* khách quan
impertinence *n* sự xấc xược
impertinent *adj* xấc xược
impetuous *adj* mãnh liệt
implacable *adj* không thể nguôi
implant *v* cấy vào, trồng vào
implement *v* thi hành
implicate *v* ngụ ý

implication *n* điều ngụ ý
implicit *adj* hiểu ngầm
implore *v* cầu khẩn, van nài
imply *v* hàm ý
impolite *adj* vô lễ
import *v* nhập cảng
importance *n* tầm quan trọng
importation *n* việc nhập cảng
impose *v* đánh thuế
imposing *adj* có ấn tượng mạnh
imposition *n* việc đánh thuế
impossible *adj* không thể làm được
impotent *adj* bất lực
impound *v* giam giữ, nhốt
impoverished *adj* không thực tế
impractical *adj* bị bần cùng hoá
imprecise *adj* không chính xác
impress *v* gây ấn tượng
impressive *adj* hùng vĩ
imprison *v* cầm tù
improbable *adj* không chắc
impromptu *adv* ứng khẩu
improper *adj* không đúng chỗ
improve *v* cải thiện
improvement *n* sự cải thiện
improvise *v* ứng khẩu
impulse *n* sự thôi thúc
impulsive *adj* bị thôi thúc
impunity *n* sự miễn phạt
impure *adj* không tinh khiết
in *pre* bên trong
in depth *adv* một cách sâu sắc

I

inability *n* không có khả năng

inaccurate *adj* không chính xác

inadequate *adj* không thoả đáng

inappropriate *adj* không thích hợp

inasmuch as *c* vì lý do

inaugurate *v* khai mạc

inauguration *n* lễ khai mạc

incalculable *adj* không đếm xuể

incapable *adj* không đủ năng lực

incapacitate *v* làm mất năng lực

incarcerate *v* tống giam

incense *n* hương, trầm

incentive *n* sự khích lệ

inception *n* sự khởi đầu

incessant *adj* không ngừng

inch *n* inch

incident *n* biến cố

incidentally *adv* ngẫu nhiên

incision *n* việc khắc

incite *v* kích động, xúi giục

incitement *n* sự kích động

inclination *n* khuynh hướng

incline *v* thiên về

include *v* bao gồm

inclusive *adv* bao hàm

incoherent *adj* không mạch lạc

income *n* lợi tức

incoming *adj* mới đến

incompatible *adj* không tương hợp

incompetent *adj* không đủ năng lực

incomplete *adj* không đầy đủ

inconsistent *adj* không nhất quán

incorporate *v* sáp nhập, kết hợp

incorrect *adj* không đúng

incorrigible *adj* bất trị

increase *v* tăng

increase *n* sự gia tăng

increasing *adj* ngày càng tăng

incredible *adj* không thể tin được

increment *n* số gia

incriminate *v* buộc tội

incur *v* chịu, mắc, bị

indecency *n* sự không đứng đắn

indecision *n* sự do dự

indecisive *adj* không quả quyết

indeed *adv* thật vậy, quả nhiên

indefinite *adj* không rõ ràng

indemnify *v* bồi thường, đền bù

indemnity *n* tiền bồi thường

independence *n* nền độc lập

independent *adj* độc lập

index *n* chỉ dấu, chỉ số

indicate *v* biểu thị, cho thấy

indication *n* dấu hiệu

indict *v* truy tố, buộc tội

indifference *n* sự lãnh đạm

indifferent *adj* lãnh đạm, thờ ơ

indigent *adj* nghèo khó

indigestion *n* chứng khó tiêu

indirect *adj* gián tiếp

indiscreet *adj* không kín đáo

indiscretion *n* sự không kín đáo

indispensable *adj* cần thiết

indisposed *adj* không sẵn lòng

indoctrinate *v* truyền bá tư tưởng

indoor *adv* trong nhà

induce *v* xui khiến; cảm

indulge *v* chiều ý; say mê

indulgent *adj* khoan dung

industrious *adj* cần cù

industry *n* kỹ nghệ, công nghệ

ineffective *adj* không có tác động

inefficient *adj* không hiệu quả

inept *adj* lạc lõng

inequality *n* không bình đẳng

inevitable *adj* không tránh được

inexpensive *adj* không đắt mấy

infallible *adj* không sai được

infamous *adj* bỉ ổi

infancy *n* thời thơ ấu

infant *n* ấu nhi

infantry *n* bộ binh

infect *v* nhiễm độc

infection *n* sự nhiễm độc

infectious *adj* nhiễm độc

infer *v* suy luận

inferior *adj* kém, hạ cấp

infertile *adj* cằn cỗi

infested *adj* tràn vào phá hoại

infidelity *n* sự không trung thành

infiltrate *v* thâm nhập

infiltration *n* sự thâm nhập

infinite *adj* vô hạn

infirmary *n* bệnh xá

inflammation *n* sự bắt lửa; viêm

inflate *v* thổi phồng

inflation *n* sự thổi phồng

inflexible *adj* bất di bất dịch

inflict *v* gây ra, bắt phải chịu

influence *n* ảnh hưởng

influential *adj* gây ảnh hưởng

influenza *n* bệnh cúm

influx *n* sự chảy vào

inform *v* thông báo

informal *adj* không chính thức

information *n* thông tin

informer *n* mật báo viên

infraction *n* sự vi phạm

infrequent *adj* không thường xuyên

infuriate *v* chọc tức

infusion *n* pha chế; tiêm, chủng

ingenuity *n* tài khéo léo

ingest *v* ăn vào

ingot *n* thỏi vàng

ingrained *adj* đã ăn sâu

ingratiate *v* thu hút cảm tình

ingratitude *n* sự vô ơn bội nghĩa

ingredient *n* thành phần cấu tạo

inhabit *v* ở, cư ngụ

inhabitable *adj* có thể ở được

inhabitant *n* cư dân

inhale *v* hít vào

inherit *v* thừa hưởng

inheritance *n* sự thừa kế

inhibit *v* ngăn cấm; ức chế

inhuman *adj* vô nhân đạo

initial *adj* ban đầu

initially *adv* ban đầu

initials *n* chữ ký tắt

initiate *v* khởi xướng

initiative *n* sáng kiến

inject *v* đưa vào, tiêm vào

injection *n* sự tiêm vào

injure *v* gây thương tích

injurious *adj* làm hại

injury *n* sự thương tổn

injustice *n* sự bất công

ink *n* mực

inkling *n* lời gợi ý

inlaid *adj* khảm vào, lắp vào

inland *adv* nội địa, quốc nội

inland *adj* nội địa

inmate *n* người ở tù

inn *n* quán trọ

innate *adj* bẩm sinh

inner *adj* bên trong

innocence *n* vô tội

innocent *adj* ngây thơ, vô tội

innovation *n* sự canh tân

innuendo *n* lời ám chỉ

innumerable *adj* vô số

input *n* dữ liệu đưa vào máy

inquire *v* dò hỏi

inquiry *n* sự điều tra

insane *adj* mất trí

insanity *n* tình trạng mất trí

insatiable *adj* tham lam vô độ

inscription *n* sự ghi vào sổ

insect *n* côn trùng

insensitive *adj* không nhạy cảm

inseparable *adj* không thể phân ly

insert *v* xen vào

insertion *n* sự xen vào

inside *adj* bên trong, nội bộ

inside *pre* phía trong

inside out *adv* từ trong ra ngoài

insignificant *adj* không quan trọng

insincere *adj* không chân thành

insincerity *n* tính không chân thành

insinuate *v* nói bóng gió; luồn lọt

insinuation *n* sự nói bóng gió

insipid *adj* vô vị, tẻ nhạt

insist *v* nhấn mạnh, cố nài

insistence *n* sự nhấn mạnh

insolent *adj* hỗn láo

insoluble *adj* không hoà tan được

insomnia *n* chứng mất ngủ

inspect *v* kiểm tra

inspection *n* cuộc kiểm tra

inspector *n* thanh tra

inspiration *n* sự gây ra

inspire *v* gây ra

instability *n* sự không bền vững

install *v* thiết lập, cài đặt

installation *n* sự thiết lập, cài đặt

installment *n* tiền trả định kỳ

instance *n* ví dụ; vụ xét xử

instant *n* khoảnh khắc

instantly *adv* ngay, ngay lập tức

instead *adv* thay vì, đáng lẽ, lẽ ra

instigate *v* xúi giục

instil *v* truyền dẫn ý tưởng

instinct *n* bản năng
institute *v* học viện
institution *n* thể chế; sự thiết lập
instruct *v* chỉ thị, đào tạo
instructor *n* giảng viên
insufficient *adj* không đủ
insulate *v* cô lập, cách ly
insulation *n* sự cô lập, cách ly
insult *v* sỉ nhục, lăng mạ
insult *n* điều sỉ nhục
insurance *n* sự bảo hiểm
insure *v* đảm bảo, bảo hiểm
insurgency *n* sự nổi dậy
insurrection *n* cuộc nổi dậy
intact *adj* còn nguyên vẹn
intake *n* sự lấy vào
integrate *v* hợp nhất; tích phân
integration *n* sự hợp nhất
integrity *n* tính liêm chính
intelligent *adj* thông minh
intend *v* có ý định
intense *adj* mạnh, nồng nhiệt
intensify *v* tăng cường
intensity *n* cường độ
intensive *adj* có cường độ lớn
intention *n* ý định
intercede *v* làm trung gian
intercept *v* chặn đứng
intercession *n* sự can thiệp giúp
interchange *v* trao đổi lẫn nhau
interchange *n* sự trao đổi lẫn nhau
interest *n* lợi ích; t iền lãi

interested *adj* quan tâm, thích thú
interesting *adj* lý thú
interfere *v* can thiệp vào
interference *n* sự can thiệp vào
interior *adj* bên trong, nội bộ
interlude *n* mục chuyển tiếp
intermediary *n* người trung gian
intern *v* giữ lại
interpret *v* giải thích; thông dịch
interpretation *n* việc giải thích
interpreter *n* thông dịch viên
interrogate *v* chất vấn, thẩm vấn
interrupt *v* làm gián đoạn
interruption *n* sự làm gián đoạn
intersect *v* cắt ngang
intertwine *v* quấn vào nhau
interval *n* khoảng cách
intervene *v* can thiệp
intervention *n* sự can thiệp
interview *n* cuộc gặp
intestine *n* ruột
intimacy *n* sự thân mật
intimate *adj* thân mật
intimidate *v* đe doạ, át giọng
intolerable *adj* quá quắt
intoxicated *adj* say sưa
intravenous *adj* qua tĩnh mạch
intrepid *adj* gan dạ, dũng cảm
intricate *adj* phức tạp, rối ren
intrigue *n* mưu đồ, vụng trộm
intriguing *adj* có mưu đồ
intrinsic *adj* thực chất

introduce *v* đưa vào
introduction *n* sự đưa vào
introvert *adj* hay hướng nội
intrude *v* xâm nhập
intruder *n* kẻ xâm nhập
intrusion *n* sự xâm nhập
intuition *n* trực giác
inundate *v* tràn ngập
invade *v* xâm lấn
invader *n* kẻ xâm lăng
invalid *n* người khuyết tật
invalidate *v* làm mất hiệu lực
invaluable *adj* vô giá
invasion *n* sự xâm lăng
invent *v* sáng chế; bịa đặt
invention *n* sự sáng chế
inventory *n* sự kiểm kê
invest *v* đầu tư
investigate *v* điều tra
investigation *n* cuộc điều tra
investment *n* việc đầu tư
investor *n* người đầu tư
invincible *adj* vô địch
invisible *adj* vô hình
invitation *n* lời mời
invite *v* mời
invoice *n* hoá đơn
invoke *v* cầu khẩn; gọi hồn
involve *v* kéo theo
involved *v* bị kéo theo
involvement *n* sự kéo theo
inward *adj* hướng về nội tâm

inwards *adv* trong thâm tâm
iodine *n* chất iot
irate *adj* giận dữ
Ireland *n* xứ Ái nhĩ lan
Irish *adj* người Ái nhĩ lan
iron *n* sắt; bàn ủi
iron *v* ủi áo quần
ironic *adj* châm biếm
irony *n* sự châm biếm
irrational *adj* không hợp lý
irrefutable *adj* không bác bỏ được
irregular *adj* không đều đặn
irrelevant *adj* không thích hợp
irrespective *adj* không kể
irrigate *v* tưới
irrigation *n* sự tưới
irritate *v* chọc tức
irritating *adj* kích thích
Islamic *adj* thuộc về đạo Hồi
island *n* đảo
isle *n* đảo nhỏ
isolate *v* cô lập, cách ly
isolation *n* sự cô lập, cách ly
issue *n* vấn đề; sự phát hành
Italian *adj* người Ý
italics *adj* chữ in nghiêng
Italy *n* nước Ý
itch *v* ngứa
itchiness *n* sự ngứa ngáy
item *n* món, khoản
itemize *v* ghi ra từng món
itinerary *n* lộ trình

ivory *n* ngà voi

J

jackal *n* chó rừng
jacket *n* áo ngoài
jackpot *n* số tiền góp
jaguar *n* con báo
jail *n* nhà tạm giam
jail *v* giam giữ
jailer *n* người giữ tù
jam *n* mứt
janitor *n* người gác cổng
January *n* tháng Giêng
Japan *n* nước Nhật bản
Japanese *adj* người Nhật
jar *n* bình, lọ, vại
jasmine *n* bông lài
jaw *n* quai hàm
jealous *adj* ghen tị
jealousy *n* lòng ghen tị
jeans *n* quần gin
jeopardize *v* làm nguy hại
jerk *v* giật mạnh
jersey *n* áo nịt len
Jew *n* người Do thái
jewel *n* đá quý, ngọc
jeweler *n* người bán nữ trang

jewelry store *n* tiệm vàng
jigsaw *n* cách cưa xoi
job *n* việc làm
jobless *adj* thất nghiệp
join *v* nối, ghép; gia nhập
joint *n* khớp xương
jointly *adv* cùng chung
joke *n* câu nói đùa
joke *v* nói đùa
jokingly *adv* đùa cợt
jolly *adj* vui nhộn
jolt *v* choáng váng
jolt *n* sự ngạc nhiên
journal *n* nhật báo, nhật ký
journalist *n* ký giả
journey *n* cuộc hành trình
jovial *adj* vui tính
joy *n* niềm vui
joyful *adj* vui vẻ
joyfully *adv* hân hoan
jubilant *adj* hớn hở
Judaism *n* Do thái giáo
judge *n* quan toà
judgment *n* sự xét xử
judicious *adj* sáng suốt
jug *n* cái bình
juggler *n* tài tử múa rối
juice *n* nước ép trái cây
juicy *adj* có nhiều nước
July *n* tháng Bẩy
jump *v* nhảy
jump *n* bước nhảy

I
J

jumpy *adj* hay hốt hoảng
junction *n* chỗ nối nhau
June *n* tháng Sáu
jungle *n* rừng rú
junior *adj* nhỏ, ít tuổi
junk *n* đồ cũ, nát
jury *n* bồi thẩm đoàn
just *adj* đúng
justice *n* công lý
justify *v* biện minh
justly *adv* đúng đắn
juvenile *n* thanh thiếu niên

kangaroo *n* con đại thử
karate *n* môn võ caratê
keep *iv* giữ
keep on *v* tiếp tục giữ
keep up *v* theo kịp
keg *n* thùng chứa
kennel *n* cống rãnh
kettle *n* ấm đun nước
key *n* chìa khoá; khoá nhạc
key ring *n* vòng đeo chìa khoá
keyboard *n* bàn phím; đàn kibo
kick *v* đá
kickback *n* phản ứng mạnh

kickoff *n* phát bóng
kid *n* con dê con; đứa trẻ
kidnap *v* bắt cóc
kidnapper *n* kẻ bắt cóc
kidnapping *n* vụ bắt cóc
kidney *n* trái thận
kidney bean *n* đậu tây
kill *v* giết
killer *n* kẻ giết
killing *n* sự giết chóc
kilogram *n* kilôgam
kilometer *n* kilômét
kilowatt *n* kilôoa't
kind *adj* tử tế
kindle *v* nhóm lửa, bắt cháy
kindly *adv* ân cần
kindness *n* lòng tốt
king *n* vua
kingdom *n* vương quốc
kinship *n* quan hệ họ hàng
kiosk *n* quán
kiss *v* hôn
kiss *n* nụ hôn
kitchen *n* cái bếp
kite *n* con diều
kitten *n* mèo con
knee *n* đầu gối
kneecap *n* xương bánh chè
kneel *iv* quỳ gối
knife *n* con dao con
knight *n* hiệp sĩ
knit *v* đan sợi

knob *n* viên, cục, hòn
knock *n* quả đấm
knock *v* đấm
knot *n* nút, nơ
know *iv* biết
know-how *n* bí quyết
knowingly *adv* cố ý
knowledge *n* tri thức

L

lab *n* phòng thí nghiệm
label *n* nhãn, nhãn hiệu
labor *n* lao động
laborer *n* lao động phổ thông
labyrinth *n* mê cung, mê lộ
lace *n* dây buộc, dải buộc
lack *v* thiếu, không có
lack *n* sự thiếu
lad *n* chàng trai, chú bé
ladder *n* thang, nấc thang
laden *adj* nặng trĩu
lady *n* quý bà, phu nhân
ladylike *adj* có dáng quý phái
lagoon *n* vùng nước mặn
lake *n* hồ
lamb *n* cừu con
lame *adj* què, què quặt

lament *v* than vãn
lament *n* lời than van
lamp *n* cái đèn, bóng đèn
lamppost *n* cột đèn đường
lampshade *n* cái chụp đèn
land *n* đất, đất đai
land *v* lên bờ, hạ cánh
landing *n* bến tàu
landlady *n* bà chủ đất
landlord *n* chủ đất
landscape *n* phong cảnh
lane *n* đường đua
language *n* ngôn ngữ
languish *v* trở nên ốm yếu
lantern *n* đèn lồng
lap *n* lòng; vạt áo, vạt váy
lapse *n* tình trạng sai sót
lapse *v* suy sụp; lắng xuống
larceny *n* sự ăn cắp
lard *n* mỡ heo
large *adj* lớn
larynx *n* thanh quản
laser *n* tia laze
lash *n* cái đánh; đầu roi
lash *v* đánh
lash out *v* tung ra lời công kích
last *v* kéo dài, trải qua
last *adj* cuối cùng
last name *n* họ
last night *adv* đêm qua
lasting *adj* bền vững, lâu dài
lastly *adv* sau cùng

K
L

latch *n* chốt cửa

late *adv* trễ, muộn

lately *adv* gần đây, mới đây

later *adv* trễ hơn, chậm hơn

later *adj* chậm hơn

lateral *adj* ở một bên

latest *adj* mới nhất

lather *n* bọt xà phòng

latitude *n* vĩ tuyến, vĩ độ

latter *adj* sau

laugh *v* cười

laugh *n* tiếng cười

laughable *adj* buồn cười

laughing stock *n* trò cười

laughter *n* tiếng cười

launch *n* sự phóng

launch *v* phóng; hạ thủy

laundry *n* tiệm giặt ủi

lavatory *n* chậu, bồn rửa

lavish *adj* hoang phí

lavish *v* tiêu xài hoang phí

law *n* luật pháp

law-abiding *adj* tôn trọng luật pháp

lawful *adj* hợp pháp

lawmaker *n* nhà làm luật

lawn *n* sân cỏ

lawsuit *n* vụ kiện

lawyer *n* luật sư

lax *adj* lỏng lẻo; không chắc

laxative *adj* nhuận tràng

lay *n* sự bố trí; lớp

lay *iv* xếp, để; trải lên

lay off *v* sa thải công nhân

layer *n* lớp, tầng

layman *n* người thường

lay-out *n* trình bày trang in

laziness *n* sự lười biếng

lazy *adj* lười biếng

lead *iv* chỉ huy; dẫn đường

lead *n* chì, than chì

leaded *adj* được lãnh đạo

leader *n* lãnh tụ

leadership *n* sự lãnh đạo

leading *adj* dẫn đầu

leaf *n* lá cây; tờ, tấm mỏng

leaflet *n* tờ truyền đơn

league *n* liên đoàn

leak *v* rò rỉ; lọt ra, thoát ra

leak *n* lỗ thủng, lỗ rò

leakage *n* sự rò rỉ, chất rò rỉ

lean *iv* nghiêng về, ngả vào

lean back *v* dựa ngã lưng

lean on *v* phụ thuộc vào

leaning *n* khuynh hướng

leap *iv* nhảy lên, nhảy vọt

leap *n* sự nhảy vọt

leap year *n* năm nhuận

learn *iv* học, học tập

learned *adj* có học thức

learner *n* học trò, học viên

learning *n* sự học, kiến thức

lease *v* thuê mướn dài hạn

leash *n* dây dắt chó

least *adj* nhỏ nhất, ít nhất

leather *n* da, đồ bằng da
leave *iv* để lại; đi khỏi
leave out *v* bỏ sót
lectern *n* bục đọc kinh
lecture *n* bài giảng, thuyết giáo
ledger *n* sổ cái kế toán
leech *n* con đỉa
leftovers *n* thức ăn còn thừa
leg *n* cẳng chân; ghế
legacy *n* di sản
legal *adj* hợp pháp
legality *n* sự hợp pháp
legalize *v* hợp pháp hóa
legend *n* truyện cổ tích
legible *adj* có thể đọc được
legion *n* chiến đoàn
legislate *v* làm luật
legislation *n* pháp chế
legislature *n* cơ quan lập pháp
legitimate *adj* chính thống
leisure *n* thì giờ rãnh rỗi
lemon *n* trái chanh
lemonade *n* nước chanh
lend *iv* cho vay
length *n* chiều dài, độ dài
lengthen *v* kéo dài
lengthy *adj* dài dòng
leniency *n* tính nhân từ
lenient *adj* khoan dung
lense *n* thấu kính
Lent *n* lễ Tro (công giáo)
lentil *n* đậu lăng ti

leopard *n* con báo
leper *n* người bị bệnh hủi
leprosy *n* bệnh hủi, phong
less *adj* kém, ít hơn
lessen *v* làm giảm bớt
lesser *adj* nhỏ hơn, ít hơn
lesson *n* bài học
let *iv* để, cho, cho phép
let down *v* làm thất vọng
let go *v* vứt bỏ, bỏ đi
let in *v* cho phép vào
let out *v* cho đi ra
lethal *adj* gây chết người
letter *n* thư, văn thư
lettuce *n* rau diếp
leukemia *n* bệnh bạch cầu
level *v* làm bằng phẳng
level *n* mực
lever *n* cái đòn bẩy
leverage *n* lực của đòn bẩy
levy *n* số thuế thu được
lewd *adj* dâm đãng, dâm dục
liability *n* trách nhiệm; nợ
liable *adj* có trách nhiệm
liaison *n* sự liên lạc
liar *adj* kẻ nói dối
libel *n* lời, tội phỉ báng
liberate *v* phóng thích
liberation *n* sự giải phóng
liberty *n* sự tự do
librarian *n* quản thủ thư viện
library *n* thư viện

L

lice *n* con chấy

licence *n* giấy phép

license *v* cấp giấy phép

lick *v* liếm

lid *n* cái vung; mí mắt

lie *iv* nằm, nằm nghỉ

lie *v* ở, nằm ở vị trí nào

lie *n* thế nằm; lời nói dối

lieu (in) *n* thay cho

lieutenant *n* trung úy

life *n* đời sống, sự sống

lifeguard *n* người cứu nạn

lifeless *adj* bất tỉnh, bất động

lifestyle *n* nếp sống, lối sống

lifetime *adj* suốt cuộc đời

lift *v* nâng, nhấc, đỡ

lift off *v* cất cánh, phóng đi

lift-off *n* sự phóng tên lửa

ligament *n* dây chằng

light *iv* thắp, bật, mở đèn

light *adj* nhẹ

light *n* ánh sáng, độ sáng

lighter *n* cái bật lửa

lighthouse *n* đèn pha

lighting *n* sự thắp sáng

lightly *adv* nhẹ nhàng

lightning *n* tia chớp

lightweight *n* võ sĩ hạng nhẹ

likable *adj* đáng yêu

like *pre* giống như

like *v* thích, ưa chuộng

likelihood *n* sự có thể có

likely *adv* có thể, có lẽ

likeness *n* sự giống nhau

likewise *adv* cũng vậy

liking *n* sự ưa thích

limb *n* chi, chân, tay

lime *n* trái quất; vôi

limestone *n* đá vôi

limit *n* giới hạn, ranh giới

limit *v* hạn chế

limitation *n* sự hạn chế

limp *v* đi khập khiễng

limph *n* bạch huyết

linchpin *n* chốt trục xe

line *n* dây, đường

line up *v* xếp thành hàng

linen *n* vải lanh

linger *v* nán lại, nấn ná

lingerie *n* quần áo lót phụ nữ

lingering *adj* kéo dài

lining *n* lớp lót, lớp bọc

link *v* kết nối, nối liền

link *n* đường kết nối

lion *n* con sư tử

lioness *n* sư tử cái

lip *n* môi

liqueur *n* rượu

liquid *n* chất lỏng, dịch

liquidate *v* thanh toán

liquidation *n* sự thanh toán

liquor *n* rượu

list *v* liệt kê, lập danh sách

list *n* danh sách

listen *v* lắng nghe

listener *n* thính giả

litany *n* kinh cầu nguyện

liter *n* lít

literal *adj* bằng chữ

literally *adv* theo nghĩa đen

literate *adj* hay chữ

literature *n* văn chương

litigate *v* kiện cáo

litigation *n* sự kiện cáo

litter *n* rác rưởi

little *adj* nhỏ, bé

little bit *n* một chút xíu

little by little *adv* từng chút một

liturgy *n* nghi lễ, nghi thức

live *adj* sống động

live *v* sống, tồn tại, ở

live off *v* sống nhờ vào

live up *v* sống, cư xử theo

livelihood *n* cách sinh sống

lively *adj* sôi nổi, sinh động

liver *n* gan

livestock *n* vật nuôi, thú nuôi

livid *adj* tái mét, bầm tím

living room *n* phòng khách

lizard *n* con thằn lằn

load *v* chất, chở, bốc vác

load *n* tải trọng; vật nặng

loaded *adj* nặng; say mèm

loaf *n* ổ bánh mì

loan *v* vay, cho vay

loan *n* tiền

loathe *v* ghê tởm, chán ghét

loathing *n* sự ghê tởm

lobby *n* tiền sảnh, hành lang

lobby *v* vận động hành lang

lobster *n* tôm hùm

local *adj* địa phượng

localize *v* địa phượng hóa

locate *v* đặt ở

located *adj* ở tại

location *n* vị trí

lock *v* khóa lại; chặn lại

lock *n* khóa; chốt cửa

lock up *v* khóa cửa; phong tỏa

locker room *n* phòng khóa kín

locksmith *n* thợ sửa khóa

locust *n* con châu chấu

lodge *v* cư trú, cho ở

lodging *n* chỗ tạm trú

lofty *adj* cao ngất; cao ngạo

log *n* nhật ký hàng hải

log *v* ghi nhật ký hàng hải

log in *v* đăng nhập

log off *v* đăng xuất; rời máy

logic *n* phương pháp lô gic

logical *adj* hợp lý

loin *n* thịt lưng

loiter *v* đi thơ thẩn, la cà

loneliness *n* sự cô đơn

lonely *adv* cô đơn

loner *n* cô đơn, cô độc

lonesome *adj* xa xôi hẻo lánh

long *adj* dài, lâu dài

L

long for v mong đợi

longing n lòng ao ước

longitude n kinh độ

long-standing adj có từ lâu, lâu đời

long-term adj dài hạn

look n cái nhìn; dáng vẻ

look v nhìn, xem

look after v chăm sóc

look at v nhìn

look down v thu nhỏ lại

look for v tìm kiếm

look forward v mong đợi

look into v nhìn vào bên trong

look out v chú ý cẩn thận

look over v xem xét

looking glass n gương soi

looks n diện mạo

loom n bóng mờ

loom v hiện dần ra

loophole n kẽ hở

loose v phóng thích; tháo

loose adj lỏng lẻo; chùng

loosen v nới lỏng

loot v cướp phá, trộm cắp

loot n sự cướp bóc

lord n Chúa Trời; lãnh chúa

lordship n quyền chiếm hữu

lose iv mất, bỏ mất; bỏ lỡ

loser n người thua cuộc

loss n sự mất mát

lot adv nhiều

lotion n thuốc rửa

lots adj nhiều

lottery n cuộc xổ số

loud adj ầm ĩ, dữ dội

loudly adv ồn ào

loudspeaker n loa phóng thanh

lounge n phòng khách

louse n rận, chấy

lousy adj đầy chấy, rận

lovable adj đáng yêu

love v yêu, thương, ham

love n tình yêu; sở thích

lovely adj đáng yêu

lover n người yêu

loving adj tử tế

low adj thấp bé, thấp hèn

lower adj dưới, phần ở dưới

lowkey adj chữ thường

lowly adj thuộc cấp thấp

loyal adj trung thành

loyalty n lòng trung thành

lubricate v bôi trơn

lubrication n sự bôi trơn

lucid adj sáng suốt

luck n sự may mắn

lucky adj may mắn

lucrative adj sinh lợi

ludicrous adj buồn cười, lố lăng

luggage n hành lý

lukewarm adj hâm hẩm nóng

lull n trạng thái yên tĩnh

lumber n gỗ súc

luminous adj tỏa ánh sáng

lump *n* cục, tảng, miếng
lump together *v* gộp chung lại
lunacy *n* tình trạng mất trí
lunatic *adj* điên rồ, mất trí
lunch *n* bữa ăn trưa
lung *n* phổi
lure *v* cám dỗ, lôi cuốn
lurid *adj* tái mét; khủng khiếp
lurk *v* ẩn nấp, mai phục
lush *adj* um tùm; phì nhiêu
lust *v* ham muốn; khao khát
lust *n* khát vọng, dục vọng
lustful *adj* đầy dục vọng
luxurious *adj* xa hoa
luxury *n* sự xa hoa
lynch *v* hành hình
lynx *n* mèo rừng
lyrics *n* thơ ca trữ tình

machine *n* máy
machine gun *n* súng máy
mad *adj* điên
madam *n* bà, phu nhân
madden *v* làm phát điên vì giận
madly *adv* một cách điên rồ
madman *n* người điên

madness *n* chứng điên, loạn
magazine *n* tạp chí; ổ đạn
magic *n* ma thuật; ảo thuật
magical *adj* thuộc về ma thuật
magician *n* thuật sĩ
magistrate *n* quan tòa
magnet *n* nam châm
magnetic *adj* có từ tính
magnetism *n* từ học, từ tính
magnificent *adj* lộng lẫy
magnify *v* khuếch đại
magnitude *n* độ lớn
mahagony *n* cây dái ngựa
maid *n* người hầu gái
maiden *n* con gái chưa chồng
mail *n* thư từ, bưu phẩm
mailbox *n* thùng thư
mailman *n* người đưa thư
maim *v* bị thương
main *adj* chính
mainland *n* đất liền, đại lục
mainly *adv* phần lớn
maintain *v* duy trì
maintenance *n* sự bảo trì
majestic *adj* hùng vĩ, uy nghiêm
majesty *n* sự uy nghi
major *n* thiếu tá
major *adj* chính, quan trọng
major in *v* chuyên về (môn học)
majority *n* đa số, phần lớn
make *n* kiểu, mẫu
make *iv* gây nên, tạo nên**

L
M

make up *v* trang điểm
make up for *v* đền bù
maker *n* người chế tạo
makeup *n* mỹ phẩm trang điểm
malaria *n* bệnh sốt rét
male *n* phái nam, giống đực
malevolent *adj* có ác tâm
malice *n* ác ý, tính hiểm độc
malign *v* vu cáo, phỉ báng
malignancy *n* hành động ác độc
malignant *adj* ác độc
mall *n* trung tâm mua sắm
malnutrition *n* sự chết đói
mammal *n* động vật có vú
mammoth *n* loài voi cổ
man *n* người, con người
manage *v* quản lý; xếp đặt
manageable *adj* có thể quản lý được
management *n* việc quản lý
manager *n* người quản lý
mandate *n* sự ủy nhiệm; lệnh
mandatory *adj* bắt buộc
maneuver *n* cuộc thao diễn
manger *n* máng ăn
mangle *v* làm hư, làm hỏng
manhandle *v* cư xử thô bạo
manhunt *n* sự săn lùng
maniac *adj* gàn dở, điên
manifest *v* biểu lộ, biểu thị
manipulate *v* điều khiển
mankind *n* nhân loại
manliness *n* nam tính

M

manly *adj* nam tính
manner *n* cách thức; thái độ
manners *n* cách cư xử
manpower *n* nhân lực
mansion *n* lâu đài
manslaughter *n* tội ngộ sát
manual *n* sách hướng dẫn
manual *adj* làm bằng tay
manufacture *v* chế tạo, sản xuất
manure *n* phân thú vật
manuscript *n* bản thảo viết tay
many *adj* nhiều, lắm
map *n* bản đồ
marble *n* đá cẩm thạch
march *v* bước đều
march *n* cuộc hành quân
March *n* tháng Ba
mare *n* ngựa cái, lừa cái
margin *n* biên; phần dự phòng
marginal *adj* biên tế
marine *adj* thuộc về hàng hải
marital *adj* thuộc về hôn nhân
mark *n* dấu, dấu hiệu
mark *v* đánh dấu; cho điểm
mark down *v* giảm giá
marker *n* người ghi điểm
market *n* chợ, thị trường
marksman *n* nhà thiện xạ
marmalade *n* mứt cam
marriage *n* hôn nhân
married *adj* kết hôn
marrow *n* bí ngô; tủy

marry *v* kết hôn

Mars *n* sao hỏa

marshal *n* thống chế

martyr *n* người tử vì đạo

martyrdom *n* sự chết vì đạo

marvel *n* sự kỳ diệu

marvelous *adj* kỳ diệu

marxist *adj* người mác xít

masculine *adj* thuộc về giống đực

mash *v* nghiền; ẩm, ủ

mask *n* mặt nạ, khẩu trang

masochism *n* bệnh loạn dâm

mason *n* thợ nề, thợ hồ

masquerade *v* cải trang

mass *n* tảng; khối lượng

massacre *n* cuộc tàn sát

massage *n* sự xoa bóp

massage *v* xoa bóp

massive *adj* to lớn, đồ sộ

mast *n* cột buồm

master *n* ông chủ; thước mẫu

master *v* làm chủ; khắc phục

mastermind *n* người tài năng

mastermind *v* lãnh đạo

masterpiece *n* kiệt tác

mastery *n* quyền chỉ huy

mat *n* tấm lót; khuôn in

match *n* cuộc thi đấu; que diêm

match *v* tương hợp

mate *n* bạn, bạn nghề

material *n* vật liệu; vải

materialism *n* chủ nghĩa duy vật

maternal *adj* thuộc về mẹ

maternity *n* nhà hộ sanh

math *n* toán, toán học

matriculate *v* ghi tên gia nhập

matrimony *n* đời sống vợ chồng

matter *n* chất; vấn đề quan trọng

mattress *n* nệm, đệm

mature *adj* chín (quả); chín chắn

maturity *n* độ chín (quả)

maul *v* đánh đập tàn nhẫn

maxim *n* châm ngôn

maximum *adj* tối đa

May *n* tháng Năm

may *iv* có thể, được phép

may-be *adv* có thể, có lẽ

mayor *n* thị trưởng

maze *n* mê cung; rối rắm

meadow *n* đồng cỏ, bãi cỏ

meager *adj* gầy; đạm bạc

meal *n* bữa ăn

mean *iv* nghĩa là, có nghĩa là

mean *adj* trung bình

meaning *n* nghĩa, ý nghĩa

meaningful *adj* có ý nghĩa

meaningless *adj* vô nghĩa

meanness *n* tính hèn hạ

means *n* phương tiện

meantime *adv* trong khi đó

meanwhile *adv* trong khi chờ đợi

measles *n* bệnh sởi, ban đỏ

measure *v* đo, đo lường

measurement *n* sự đo lường

meat *n* thịt, cùi (quả)

meatball *n* thịt viên

mechanic *n* công nhân cơ khí

mechanism *n* cơ cấu, cơ chế

mechanize *v* cơ giới hóa

medal *n* huy chương

medallion *n* huân chương

meddle *v* can thiệp vào

mediate *v* hòa giải

mediator *n* người dàn xếp

medication *n* thuốc, dược phẩm

medicinal *adj* thuộc về thuốc

medicine *n* thuốc, dược phẩm

mediocre *adj* kém, tồi

mediocrity *n* sự kém cõi

meditate *v* suy nghĩ, trầm tư

medium *adj* trung bình, vừa

meek *adj* ngoan ngoãn

meekness *n* sự phục tùng

meet *iv* gặp, tiếp đón

meeting *n* cuộc họp mặt

melancholy *n* sự u sầu

mellow *adj* chín mọng, ngọt dịu

mellow *v* làm cho chín

melodic *adj* du dương

melody *n* âm điệu du dương

melon *n* dưa

melt *v* nấu chảy

member *n* hội viên, thành viên

membership *n* tư cách hội viên

membrane *n* màng

memento *n* vật kỷ niệm, hồi ức

M

memo *n* bản ghi nhớ

memoirs *n* hồi ký

memorable *adj* đáng ghi nhớ

memorize *v* ghi nhớ

memory *n* trí nhớ, ký ức

men *n* nhiều người đàn ông

menace *n* sự đe dọa

mend *v* vá, vá víu, sửa chữa

menopause *n* thời kỳ mãn kinh

mental *adj* thuộc về tâm thần

mentality *n* tính khí

mentally *adv* thuộc về tâm thần

mention *v* nêu lên, đề cập đến

mention *n* sự nhắc đến

menu *n* thực đơn

merchandise *n* hàng hóa

merchant *n* nhà buôn, lái buôn

merciful *adj* khoan dung

merciless *adj* vô tình, tàn nhẫn

mercury *n* thủy ngân; sao Thủy

mercy *n* lòng từ bi, nhân từ

merely *adv* chẳng qua là, chỉ là

merge *v* sáp nhập

merger *n* sự hợp nhất

merit *n* giá trị, công lao

merit *v* xứng đáng

mermaid *n* mỹ nhân ngư

merry *adj* vui vẻ

mesh *n* mắt lưới, lỗ rây

mesmerize *v* thôi miên, mê hoặc

mess *n* tình trạng lộn xộn

mess around *v* làm lộn xộn

mess up *v* làm rối ren, lộn xộn

message *n* thông điệp

messenger *n* sứ giả, phát thư

Messiah *n* Chúa Cứu Thế

messy *adj* hỗn độn, rối rắm

metal *n* kim loại

metallic *adj* thuộc về kim loại

metaphor *n* phép ẩn dụ

meteor *n* sao sa, sao băng

meter *n* mét; dụng cụ để đo

method *n* phương pháp

methodical *adj* có phương pháp

meticulous *adj* tỉ mỉ, cẩn thận

metric *adj* thuộc về mét

metropolis *n* thủ đô, thủ phủ

Mexican *adj* thuộc về Mễ tây cơ

mice *n* chuột

microbe *n* vi trùng, vi sinh vật

microphone *n* micrô, máy vi âm

microscope *n* kính hiển vi

microwave *n* vi ba

midair *n* giữa không trung

midday *n* giữa trưa

middle *n* giữa, chỗ giữa

middleman *n* người trung gian

midget *n* người lùn

midnight *n* mười hai giờ khuya

midsummer *n* giữa mùa hạ

midwife *n* bà mụ, nữ hộ sinh

mighty *adj* mạnh, hùng mạnh

migraine *n* chứng nhức đầu

migrant *n* người di cư

migrate *v* di cư, di trú

mild *adj* dịu nhẹ, ôn hòa

mildew *n* nấm mốc

mile *n* dặm Anh

mileage *n* số dăm đã đi

milestone *n* cột mốc

militant *adj* chiến đấu

milk *n* sữa

milky *adj* thuộc về sữa

mill *n* cối xay, máy xay

millennium *n* thiên niên kỷ

milligram *n* miligam

millimeter *n* milimét

million *n* triệu

millionaire *n* triệu phú

mime *v* bắt chước

mince *v* băm, thái nhỏ

mincemeat *n* thịt băm, nhân bánh

mind *v* lưu ý; chăm sóc

mind *n* tinh thần, tâm trí

mind-boggling *adj* không thể tin được

mindful *adj* quan tâm, chú ý

mindless *adj* không quan tâm

mine *n* mỏ

mine *v* đào mỏ, khai mỏ

mine *pro* của tôi

minefield *n* bãi mìn

miner *n* thợ mỏ, lính đánh mìn

mineral *n* quặng, khoáng sản

mingle *v* trộn, trộn lẫn, pha trộn

miniature *n* bức tranh nhỏ

minimize *v* thu nhỏ

minimum *n* tối thiểu

miniskirt *n* váy ngắn

minister *n* tổng trưởng; mục sư

minister *v* giúp đỡ; làm mục vụ

ministry *n* bộ

minor *adj* nhỏ; vị thành niên

minority *n* thiểu số

mint *n* cây bạc hà

mint *v* cố gắng

minus *adj* trừ

minute *n* phút

miracle *n* phép lạ

miraculous *adj* có phép lạ

mirage *n* ảo ảnh

mirror *n* gương soi

misbehave *v* cư xử không đúng

miscalculate *v* tính toán sai

miscarriage *n* sự thất lạc

miscarry *v* lạc địa chỉ; sai lầm

mischief *n* điều ác; điều hại

mischievous *adj* có hại

misconduct *n* quan niệm sai lầm

misconstrue *v* hiểu sai

misdemeanor *n* việc làm sai trái

miser *n* người hà tiện

miserable *adj* cực khổ

misery *n* sự khốn khổ

misfit *n* sự bất hạnh, rủi ro

misfortune *n* điều không may

misgiving *n* sự nghi ngờ

misguided *adj* dẫn đến sai lầm

misinterpret *v* giải thích sai

misjudge *v* xét đoán

mislead *v* chỉ sai đường

misleading *adj* làm cho sai lạc

mismanage *v* quản lý tồi

misplace *v* đặt không đúng chỗ

misprint *n* lỗi in

miss *v* bỏ qua, bỏ sót

miss *n* cô; sự vắng mặt

missile *n* hỏa tiễn

missing *adj* thiếu; vắng

mission *n* sứ mệnh; nhiệm vụ

missionary *n* nhà truyền giáo

mist *n* sương mù; hơi nước

mistake *iv* phạm sai lầm

mistake *n* lỗi, sự sai lầm

mistaken *adj* sai lầm; hiểu sai

mister *n* ông

mistreat *v* ngược đãi

mistreatment *n* sự ngược đãi

mistress *n* bà chủ; bà

mistrust *n* sự ngờ vực

mistrust *v* nghi ngờ, ngờ vực

misty *adj* mù sương; mơ hồ

misunderstand *v* hiểu sai

misuse *n* sự dùng sai

mitigate *v* giảm nhẹ; làm dịu bớt

mix *v* pha trộn

mixed-up *adj* rối trí

mixer *n* máy trộn

mixture *n* hỗn hợp

mix-up *n* cuộc ẩu đả

moan *v* rên, rên rỉ

moan *n* tiếng rên

mob *v* tụ tập

mob *n* đám đông

mobile *adj* di động

mobilize *v* động viên

mobster *n* kẻ cướp

mock *v* chế giễu, chế nhạo

mockery *n* sự, lời chế giễu

mode *n* kiểu; phương cách

model *n* kiểu mẫu; mẫu

moderate *adj* ôn hòa; trung bình

moderation *n* tính ôn hòa

modern *adj* hiện đại, mới

modernize *v* hiện đại hóa

modest *adj* khiêm tốn

modesty *n* tính khiêm tốn

modify *v* làm thay đổi

module *n* mô đun; cấu kiện

moisten *v* làm ẩm

moisture *n* sự làm ẩm

molar *n* răng hàm

mold *v* nặn, đúc

mold *n* loại nấm sinh mốc

moldy *adj* đầy mốc meo

mole *n* chuột chũi; cầu tàu

molecule *n* phân tử

molest *v* quấy rầy

mom *n* mẹ

moment *n* chốc; thời điểm

momentarily *adv* trong chốc lát

momentous *adj* quan trọng

monarch *n* vua, quốc vương

monarchy *n* chế độ quân chủ

monastery *n* nhà tu, tu viện

monastic *adj* thuộc về tu viện

Monday *n* thứ Hai

money *n* tiền, tiền bạc

money order *n* ngân phiếu

monitor *v* theo dõi

monk *n* thầy tu

monkey *n* con khỉ

monologue *n* độc thoại

monopolize *v* độc quyền

monopoly *n* chế độ độc quyền

monotonous *adj* đơn điệu

monotony *n* sự đơn điệu

monster *n* quái vật

monstrous *adj* quái dị; tàn ác

month *n* tháng

monthly *adv* hàng tháng

monument *n* đài kỷ niệm

monumental *adj* vĩ đại, đồ sộ

mood *n* tâm trạng; lối, thức

moody *adj* tính khí thất thường

moon *n* mặt trăng

moor *v* buộc; neo, cập bến

mop *v* rửa, cọ; quét sạch

moral *adj* thuộc về đạo đức

moral *n* tinh thần; đạo đức

morality *n* đạo đức

more *adj* hơn

moreover *adv* hơn nữa, ngoài ra

morning *n* buổi sáng

moron *n* người khờ đại

M

morphine *n* mocphin
morsel *n* miếng, mẩu
mortal *adj* chết, phải chết
mortality *n* cái chết
mortar *n* vữa, hồ; cối
mortgage *n* cầm cố, thế chấp
mortification *n* sự sỉ nhục
mortify *v* làm nhục; bị hoại thư
mortuary *n* nhà xác
mosaic *n* khảm
mosque *n* nhà thờ Hồi giáo
mosquito *n* con muỗi
moss *n* rêu
most *adj* gần như, hầu như
mostly *adv* phần lớn là
motel *n* khách sạn
moth *n* bướm đêm
mother *n* mẹ
motherhood *n* tình mẫu tử
mother-in-law *n* mẹ chồng
motion *n* kiến nghị; hành trình
motionless *adj* bất động
motivate *v* thúc đẩy, tác động
motive *n* mục đích
motor *n* động cơ
motorcycle *n* xe gắn máy
motto *n* khẩu hiệu
mouldy *adj* bị mốc meo
mount *n* núi nhỏ; khung; giá
mount *v* đi lên; đóng khung
mountain *n* núi
mountainous *adj* có nhiều núi

mourn *v* than khóc; để tang
mourning *n* sự buồn rầu
mouse *n* chuột
mouth *n* miệng, mồm, mõm
move *v* di chuyển; chuyển đổi
move *n* sự di chuyển
move back *v* lùi, kéo lùi lại
move forward *v* tiến lên
move out *v* dọn nhà đi
move up *v* trèo lên, chuyển lên
movement *n* sự chuyển động
movie *n* phim, điện ảnh
mow *v* cắt cỏ
much *adv* nhiều
mucus *n* chất nhầy
mud *n* bùn, bùn lầy; cặn
muddle *n* tình trạng mất trật tự
muddy *adj* bùn lầy; đục; xỉn
muffle *v* bọc, ủ, quấn
muffler *n* khăn quàng
mug *n* ca, cốc, vại
mug *v* cướp
mugging *n* trấn lột
mule *n* con la; máy xe chỉ
multiple *adj* nhiều mặt
multiplication *n* toán nhân
multiply *v* nhân lên
multitude *n* vô số
mumble *v* nói lầu bầu
mummy *n* mẹ
mumps *n* bệnh quai bị
munch *v* nhai trệu trạo

M

munitions *n* đạn dược
murder *n* tội giết người
murderer *n* kẻ sát nhân
murky *adj* tối tăm, u ám
murmur *v* nói thì thầm
murmur *n* tiếng thì thầm
muscle *n* cơ, bắp thịt
museum *n* viện bảo tàng
mushroom *n* nấm
music *n* âm nhạc
musician *n* nhà soạn nhạc
Muslim *adj* thuộc về Hồi giáo
must *iv* phải, cần phải
mustache *n* râu mép, ria
mustard *n* mù tạc
muster *v* tập họp, tập trung
mutate *v* hoán đổi
mute *adj* câm, lặng thinh
mutilate *v* cắt, xẻo
mutiny *n* cuộc nổi loạn
mutually *adv* hỗ tương
muzzle *v* bịt mõm
muzzle *n* rọ, đai bịt mõm
my *adj* của tôi
myopic *adj* cận thị
myself *pro* chính tôi, tự tôi
mysterious *adj* bí ẩn
mystery *n* điều huyền bí
mystic *adj* huyền bí, bí ẩn
mystify *v* làm cho có vẻ bí mật
myth *n* chuyện thần thoại

nag *v* đay nghiến
nagging *adj* hay rầy la
nail *n* móng tay; cái đinh
naive *adj* ngây thơ, khờ khạo
naked *adj* trần truồng
name *n* tên
namely *adv* có nghĩa là, tức là
nanny *n* vú nuôi, vú em
nap *n* giấc ngủ trưa
napkin *n* khăn ăn
narcotic *n* thuốc mê, thuốc ngủ
narrate *v* kể lại, thuật lại
narrow *adj* hẹp, chật, hẹp hòi
narrowly *adv* một cách chật chội
nasty *adj* khó chịu, buồn nôn
nation *n* quốc gia, nước
national *adj* thuộc về quốc gia
nationality *n* quốc tịch
nationalize *v* nhập tịch
native *adj* thuộc nơi sinh
natural *adj* tự nhiên
naturally *adv* một cách tự nhiên
nature *n* thiên nhiên
naughty *adj* cứng đầu
nausea *n* buồn nôn
nave *n* đùm trục, ổ trục
navel *n* rốn
navigate *v* điều khiển tàu
navigation *n* lái tàu, máy bay

navy *n* hải quân
navy blue *adj* màu xanh thẫm
near *pre* gần, ở gần
nearby *adj* gần bên, bên cạnh
nearly *adv* gần như, hầu như
nearsighted *adj* cận thị
neat *adj* sạch sẽ, gọn gàng
neatly *adv* một cách ngăn nắp
necessary *adj* cần thiết
necessitate *v* cấn đến
necessity *n* sự cần thiết
neck *n* cổ, cổ áo
necklace *n* chuỗi hạt
necktie *n* cà vạt
need *v* cần, đỏi hỏi
need *n* nhu cầu
needle *n* cây kim
needless *adj* không cần
needy *adj* nghèo túng
negative *adj* tiêu cực
neglect *v* xao lãng
neglect *n* sự xao lãng
negligence *n* sự xao lãng
negligent *adj* cẩu thả, lơ đễnh
negotiate *v* thương lượng
negotiation *n* sự thương lượng
neighbor *n* người hàng xóm
neighborhood *n* hàng xóm
neither *adj* không có cái nào
neither *adv* cũng không
nephew *n* cháu
nerve *n* dây thần kinh, nghị lực

nervous *adj* thuộc thần kinh
nest *n* tổ, ổ
net *n* lưới
Netherlands *n* nước Hòa Lan
network *n* mạng lưới
neurotic *adj* thuộc thần kinh
neutral *adj* trung lập, trung hòa
neutralize *v* trung lập hóa
never *adv* không bao giờ
nevertheless *adv* tuy nhiên
new *adj* mới
newborn *n* sơ sinh
newcomer *n* người mới đến
newly *adv* vừa mới
newlywed *adj* mới kết hôn
news *n* tin tức
newscast *n* sự quảng bá
newsletter *n* bản tin nội bộ
newspaper *n* nhật báo
newsstand *n* sạp bán báo
next *adj* tiếp sau, kế
next door *adj* nhà bên cạnh
nibble *v* gặm, nhấm, rỉa
nice *adj* tốt, đẹp
nickel *n* kền, niken
nickname *n* biệt danh
nicotine *n* ni cô tin
niece *n* cháu gái
night *n* ban đêm
nightfall *n* chập tối
nightgown *n* áo ngủ
nightingale *n* chim sơn ca

nightmare *n* cơn ác mộng

nine *adj* chín

nineteen *adj* thứ mười chín

ninety *adj* chín mươi

ninth *adj* thứ chín

nip *n* cái véo; ly rượu nhỏ

nip *v* véo, cấu, cắn

nipple *n* núm vú

nitpicking *adj* xoi mói

nitrogen *n* ni tơ

nobility *n* giới; tính cao quý

noble *adj* quý phái, cao quý

nobleman *n* nhà quý tộc

nobody *pro* không người nào

nocturnal *adj* về đêm

nod *v* gật đầu chào

noise *n* tiếng động, tiếng ồn

noisily *adv* ồn ào

noisy *adj* ồn ào, huyên náo

nominate *v* đề cử, chỉ định

none *pre* không ai, không gì

nonetheless *c* tuy nhiên

nonsense *n* vô nghĩa, vô lý

nonstop *adv* không ngừng

noon *n* buổi trưa

noose *n* dây thòng lọng

no one *pro* không một ai

nor *c* mà..., và...

norm *n* quy tắc, tiêu chuẩn

normal *adj* bình thường

normalize *v* bình thường hóa

normally *adv* bình thường

north *n* hướng bắc

northeast *n* đông bắc

northern *adj* thuộc phía bắc

northerner *n* người miền bắc

Norway *n* nước Na Uy

Norwegian *adj* thuộc về Na Uy

nose *n* mũi

nosedive *v* sự bổ nhào

nostalgia *n* nỗi nhớ nhà

nostril *n* lỗ mũi

nosy *adj* có mũi to

not *adv* không

notable *adj* nổi tiếng, trứ danh

notably *adv* đặc biệt là

notary *n* chưởng khế

notation *n* ký hiệu

note *v* ghi chú, ghi nhớ

notebook *n* sổ tay

noteworthy *adj* đáng chú ý

nothing *n* không có gì cả

notice *v* báo trước

notice *n* thư thông báo

noticeable *adj* đáng chú ý

notification *n* sự thông báo

notify *v* thông báo

notion *n* khái niệm, ý niệm

notorious *adj* hiển nhiên

noun *n* danh từ

nourish *v* nuôi dưỡng; ấp ủ

nourishment *n* sự nuôi dưỡng

novel *n* tiểu thuyết

novelist *n* tiểu thuyết gia

N

novelty *n* hàng mới lạ
November *n* tháng Mười Một
novice *n* người mới vào nghề
now *adv* bây giờ, lúc này
nowadays *adv* trong thời buổi này
nowhere *adv* không nơi nào
noxious *adj* độc hại, nguy hại
nozzle *n* miệng, vòi
nuance *n* sắc thái
nuclear *adj* hạt nhân
nude *adj* trần truồng
nudity *n* sự khỏa thân
nuisance *n* điều bực mình
null *adj* không có hiệu lực
nullify *v* vô hiệu hóa
numb *adj* tê, tê cóng, tê liệt
number *n* số, số lượng
numbness *n* tình trạng tê cóng
numerous *adj* nhiều, đông đảo
nun *n* nữ tu sĩ
nurse *n* y tá, điều dưỡng
nurse *v* cho bú; nuôi dưỡng
nursery *n* nhà trẻ
nurture *v* nuôi nấng
nut *n* trái hạch; hạt
nutrition *n* sự dinh dưỡng
nutritious *adj* có chất bổ dưỡng
nut-shell *n* vỏ trái hạch
nutty *adj* say mê

oak *n* cây sồi
oar *n* mái chèo; ay chèo
oasis *n* ốc đảo
oath *n* lời thề
oatmeal *n* bột yến mạch
obedience *n* sự vâng lời
obedient *adj* vâng lời, dễ bảo
obese *adj* béo phì
obey *v* vâng lời, nghe lời
object *n* mục đích
object *v* phản đối, phản bác
objection *n* sự phản đối, bác bỏ
objective *n* khách quan
obligate *v* bắt buộc, ép buộc
obligation *n* nghĩa vụ; món nợ
obligatory *adj* bắt buộc
oblige *v* bắt buộc, ép buộc
obliged *adj* mang ơn, cám ơn
oblique *adj* nghiêng, xiên, xéo
obliterate *v* xóa, bôi, tẩy, làm tắc
oblivion *n* sự lãng quên
oblivious *adj* bị quên lãng
oblong *adj* hình thuôn
obnoxious *adj* khả ố; xấu xa
obscene *adj* bẩn thỉu, ghê tởm
obscenity *n* sự trụy lạc, dâm ô
obscure *adj* tối tăm; tối nghĩa
obscurity *n* bóng tối
observation *n* sự quan sát

N O

observatory *n* đài thiên văn

observe *v* quan sát; tuân thủ

obsess *v* ám ảnh

obsession *n* sự ám ảnh

obsolete *adj* quá hạn, lỗi thời

obstacle *n* chướng ngại vật

obstinacy *n* sự bướng bỉnh

obstinate *adj* bướng bỉnh

obstruct *v* ngăn cản, trì hoãn

obstruction *n* sự ngăn cản

obtain *v* nhận được

obvious *adj* rõ ràng, rành mạch

obviously *adv* một cách hiển nhiên

occasion *n* cơ hội, thời cơ

occasionally *adv* thỉnh thoảng

occult *adj* huyền bí, thần bí

occupant *n* người thuê nhà

occupation *n* nghề nghiệp

occupy *v* chiếm giữ

occur *v* xảy ra, nảy sinh

ocean *n* đại dương

October *n* tháng Mười

octopus *n* con bạch tuộc

occurrence *n* việc xảy ra

odd *adj* lẻ; tình cờ

oddity *n* người, việc lạ lùng

odds *n* sự chênh lệch, so le

odious *adj* ghê tởm, khả ố

odometer *n* hành trình kế

odor *n* mùi, hương vị

odyssey *n* cuộc phiêu lưu

of *pre* của, bằng

off *adv* khỏi, ra khỏi

offend *v* xúc phạm, vi phạm

offense *n* sự sỉ nhục, đau lòng

offensive *adj* sỉ nhục, chọc giận

offer *v* tặng, biếu; đề nghị

offer *n* sự tặng; lễ vật

offering *n* đồ tặng, biếu

office *n* văn phòng; chức vụ

officer *n* sĩ quan; viên chức

official *adj* chính thức

officiate *v* làm nhiệm vụ

offset *v* bù trừ

offspring *n* giòng dõi con cái

off-the-record *adj* không ghi hồ sơ

often *adv* thường thường

oil *n* dầu, nhiên liệu

ointment *n* thuốc mỡ

okay *adv* được, đồng ý

old *adj* già; cũ, cổ, xưa

old age *n* tuổi già

old-fashioned *adj* lỗi thời

olive *n* trái ô liu

olympics *n* thế vận hội

omelette *n* trứng tráng

omen *n* điềm xấu, điềm gở

ominous *adj* có triệu chứng xấu

omission *n* sự bỏ sót, bỏ quên

omit *v* bỏ sót, bỏ quên

on *pre* trên, ở trên

once *adv* một lần, có một lần

once *c* ngay khi

one *adj* một, số một

O

oneself *pre* bản thân, tự mình

ongoing *adj* đang xảy ra

onion *n* cây hành, củ hành

onlooker *n* người xem

only *adv* chỉ, duy nhất

onset *n* sự khởi đầu

onslaught *n* sự công kích

onwards *adv* trở lên

opaque *adj* mờ đục

open *v* mở, công khai

open *adj* mở ra, trải ra

open up *v* thiết lập; cung cấp

opening *n* khe hở; sự mở

open-minded *adj* cởi mở

opera *n* nhạc kịch

operate *v* làm việc, hoạt động

operation *n* sự vận hành; thao tác

opinion *n* ý kiến, quan điểm

opinionated *adj* cố chấp, ngoan cố

opium *n* nha phiến

opponent *n* địch thủ, đối thủ

opportune *adj* thích hợp

opportunity *n* cơ hội, thời cơ

oppose *v* chống đối

opposite *adj* trước mặt

opposite *adv* đối diện

opposite *n* điều trái ngược lại

opposition *n* sự phản đối; phe

oppress *v* đè nén

oppression *n* sự đàn áp, áp bức

opt for *v* chọn lựa

optical *adj* thuộc về thị giác

optimism *n* chủ nghĩa lạc quan

optimistic *adj* lạc quan

option *n* quyền lựa chọn

optional *adj* tùy chọn, tự chọn

opulence *n* sự giàu có, sung túc

or *c* hay là

oracle *n* lời tiên tri, sấm

orally *adv* bằng miệng

orange *n* trái cam

orangutan *n* con đười ươi

orbit *n* quỹ đạo; phạm vi

orchard *n* vườn cây ăn quả

orchestra *n* ban nhạc, dàn nhạc

ordain *v* quy định, chỉ thị

ordeal *n* sự thử thách

order *n* trật tự; thứ tự; lệnh

ordinarily *adv* thông thường

ordinary *adj* thông thường

ore *n* quặng

organ *n* đàn organ

organism *n* cơ thể; cơ quan

organization *n* tổ chức

organize *v* tổ chức, cấu tạo

orient *n* phương Đông

orientation *n* sự định hướng

oriented *adj* quay về

origin *n* nguồn gốc

original *adj* ban đầu; mới lạ

originally *adv* nguyên thủy

originate *v* bắt nguồn từ

ornament *n* sự trang trí

ornamental *adj* để trang hoàng

orphan *n* trẻ mồ côi
orphanage *n* nhà nuôi trẻ mồ côi
orthodox *adj* chính thống
ostentatious *adj* khoe khoang
ostrich *n* con đà điểu
other *adj* khác, bên kia
otherwise *adv* cách khác
otter *n* con rái cá
ought to *iv* phải, có bổn phận
ounce *n* đơn vị trọng lượng
our *adj* của chúng ta
ours *pro* cái của chúng ta
ourselves *pro* chính chúng tôi
oust *v* đuổi; thâu đoạt
out *adv* ngoài, bên ngoài
outbreak *n* sự bùng nổ
outburst *n* sự phun lửa
outcast *n* người bị ruồng bỏ
outcome *n* hậu quả, kết quả
outcry *n* phản đối kịch liệt
outdated *adj* quá hạn, lỗi thời
outdo *v* vượt hẳn, thắng
outdoor *adv* ngoài trời
outdoors *adv* bên ngoài
outer *adj* bên ngoài
outfit *n* thiết bị, trang bị
outgoing *adj* ra đi, rời khỏi
outgrow *v* sinh trưởng nhanh
outing *n* cuộc đi chơi
outlast *v* tồn tại lâu hơn
outlet *n* cửa cống
outline *n* đường viền

outline *v* phác họa
outlive *v* sống lâu hơn
outlook *n* viễn cảnh
outmoded *adj* quá hạn, lỗi thời
outnumber *v* đông hơn
outpatient *n* bệnh nhân ngoại trú
outpouring *n* sự đổ ra
output *n* xuất liệu
outrage *n* sự xúc phạm
outrageous *adj* bị lăng nhục
outright *adj* chạy nhanh hơn
outrun *v* hoàn toàn, rõ ràng
outset *n* ngay từ ban đầu
outshine *v* chiếu sáng rực rỡ
outside *adv* bề ngoài, bên ngoài
outsider *n* người ngoài cuộc
outskirts *n* ngoại ô
outspoken *adj* nói thẳng thừng
outstanding *adj* nổi bật
outstretched *adj* sải dài tay chân
outward *adj* bề ngoài; nông cạn
outweigh *v* cân quá nặng
oval *adj* hình bầu dục
ovary *n* buồng trứng
ovation *n* sự hoan hô
oven *n* lò
over *pre* bên trên, khắp
overall *adv* toàn thể, toàn bộ
overbearing *adj* kiêu căng
overboard *adv* qua mạn tàu
overcast *adj* phủ đầy mây
overcharge *v* chở quá tải

overcoat *n* áo khoác ngoài

overcome *v* vượt qua

overcrowded *adj* quá đông người

overdo *v* làm quá mức

overdone *adj* mệt lử; quá nhừ

overdose *n* dùng thuốc quá liều

overdue *adj* quá hạn

overestimate *v* đánh giá quá cao

overflow *v* đầy tràn, lai láng

overhaul *v* đại tu; tái cấu trúc

overlap *v* trùng lặp

overlook *v* trông xuống

overnight *adv* qua đêm

overpower *v* áp đảo

overrate *v* đánh giá quá cao

override *v* áp đảo; gạt bỏ

overrule *v* cai trị, thống trị

overrun *v* tràn qua; vượt quá

overseas *adv* hải ngoại

oversee *v* giám sát, quản lý

overshadow *v* che mát

oversight *n* giám sát

overstate *v* nói quá lời

overstep *v* vượt quá giới hạn

overtake *v* đuổi kịp; vượt

overthrow *v* lật đổ, thắng

overthrow *n* sự lật đổ

overtime *adv* giờ làm thêm

overturn *v* lật nhào; bác bỏ

overview *n* cái nhìn tổng quát

overweight *adj* quá trọng lượng

overwhelm *v* đè bẹp

owe *v* chịu ơn; mắc nợ

owing to *adv* do đó, bởi vì

owl *n* người hay cau có

own *v* của mình

own *adj* sở hữu

owner *n* sở hữu chủ

ownership *n* sự sở hữu

ox *n* con bò đực

oxen *n* nhiều bò đực

oxygen *n* ô xy

oyster *n* trai, sò

P

pace *v* bước; tốc độ

pace *n* đi từng bước

pacify *v* bình định, hòa giải

pack *v* vô bao, đóng kiện

package *n* kiện hàng, gói

pact *n* hiệp ước

pad *v* miếng đệm

padding *n* sự đệm, lót, độn

paddle *n* sự chèo xuồng

pagan *adj* người tà đạo

page *n* trang sách; tiểu đồng

pail *n* cái thùng, cái xô

pain *n* cơn đau

painful *adj* đau khổ, vất vả

painkiller *n* thuốc giảm đau

painless *adj* không đau đớn

paint *n* sơn, thuốc màu

paint *v* quét sơn; vẽ

paintbrush *n* bút vẽ, cọ

painter *n* họa sĩ; thợ sơn

painting *n* bức tranh

pair *n* đôi, cặp

pajamas *n* quần áo ngủ

pal *n* bạn

palace *n* cung, điện, lâu đài

palate *n* vòm miệng

pale *adj* tái, nhợt nhạt

paleness *n* sự tái xanh

palm *n* cây cọ; lòng

palpable *adj* sờ mó được

paltry *adj* không đáng kể

pamper *v* nuông chiều

pamphlet *n* cuốn sách nhỏ

pan *n* soong; đĩa cân

pancreas *n* tụy, tuyến tụy

pander *n* kẻ ma cô, dắt gái

pang *n* sự đau đớn

panic *n* sự kinh hoàng

panorama *n* bức tranh toàn cảnh

panther *n* con báo

pantry *n* chạn bát đĩa

pants *n* quần dài

pantyhose *n* quần bó ống

paper *n* giấy; giấy tờ

paperclip *n* cái kẹp giấy

paperwork *n* công việc văn phòng

parable *n* truyện ngụ ngôn

parachute *n* cái dù bọc gió

parade *n* cuộc diễn hành

paradise *n* thiên đàng

paradox *n* nghịch lý

paragraph *n* đoạn văn

parakeet *n* con vẹt đuôi dài

parallel *n* đường song song

paralysis *n* chứng bại liệt

paralyze *v* làm tê liệt

parameters *n* thông số, tham số

paramount *adj* cao tột đỉnh

parasite *n* ký sinh trùng

paratrooper *n* lính nhảy dù

parcel *n* gói hàng; mảnh đất

parcel post *n* bưu kiện

parch *v* rang

parchment *n* giấy da, thư

pardon *v* xin lỗi, tha lỗi

pardon *n* sự tha lỗi, ân xá

parenthesis *n* dấu ngoặc đơn

parents *n* cha mẹ

parish *n* giáo xứ, xứ đạo

parity *n* sự ngang nhau

park *v* công viên

park *n* đậu xe

parking *n* sự đậu xe

parliament *n* nghị viên Anh

parochial *adj* thuộc về giáo xứ

parrot *n* con vẹt

parsley *n* rau mùi tây

parsnip *n* cây củ cải

P

part *n* phần; bộ phận
part *v* chia ra từng phần
partial *adj* từng phần; thiên vị
partially *adv* một phần
participate *v* tham gia, tham dự
participation *n* sự tham gia
participle *n* động tính từ
particle *n* phần nhỏ
particular *adj* đặc biệt, đặc thù
particularly *adv* đặc biệt là
parting *n* sự chia ly
partisan *n* đảng phái
partition *n* vách ngăn
partly *adv* một phần
partner *n* người hùn vốn
partnership *n* sự hợp tác
partridge *n* chim đa đa
party *n* buổi tiệc; đảng
pass *n* đèo; eo biển
pass *v* đi qua; thi đậu
pass around *v* luân chuyển
pass away *v* mất, qua đời
pass out *v* bất tỉnh, chết
passage *n* đường dẫn
passenger *n* hành khách
passer-by *n* khách qua đường
passion *n* sự đam mê
passionate *adj* sôi nổi, nồng nàn
passive *adj* thụ động; tiêu cực
passport *n* giấy thông hành
password *n* khẩu lệnh
past *adj* quá khứ, dĩ vãng

paste *v* bột nhồi, bột nhão
paste *n* dán
pasteurize *v* diệt trùng
pastime *n* trò tiêu khiển, giải trí
pastor *n* người chăn cừu
pastry *n* bột nhồi, bánh ngọt
pasture *n* cỏ, đồng cỏ
pat *n* cái vỗ nhẹ
patch *n* miếng vá; đốm
patch *v* vá, vá víu, chắp vá
patent *n* bằng sáng chế
patent *adj* có bằng sáng chế
paternity *n* tư cách làm cha
path *n* đường mòn
pathetic *adj* thảm thiết, lâm ly
patience *n* sự kiên nhẫn
patient *adj* kiên nhẫn
patio *n* mái hiên
patriarch *n* tộc trưởng
patrimony *n* di sản kế thừa
patriot *n* người yêu nước
patriotic *adj* có lòng yêu nước
patrol *n* tuần tiễu, đi tuần
patron *n* người bảo hộ
patronage *n* sự bảo trợ
patronize *v* bảo trợ, đỡ đầu
pattern *n* mẫu, kiểu, mô hình
pavement *n* vỉa hè, lề đường
pavilion *n* đình, tạ, khán đài
paw *n* móng, vuốt
pawn *v* bảo đảm
pawnbroker *n* chủ tiệm cầm đồ

pay *n* tiền lương
pay *iv* trả tiền, thanh toán
pay back *v* hoàn trả lại
pay off *v* thanh toán trọn
payable *adj* có thể trả tiền
paycheck *n* chi phiếu trả lương
payee *n* người nhận tiền
payment *n* sự trả tiền
payroll *n* bảng lương
payslip *n* phiếu trả lương
pea *n* đậu Hòa lan
peace *n* hòa bình
peaceful *adj* hòa bình
peach *n* trái đào
peacock *n* chim công trống
peak *n* đỉnh, đỉnh cao nhất
peanut *n* đậu phụng
pear *n* trái lê
pearl *n* ngọc trai, hạt trai
peasant *n* nông dân
pebble *n* sỏi, đá cuội
peck *v* cú mổ, vết chim mổ
peck *n* mổ, ăn bằng mỏ
peculiar *adj* đặc biệt, riêng biệt
pedagogy *n* khoa sư phạm
pedal *n* bàn đạp
pedantic *adj* làm ra vẻ mô phạm
pedestrian *n* người đi bộ
peel *n* vỏ trái cây, cái bay
peep *n* tiếng kêu chít chít
peer *n* quý tộc; ngang hàng
pelican *n* chim bồ nông

pellet *n* hạt, viên bi
pen *n* bút mực
penalize *v* phạt, trừng phạt
penalty *n* tiền phạt
penance *n* sự ăn năn
penchant *n* thiên hướng
pencil *n* bút chì
pending *adj* đang chờ giải quyết
pendulum *n* quả lắc
penetrate *v* thâm nhập
penguin *n* chim cánh cụt
penicillin *n* penixilin
peninsula *n* bán đảo
penitent *n* người biết ăn năn
penny *n* đồng xu
pension *n* lương hưu
pentagon *n* Ngũ giác đài
pent-up *adj* bị dồn nén
people *n* dân tộc
pepper *n* hạt tiêu, cây tiêu
per *pre* mỗi; theo
perceive *v* nhận thức
percent *adv* phần trăm
percentage *n* tỷ lệ phần trăm
perception *n* nhận thức
perennial *adj* sống lâu năm
perfect *adj* hoàn hảo
perfection *n* sự hoàn hảo
perforate *v* đục, khoan
perforation *n* sự đục lỗ
perform *v* thực hiện; trình diễn
performance *n* sự thi hành

P

perfume *n* nước hoa
perhaps *adv* có lẽ, có thể
peril *n* nguy cơ
perilous *adj* nguy hiểm
perimeter *n* chu vi, vòng đai
period *n* thời kỳ; thời đại
perish *v* chết, bỏ mạng
perishable *adj* có thể chết
perjury *n* lời khai man
permanent *adj* thường trực
permeate *v* thấm vào
permission *n* sự cho phép
permit *v* phép, giấy phép
pernicious *adj* ác tính
perpetrate *v* phạm tội
persecute *v* ngược đãi
persevere *v* kiên trì, kiên nhẫn
persist *v* khăng khăng
persistence *n* sự kiên trì
persistent *adj* kiên trì
person *n* người, con người
personal *adj* cá nhân, riêng
personality *n* nhân cách
personify *v* nhân cách hóa
personnel *n* nhân viên
perspective *n* viễn cảnh
perspiration *n* sự toát mồ hôi
perspire *v* toát mồ hôi
persuade *v* thuyết phục
persuasion *n* sự thuyết phục
pertain *v* liên quan đến
pertinent *adj* thích hợp

perturb *v* làm rối loạn
perverse *adj* ngoan cố
pervert *v* làm hư hỏng
pervert *n* người hư hỏng
pessimism *n* chủ nghĩa bi quan
pessimistic *adj* bi quan, chán đời
pest *n* bệnh dịch hạch
pester *v* quấy rầy
pesticide *n* thuốc diệt trùng
pet *n* con vật cưng
petal *n* cánh hoa
petite *adj* áo phụ nữ cỡ nhỏ
petition *n* kiến nghị, đơn xin
petrified *adj* hoảng sợ, chết điếng
petroleum *n* dầu hỏa
pettiness *n* sự nhỏ mọn, vụn vặt
petty *adj* nhỏ mọn, vụn vặt
pew *n* ghế dài trong nhà thờ
phantom *n* con ma, bóng ma
pharmacist *n* dược sĩ
pharmacy *n* dược phòng
phase *n* giai đoạn
pheasant *n* chim đa đa
phenomenon *n* hiện tượng
philosopher *n* triết gia
philosophy *n* triết học
phobia *n* sự khiếp đảm
phone *n* điện thoại
phone *v* gọi điện thoại
phoney *adj* giả mạo
phosphorus *n* có chất phốt pho
photo *n* hình, ảnh

P

photocopy *n* máy sao chụp
photograph *v* chụp hình, ảnh
photographer *n* nhiếp ảnh gia
photography *n* môn nhiếp ảnh
phrase *n* nhóm từ, cụm từ
physically *adv* thuộc về cơ thể
physician *n* bác sĩ, thầy thuốc
physics *n* vật lý học
pianist *n* nhạc sĩ dương cầm
piano *n* đàn dương cầm
pick *v* nhặt, hái (quả)
pick up *n* xe tải nhỏ
pickpocket *n* kẻ móc túi
pickup *v* nhặt
picture *n* tranh, ảnh
picture *v* hình dung
picturesque *adj* đẹp như tranh
pie *n* bánh ngọt
piece *n* miếng, mảnh; mẩu
piecemeal *adv* từng cái
pier *n* bến tàu; chân cầu
pierce *v* xuyên qua
piercing *n* xoi mói; nhức nhối
piety *n* lòng hiếu thảo
pig *n* con heo, phàm ăn
pigeon *n* chim bồ câu
piggy bank *n* con heo đất
pile *n* đống, chồng
pile *v* chất đống
pile up *v* chồng chất
pilfer *v* ăn cắp vặt
pilgrim *n* người hành hương

pilgrimage *n* cuộc hành hương
pill *n* viên thuốc
pillage *n* sự cướp bóc
pillar *n* trụ, cột, rường cột
pillow *n* cái gối
pillowcase *n* áo gối
pilot *n* phi công, hoa tiêu
pimple *n* mụn nhọt
pin *n* đinh ghim, cặp, kẹp
pincers *n* cái kéo, cái cặp
pinch *v* sự cấu, véo
pinch *n* cấu, véo; ăn cắp
pine *n* cây thông, cây tùng
pineapple *n* trái thơm
pink *adj* màu hồng
pinpoint *v* đầu đinh ghim
pint *n* đơn vị đo dung tích
pioneer *n* người đi tiên phong
pious *adj* hiếu thảo
pipe *n* ống điếu; ống dẫn
pipeline *n* đường ống dẫn dầu
piracy *n* nghề cướp biển
pirate *n* hải tặc, giặc cướp
pistol *n* súng lục
pit *n* hố, hốc; hầm than
pitch-black *adj* tối đen
pitchfork *n* cây đinh ba
pitfall *n* hầm bẫy
pitiful *adj* đáng thương
pity *n* trắc ẩn
placard *n* áp phích
placate *v* xoa dịu, hòa giải

P

place *n* chỗ, nơi; thứ tự

placid *adj* bình tĩnh

plague *n* bệnh dịch; tai họa

plain *adj* trong; đơn giản

plain *n* đồng bằng

plainly *adv* một cách rõ ràng

plaintiff *n* bên nguyên

plan *n* kế hoạch

plan *v* hoạch định

plane *n* máy bay

planet *n* hành tinh

plant *n* cây; nhà máy

plant *v* trồng, gieo

plaster *n* vữa trát tường

plaster *v* trát vữa; bôi đầy

plastic *n* plastic, nhựa

plate *n* tấm, bản; bát đĩa

plateau *n* cao nguyên

platform *n* bệ, thềm; bục

platinum *n* platin, bạch kim

platoon *n* trung đội

plausible *adj* có vẻ hợp lý

play *n* trò chơi; vở kịch

play *v* chơi, đùa; đánh đàn

player *n* cầu thủ, nhạc công

playful *adj* thích đùa nghịch

playground *n* sân chơi

plea *n* lời bào chữa

plead *v* bào chữa, biện hộ

pleasant *adj* vui vẻ, dễ thương

please *v* làm vui lòng

pleasing *adj* làm vui lòng

pleasure *n* niềm vui

pleat *n* nếp gấp

pleated *adj* xếp thành nếp

pledge *n* lời cam kết

pledge *v* cam kết; cầm cố

plentiful *adj* phong phú, dồi dào

plenty *n* đầy, đầy đủ

pliable *adj* dễ uốn nắn

pliers *n* cái kềm

plot *n* âm mưu; khu đất

plot *v* mưu tính; vẽ sơ đồ

plow *n* cái cày

ploy *n* thủ đoạn, mánh khóe

pluck *n* sự giật; sự can đảm

plug *v* nhổ, hái; lừa đảo

plug *n* cái nút

plum *n* trái mận, cây mận

plumber *n* thợ hàn

plumbing *n* sự bọc chì, đổ chì

plummet *v* rơi thẳng xuống

plump *adj* thẳng thừng

plunder *v* cướp đoạt

plunge *v* nhúng; đẩy vào

plunge *n* thợ lặn; cần đẩy

plural *n* số nhiều

plus *adv* dấu cộng; lợi thế

plush *adj* xa hoa, lộng lẫy

plutonium *n* chất plutonium

pneumonia *n* viêm phổi

pocket *n* túi, bọc, bao; ổ

poem *n* bài thơ

poet *n* thi sĩ, nhà thơ

P

poetry *n* thơ, chất thơ

poignant *adj* đau đớn, đau xót

point *n* điểm; vấn đề

point *v* chỉ vào, chĩa vào

pointed *adj* có mũi nhọn

pointless *adj* không nhọn, cùn

poise *n* quả cân

poison *n* thuốc độc

poison *v* đầu độc

poisonous *adj* độc

Poland *n* nước Ba Lan

polar *adj* thuộc địa cực

pole *n* cực; vị trí đối lập

police *n* ngành cảnh sát

policeman *n* cảnh sát viên

policy *n* chánh sách

polish *n* xi đánh bóng

polish *v* đánh bóng

polite *adj* lễ phép, lịch sự

politeness *n* lễ phép

politician *n* chính trị gia

politics *n* chính trị

poll *n* nơi bỏ phiếu

pollen *n* phấn hoa

pollute *v* gây ô nhiễm

pollution *n* sự ô nhiễm

polygamist *n* người đa thê

polygamy *n* chế độ đa thê

pomegranate *n* trái lựu

pomposity *n* tính tự cao, tự phụ

pond *n* cái ao, bể chứa

ponder *v* cân nhắc, tính toán

pontiff *n* giáo chủ

pool *n* ao, vũng, hồ, bể bơi

poor *n* nghèo, kém, tồi

poorly *adv* nghèo nàn, tồi tàn

popcorn *n* bắp rang

Pope *n* Giáo Hoàng

poppy *n* cây thuốc phiện

popular *adj* bình dân, hâm mộ

popularize *v* truyền bá

populate *v* sống, cư ngụ

population *n* dân cư, dân số

porcelain *n* sứ, đồ sứ

porch *n* cổng có mái che

porcupine *n* con nhím

pore *n* tinh khiết, trong sạch

pork *n* thịt heo, thịt lợn

porous *adj* có nhiều lỗ ngấm

port *n* cảng, bến cảng

portable *adj* có thể xách

portent *n* điềm báo trước

porter *n* người khuân vác

portion *n* phần; phần thức ăn

portrait *n* chân dung

portray *v* vẽ chân dung

Portugal *n* nước Bồ Đào Nha

pose *n* tư thế

pose *v* làm điệu bộ

posh *adj* sang trọng

position *n* vị trí, địa vị; thái độ

positive *adj* dương tính; tích cực

possess *v* sở hữu; chiếm hữu

possession *n* quyền sở hữu

P

possibility n khả năng, triển vọng

possible adj có thể

post n bưu cục; chức vụ

post office n bưu điện

postage n bưu phí, cước phí

postcard n bưu thiếp

poster n áp phích, quảng cáo

posterity n hậu thế, đời sau

postman n người đưa thư

postmark n dấu bưu điện

postpone v hoãn lại

postponement n sự hoãn lại

pot n bình, lọ, chậu, ấm

potato n khoai tây

potent adj có ảnh hưởng

potential adj tiềm tàng

pothole n hốc sâu, hang động

poultry n gia cầm, thịt gia cầm

pound n đơn vị trọng lượng

pound v nghiền, giã

pour v đổ, rót, trút, tràn

poverty n sự nghèo đói

powder n bột, bụi, phấn

power n quyền lực; công suất

powerful adj có thế lực

powerless adj không có quyền

practical adj thực dụng

practice n thực hành

practise v thực hành

practising adj hành nghề

pragmatist adj người thực dụng

prairie n đồng cỏ

praise n lời khen tặng

praise v khen ngợi, ca tụng

praiseworthy adj đáng ca ngợi

prank n trò đùa ác ý

prawn n con tôm he

pray v cầu nguyện

prayer n lời cầu nguyện

preach v thuyết giảng

preacher n nhà truyền giáo

preaching n việc thuyết giảng

preamble n lời nói đầu, lời tựa

precarious adj không chắc chắn

precaution n sự đề phòng

precede v đi trước

precedent n tiền lệ

preceding adj đi trước

precept n mệnh lệnh

precious adj quý, quý báu

precipice n vách đá dựng đứng

precipitate v làm kết tủa

precise adj chính xác

precision n độ, tính chính xác

precocious adj sớm phát triển

precursor n người mở đầu

predecessor n người tiền nhiệm

predicament n tình cảnh khó khăn

predict v nói trước

prediction n lời dự báo

predilection n sự thiên vị

predisposed adj có khuynh hướng

predominate v chế ngự

preempt v giành trước

prefabricate *v* làm sẵn, tiền chế
preface *n* lời tựa, lời nói đầu
prefer *v* thích hơn
preference *n* sự ưa thích hơn
prefix *n* tiếp đầu ngữ
pregnancy *n* sự mang thai
pregnant *adj* thụ thai, có thai
prehistoric *adj* thời tiền sử
prejudice *n* thành kiến
preliminary *adj* lời nói đầu
prelude *n* khúc dạo đầu
premature *adj* sớm, non, yểu
premeditate *v* tính trước
premeditation *n* sự suy tính trước
premier *adj* nhất, đầu tiên
premise *n* tiền đề
premises *n* thửa đất, mảnh đất
premonition *n* dự cảm, linh cảm
preoccupation *n* mối bận tâm, lo lắng
preoccupy *v* chiếm giữ trước
preparation *n* sự chuẩn bị
prepare *v* chuẩn bị; pha chế
preposition *n* giới từ
prerequisite *n* điều kiện tiên quyết
prerogative *n* đặc quyền
prescribe *v* chỉ định; kê toa thuốc
prescription *n* toa thuốc
presence *n* sự hiện diện
present *adj* có mặt; hiện tại
present *v* đệ trình; trình bày
presentation *n* sự trình bày

preserve *v* giữ gìn, bảo tồn
preside *v* chủ tọa
president *n* Tổng Thống
press *n* báo chí; máy nén
press *v* ấn, áp, nén
pressing *adj* cấp bách
pressure *n* áp lực, sức ép
pressure *v* gây áp lực
prestige *n* uy tín, uy danh
presume *v* suy đoán, cho là
presumption *n* sự giả định
presuppose *v* giả định trước
presupposition *n* giả thiết
pretend *v* làm ra vẻ, giả vờ
pretense *n* sự giả bộ, giả vờ
pretension *n* tham vọng; tự phụ
pretty *adj* xinh đẹp
prevail *v* chiếm ưu thế
prevalent *adj* có ưu thế
prevent *v* ngăn ngừa
prevention *n* sự ngăn ngừa
preventive *adj* phòng ngừa
preview *n* sự duyệt trước
previous *adj* trước
previously *adv* trước đây
prey *n* con mồi
price *n* giá, giá cả
pricey *adj* đắt tiền
prick *n* sự châm chích
pride *n* sự kiêu hãnh
priest *n* tu sĩ, tăng lữ
priestess *n* nữ tu

priesthood *n* các thầy dòng

primacy *n* quyền ưu tiên

primarily *adv* chính yếu, chính

prime *adj* căn bản, cơ bản

primitive *adj* nguyên sơ

prince *n* ông hoàng

princess *n* công chúa

principal *adj* hiệu trưởng

principle *n* nguyên tắc

print *n* bản in, chữ in

print *v* viết bằng chữ in

printer *n* máy in

printing *n* ấn phẩm, nghề in

prior *adj* trước

priority *n* ưu tiên, ưu thê

prism *n* hình lăng trụ

prison *n* nhà tù, nhà lao

prisoner *n* tù nhân

privacy *n* sự riêng tư

private *adj* binh nhì

privilege *n* đặc quyền

prize *n* phần thưởng

probability *n* điều có thể xảy ra

probable *adj* có thể xảy ra

probe *n* ống thông

probing *adj* thăm dò, kiểm tra

problem *n* bài toán, vấn đề

problematic *adj* chưa chắc chắn

procedure *n* quy trình; thủ thuật

proceed *v* tiến hành

proceedings *n* trình tự

proceeds *n* doanh thu

process *n* quá trình, tiến trình

process *v* chế biến, xử lý

procession *n* đám rước

proclaim *v* công bố, tuyên bố

proclamation *n* tuyên ngôn

procrastinate *v* trì hoãn, chần chừ

procreate *v* sản sinh

procure *v* kiếm được

prod *v* thúc giục

prodigious *adj* phi thường, vĩ đại

prodigy *n* điều kỳ diệu, kỳ tài

produce *v* sản xuất, chế tạo

produce *n* sản lượng

product *n* sản phẩm

production *n* sự sản xuất

productive *adj* sản xuất

profane *adj* thế tục, trần tục

profess *v* thú nhận

profession *n* nghề nghiệp

professor *n* giáo sư

proficiency *n* kỹ năng, khả năng

proficient *adj* thành thạo, am hiểu

profile *n* tiểu sử sơ lược

profit *n* lợi ích, lợi nhuận

profit *v* có lợi cho, làm lợi

profitable *adj* có lợi, có sinh lãi

profound *adj* sâu xa; sâu sắc

program *n* chương trình

programmer *n* lập trình viên

progress *n* tiến bộ, tiến triển

progress *v* tiến triển, tiến hành

progressive *adj* cấp tiến, tiến bộ

P

prohibit *v* cấm đoán
prohibition *n* sự cấm đoán
project *n* dự án, kế hoạch
project *v* lập dự án; phóng
projectile *n* đạn, đầu đạn
prologue *n* phần mở đầu
prolong *v* kéo dài, nối dài
promenade *n* cuộc đi dạo
prominent *adj* lỗi lạc
promiscuous *adj* lộn xộn, hỗn loạn
promise *n* lời hứa; hy vọng
promote *v* xúc tiến; đề bạt
promotion *n* sự thăng tiến
prompt *adj* nhanh chóng
prone *adj* thiên về, ngã về
pronoun *n* đại danh từ
pronounce *v* tuyên bố; phát âm
proof *n* bằng chứng
propaganda *n* sự tuyên truyền
propagate *v* truyền bá
propel *v* đẩy tới
propensity *n* thiên hướng
proper *adj* thích hợp, đúng chỗ
properly *adv* một cách đúng đắn
property *n* tài sản; đặc tính
prophecy *n* lời tiên tri
prophet *n* đấng tiên tri
proportion *n* tỷ lệ, sự cân xứng
proposal *n* đề nghị, lời cầu hôn
propose *v* đề nghị, đề cử
proposition *n* đề án; mệnh đề

prose *n* văn xuôi
prosecute *v* kiện, khởi tố
prosecutor *n* ủy viên công tố
prospect *n* toàn cảnh
prosper *v* phát đạt
prosperity *n* sự phát đạt
prosperous *adj* phát đạt
prostate *n* tuyến tiền liệt
prostrate *adj* nằm úp mặt
protect *v* bảo vệ, che chở
protection *n* sự bảo vệ
protein *n* chất protein
protest *n* sự phản đối
protest *v* phản đối
protocol *n* nghi thức
prototype *n* nguyên mẫu
protract *v* kéo dài
protracted *adj* kéo dài ra, nhô ra
protrude *v* kéo dài ra, nhô ra
proud *adj* hãnh diện, tự hào
prove *v* chứng tỏ
proven *adj* chứng tỏ
proverb *n* cách ngôn, tục ngữ
provide *v* cung cấp
providence *n* sự lo xa; ý trời
providing that *c* với điều kiện là
province *n* tỉnh
provision *n* khoản dự trữ
provisional *adj* lâm thời
provocation *n* sự khiêu khích
provoke *v* xúi giục, gây ra
prow *n* mũi tàu

prowl *v* đi rình mò
prowler *n* kẻ đi rình mò
proximity *n* gần, ở gần
proxy *n* sự ủy quyền
prudence *n* sự thận trọng
prudent *adj* thận trọng
prune *n* trái mận
prune *v* tỉa, cắt bớt
prurient *adj* dâm dục
pseudonym *n* biệt hiệu
psychiatrist *n* nhà tâm thần học
psychiatry *n* tâm thần học
psychic *adj* thuộc về tâm linh
psychology *n* tâm lý học, tâm lý
puberty *n* tuổi dậy thì
public *adj* công cộng
publication *n* sự xuất bản
publicity *n* sự quảng cáo
publicly *adv* một cách công khai
publish *v* công bố, xuất bản
publisher *n* nhà xuất bản
pudding *n* bánh pudding
puerile *adj* trẻ con, vặt vãnh
puff *n* làn gió nhẹ
puffy *adj* phồng lên; hết hơi
pull *v* lôi, kéo; chèo thuyền
pull ahead *v* dẫn đầu
pull down *v* hạ xuống, lật đổ
pull out *v* rời khỏi; nhổ răng
pulley *n* cái ròng rọc, puli
pulp *n* phần thịt của trái cây
pulpit *n* nhà thuyết giáo

pulsate *v* đập (quả tim)
pulse *n* nhịp đập của tim
pulverize *v* nghiền thành bột
pump *v* bơm hơi, bơm nước
pump *n* cái bơm, máy bơm
pumpkin *n* trái bí ngô
punch *v* đấm, thoi, khoan lỗ
punch *n* quả đấm; máy đột dập
punctual *adj* đúng giờ
puncture *n* lỗ thủng
punish *v* phạt, trừng phạt
punishment *n* sự trừng phạt
pupil *n* học trò; đồng tử
puppet *n* con búp bê, con rối
puppy *n* con chó con
purchase *v* mua
purchase *n* sự mua vào
pure *adj* trong sạch, tinh khiết
puree *n* nước cốt
purgatory *n* nơi trừng phạt
purge *n* sự thanh trừng
purge *v* thanh trừng; tẩy
purification *n* sự tinh chế
purify *v* làm sạch, gột sạch
purity *n* sự tinh khiết
purple *adj* màu đỏ tía
purpose *n* mục đích, chủ định
purposely *adv* có chủ tâm, chủ đích
purse *n* ví tiền, túi tiền
pursue *v* theo đuổi, đuổi bắt
pursuit *n* sự theo đuổi
pus *n* mủ

push *v* đẩy, xô đẩy, xô lấn
pushy *adj* huênh hoang
put *iv* để, đặt, đưa vào
put aside *v* để qua một bên
put away *v* đuổi đi, từ bỏ
put off *v* hoãn lại, lời cam kết
put out *v* thổi tắt; phổ biến
put up *v* giơ, giương lên
put up with *v* khoan dung
putrid *adj* thối rửa
puzzle *n* vấn đề khó khăn
puzzling *adj* làm khó xử
pyramid *n* hình chóp
python *n* con trăn

Q

quagmire *n* bãi lầy, đầm lầy
quake *n* trận động đất
qualify *v* có đủ điều kiện
quality *n* phẩm chất
qualm *n* nỗi lo âu
quantity *n* lượng
quarrel *n* sự cãi cọ
quarrel *v* cãi cọ, tranh chấp
quarrelsome *adj* hay gây gỗ
quarry *n* mỏ đá, hầm đá
quarter *n* quý; đồng 25 xu

quarterly *adj* hàng quý
quarters *n* vòng tứ kết
quash *v* bác bỏ, hủy bỏ
queen *n* hoàng hậu
queer *adj* kỳ dị
quell *v* dẹp yên; làm dịu
quench *v* dập tắt; làm nguội
quest *v* truy lùng; chinh phạt
question *n* câu hỏi, vấn đề
question *v* hỏi, hỏi cung
questionable *adj* đáng ngờ
questionnaire *n* bảng câu hỏi
queue *n* hàng nối đuôi
quick *adj* nhanh, mau chóng
quicken *v* thúc đẩy, gia tăng
quickly *adv* nhanh, mau
quicksand *n* cát lún, cát lầy
quiet *adj* yên lặng
quietness *n* sự yên lăng
quilt *n* mền, chăn bông
quit *iv* ra đi; từ bỏ
quite *adv* thực sự, hết sức
quiver *n* sự run; sự rung
quiz *n* câu đố, câu hỏi
quotation *n* bảng báo giá
quote *v* cho giá; trích dẫn
quotient *n* số thương

P
Q

R

rabbi *n* giáo sĩ Do thái

rabbit *n* con thỏ

rabies *n* bệnh dại

race *v* tham gia cuộc đua

race *n* chủng tộc; cuộc đua

racket *n* cái vợt

radar *n* ra đa

radiation *n* sự bức xạ, phóng xạ

radiator *n* lò sưởi

radical *adj* cấp tiến; cơ bản

radio *n* máy thu thanh vô tuyến

radish *n* củ cải đỏ

radius *n* bán kính

raffle *n* cuộc xổ số

raft *n* bè, mảng

rag *n* giẻ, giẻ rách

rage *n* cơn phẫn nộ

ragged *adj* rách rưới; gồ ghề

raid *n* bố ráp; vụ cướp bóc

raid *v* bố ráp; cướp bóc

raider *n* giặc cướp

rail *n* đường ray; bao lơn

railroad *n* hỏa xa

rain *n* mưa

rain *v* trời mưa

rainbow *n* cầu vồng

raincoat *n* áo đi mưa

rainfall *n* cơn mưa

rainy *adj* có mưa

raise *n* sự nâng lên

raise *v* nâng lên; gây nên

raisin *n* nho khô

rake *n* cái cào

rally *n* sự tập họp, tụ tập

ram *n* cừu đực; búa máy

ram *v* nhồi nhét; vồ

ramification *n* nhánh

ramp *n* dốc

rampage *n* cơn giận dữ

rampant *adj* hung hăng; lài lài

ramson *v* nộp tiền chuộc

ranch *n* nông trang

rancorous *adj* hay thù oán

randomly *adv* một cách ngẫu nhiên

range *n* dãy, loạt; biên độ

rank *n* hàng ngũ quân đội

rank *v* xếp hàng

ransack *v* lục xét

rape *v* cưỡng bức

rape *n* sự cưỡng đoạt

rapid *adj* nhanh chóng

rapport *n* mối quan hệ

rare *adj* hiếm, ít có; tái (thịt)

rarely *adv* ít khi, họa hoằn

rascal *n* kẻ vô lại; tiện dân

rash *adj* hấp tấp

rash *n* mẩn, mề đay trên da

raspberry *n* cây phúc bồn

rat *n* con chuột

rate *n* giá biểu; mức

rather *adv* khá, hơi khá

ratification *n* sự phê chuẩn

ratify *v* phê chuẩn

ratio *n* tỷ số, tỷ lệ, hệ số

ration *n* phần, suất

ration *v* cung cấp

rational *adj* hợp lý

rationalize *v* hợp lý hóa

rattle *v* cái lúc lắc của trẻ con

ravage *v* tàn phá, hủy hoại

ravage *n* sự tàn phá

rave *v* nói sảng

raven *n* con quạ

ravine *n* khe núi, vực thẳm

raw *adj* sống, thô

ray *n* tia, tia sáng

raze *v* tẩy xóa, gạt bỏ

razor *n* dao cạo

reach *v* vươn tới, với tới

reach *n* tầm với, tầm tay

react *v* phản ứng, đáp ứng

reaction *n* sự phản ứng

read *iv* đọc, có chữ

reader *n* độc giả; thiết bị đọc

readiness *n* sự sẵn sàng

reading *n* sự đọc, cách đọc

ready *adj* sẵn sàng

real *adj* thực, thực tế

realism *n* chủ nghĩa hiện thực

reality *n* sự thật, thực tế

realize *v* thực hiện; nhận rõ

really *adv* thực tế

realm *n* vương quốc

realty *n* bất động sản

reap *v* gặt hái, thu hoạch

reappear *v* tái xuất

rear *n* phía sau

rear *v* nuôi, nuôi dạy

reason *v* lý luận, lập luận

reason *n* lý do, lý lẽ, lẽ phải

reasonable *adj* hợp lý, có lý

reasoning *n* sự tranh luận

reassure *v* bảo đảm

rebel *v* nổi loạn

rebel *n* phiến quân

rebellion *n* cuộc nổi loạn

rebirth *n* sự tái sinh

rebound *v* nẩy lên, bật lại

rebuff *v* cự tuyệt, gạt bỏ

rebuff *n* sự cự tuyệt

rebuild *v* tái thiết

rebuke *v* khiển trách

rebuke *n* sự khiển trách

rebut *v* phản bác, từ chối

recall *v* hồi tưởng

recant *v* ly khai

recap *v* bản tóm tắt

recapture *v* bắt lại

recede *v* lùi lại, lùi xa

receipt *n* sự nhận được

receive *v* nhận; tiếp đón

recent *adj* mới đây, gần đây

reception *n* sự thu nhận

receptionist *n* nhân viên tiếp tân

receptive *adj* dễ tiếp thu

R

recess *n* hố, hốc; kín đáo

recession *n* sự thụt vào

recharge *v* nạp lại

recipe *n* cách nấu ăn

reciprocal *adj* hỗ tương

recital *n* sự kể lại, thuật lại

recite *v* đọc thuộc lòng

reckless *adj* không lưu tâm;
 táo bạo

reckon *v* tính toán

reckon on *v* trông cậy vào

reclaim *v* đòi lại; cải tạo đất

recline *v* nằm tựa, nằm nghỉ

recluse *n* ẩn sĩ

recognition *n* sự thừa nhận

recognize *v* thừa nhận; nhận ra

recollect *v* nhớ lại, hồi tưởng

recollection *n* hồi ức

recommend *v* khuyên

recompense *n* sự tưởng thưởng

recompense *v* khen thưởng

reconcile *v* hòa giải, dàn xếp

reconsider *v* xem xét lại, tái xét

reconstruct *v* xây dựng lại

record *v* ghi lại, thu lại

record *n* hồ sơ; đĩa hát

recorder *n* máy ghi

recording *n* sự ghi âm

recount *n* kể lại, thuật lại

recourse *v* thỉnh cầu, nhờ vả

recourse *n* sự nhờ đến

recover *v* phục hồi; giành lại

recovery *n* sự hồi phục; lấy lại

recreate *v* tái tạo, sản xuất lại

recreation *n* sự giải trí

recruit *v* tuyển mộ, chiêu mộ

recruit *n* lính mới nhập ngũ

recruitment *n* sự tuyển mộ

rectangle *n* hình chữ nhật

rectangular *adj* có hình chữ nhật

rectify *v* sửa lại, đính chính

rector *n* viện trưởng, giáo sĩ

rectum *n* trực tràng, ruột già

recuperate *v* thu hồi

recur *v* xảy ra, diễn ra

recurrence *n* sự tái diễn

recycle *v* tái chế, tái sản xuất

red *adj* đỏ

red tape *n* thói quan liêu

redden *v* ửng đỏ

redeem *v* chuộc lại

redemption *n* sự chuộc lại

red-hot *adj* nóng đỏ lên

redo *v* làm lại

redouble *v* tăng gấp đôi

redress *v* sửa lại, nắn lại

reduce *v* làm giảm

redundant *adj* thừa thãi

reed *n* cây lau, cây sậy

reef *n* rặng đá ngầm

reel *n* ống, lõi, cuộn

reelect *v* bầu lại

reenactment *n* ban hành lại

reentry *n* sự trở lại

refer to *v* tham chiếu
referee *n* trọng tài
reference *n* sự tham chiếu
refill *v* làm đầy lại
refinance *v* tái tài trợ
refine *v* lọc, tinh luyện
refinery *n* nhà máy lọc
reflect *v* phản chiếu
reflection *n* sự phản xạ
reflexive *adj* thuộc về phản ứng
reform *v* cải tạo, sửa đổi
reform *n* sự cải cách
refrain *v* điệp khúc
refresh *v* làm cho tỉnh táo lại
refreshing *adj* làm cho sảng khoái
refreshment *n* sự giải khát
refrigerate *v* làm lạnh
refuel *v* tiếp thêm nhiên liệu
refuge *n* nơi ẩn náu
refugee *n* người tỵ nạn
refund *v* trả lại
refund *n* sự hoàn trả tiền
refurbish *v* tân trang
refusal *n* sự từ chối
refuse *v* từ chối
refuse *n* rác rưởi
refute *v* bác bỏ
regain *v* thu lại, lấy lại
regal *adj* vương giả
regard *n* sự chú ý
regarding *pre* liên quan đến
regardless *adv* bất chấp, bất kể

regards *n* lời trân trọng
regeneration *n* sự tái sinh
regime *n* chế độ, chính thể
regiment *n* trung đoàn
region *n* vùng, miền
regional *adj* địa phương
register *v* sổ sách
registration *n* sự đăng bạ
regret *v* thương tiếc
regret *n* sự hối tiếc
regrettable *adj* đáng tiếc
regularity *n* sự đều đặn
regularly *adv* đều đặn
regulate *v* điều chỉnh
regulation *n* sự điều chỉnh
rehabilitate *v* phục hồi, địa vị
rehearsal *n* sự kể lại, nhắc lại
rehearse *v* kể lại, nhắc lại
reign *v* trị vì
reign *n* triều đại, sự cai trị
reimburse *v* bồi hoàn
reimbursement *n* sự hoàn trả
rein *v* kiềm chế, gò
rein *n* dây cương
reinforce *v* tăng cường
reiterate *v* nói lại, lặp lại
reject *v* bác bỏ, từ chối
rejection *n* sự từ chối
rejoice *v* vui mừng
rejoin *v* nối lại; quay về
rejuvenate *v* làm trẻ lại
relapse *n* tái phát (bệnh)

R

related *adj* liên quan

relationship *n* mối quan hệ

relative *adj* tương đối

relative *n* bà con, họ hàng

relax *v* làm thư giãn

relaxation *n* sự thư giãn

relaxing *adj* thư giãn

relay *v* chuyển tiếp

release *v* thả ra; công bố

relegate *v* đuổi; giáng chức

relent *v* dịu lại

relentless *adj* nghiêm khắc

relevant *adj* hữu quan

reliable *adj* đáng tin cậy

reliance *n* sự tín nhiệm

relic *n* di vật, di cốt

relief *n* sự giảm nhẹ

relieve *v* giảm nhẹ, giúp đỡ

religion *n* tôn giáo

religious *adj* sùng đạo

relinquish *v* rời bỏ

relish *n* hương vị

relive *v* hồi sinh

relocate *v* đổi địa điểm

relocation *n* sự đổi chỗ ở

reluctant *adj* miễn cưỡng

rely on *v* tin vào, lệ thuộc vào

remain *v* còn lại, ở lại

remainder *n* phần còn lại

remaining *adj* còn lại

remains *n* tàn tích

remake *v* làm lại

remark *v* nhận xét

remark *n* lời chú thích

remarkable *adj* đáng chú ý

remarry *v* tái hôn, tục huyền

remedy *v* chữa lành

remedy *n* thuốc chữa

remember *v* nhớ, nhớ lại

remembrance *n* lòng tưởng nhớ

remind *v* nhắc nhở

reminder *n* lời nhắc nhở

remission *n* sự thuyên giảm

remit *v* xá tội, miễn

remittance *n* thư chuyển tiền

remnant *n* tàn dư, cái còn lại

remodel *v* sửa lại, dựng lại

remorse *n* sự ăn năn, hối hận

remorseful *adj* ăn năn

remote *adj* xa xăm; từ xa

removal *n* việc dời đi

remove *v* Loại bỏ; dời đi

remunerate *v* trả tiền thù lao

renew *v* làm lại; tái tục

renewal *n* sự phục hồi lại

renounce *v* bỏ, từ bỏ

renovate *v* khôi phục lại, sửa lại

renovation *n* việc làm mới lại

renowned *adj* nổi tiếng

rent *v* thuê mướn

rent *n* sự thuê mướn

reorganize *v* tái tổ chức

repair *v* sửa chữa; ui tới

reparation *n* sự sửa chữa**

R

repatriate *v* hồi hương
repay *v* hoàn lại; đáp lại
repayment *n* việc trả lại
repeal *v* hủy bỏ, thu hồi
repeal *n* sự hủy bỏ
repeat *v* lặp lại, nhắc lại
repel *v* đẩy lui; khước từ
repent *v* hối hận, hối tiếc
repentance *n* sự ăn năn
repetition *n* sự lặp lại, tái diễn
replace *v* thay thế
replacement *n* sự thay thế
replay *n* chơi lại, quay lại
replenish *v* làm, rót đầy lại
replete *adj* đầy đủ, tràn đầy
replica *n* bản sao
replicate *v* sao lại, chép lại
reply *v* trả lời, hồi đáp
reply *n* hồi đáp, hồi âm
report *v* báo cáo; ố cáo
report *n* bản báo cáo
reportedly *adv* theo như báo cáo
reporter *n* phóng viên
repose *v* nằm nghỉ
repose *n* sự nghỉ ngơi
represent *v* đại diện, thay mặt
repress *v* đàn áp; dập tắt
repression *n* sự đàn áp
reprieve *n* hoãn hình phạt
reprint *v* cuốn sách in lại
reprint *n* in lại, tái bản
reprisal *n* sự trả thù, trả đũa

reproach *v* khiển trách
reproach *n* sự khiển trách
reproduce *v* tái sản xuất, sao
reproduction *n* tái sinh
reptile *n* loài bò sát
repudiate *v* không công nhận
repugnant *adj* ghê tởm
repulse *v* đẩy lùi, đánh lùi
repulse *n* sự đẩy lùi
repulsive *adj* đẩy, kháng
reputation *n* danh tiếng
reputedly *adv* được coi như
request *v* yêu cầu, thỉnh cầu
request *n* lời đề nghị
require *v* đòi hỏi
requirement *n* sự đòi hỏi
rescue *v* cấp cứu, cứu hộ
rescue *n* sự giải thoát
research *n* sự nghiên cứu
research *v* nghiên cứu
resemblance *n* sự giống nhau
resemble *v* giống như
resent *v* bực tức, phẫn nộ
resentment *n* sự bực bội
reservation *n* sự đặt chỗ trước
reserve *v* dự trữ; giữ
reservoir *n* thùng, bể; kho
reside *v* cư trú, ở, sống ở
residence *n* nơi cư trú; nhà ở
residue *n* cặn bã, cặn
resign *v* từ bỏ, từ chức
resignation *n* sự từ chức

R

resist *v* chống cự

resistance *n* lực cản; độ bền

resolute *adj* cương quyết

resolution *n* quyết tâm; bài giải

resolve *v* giải quyết

resort *v* biện pháp; nghỉ mát

resounding *adj* vang dội

resource *n* tài nguyên, nguồn

respect *v* kính trọng, tôn trọng

respect *n* tôn trọng; khía cạnh

respectful *adj* kính trọng

respective *adj* riêng mình

respiration *n* sự hô hấp

respite *n* giờ nghỉ ngơi

respond *v* đáp lại, đáp ứng

response *n* câu trả lời

responsibility *n* trách nhiệm

responsible *adj* chịu trách nhiệm

responsive *adj* dễ đáp lại

rest *v* nghỉ ngơi; yên nghỉ

rest *n* nơi nghỉ, lúc nghỉ

 rest room *n* phòng vệ sinh

restaurant *n* nhà hàng ăn

restful *adj* yên tĩnh

restitution *n* sự hoàn lại

restless *adj* không nghỉ ngơi

restoration *n* sự phục hưng

restore *v* trả lại; phục hưng

restrain *v* hạn chế; ngăn cản

restraint *n* sự kiềm chế

restrict *v* hạn chế

result *n* kết quả

resume *v* ấy lại; tiếp tục

resumption *n* sự tiếp tục

resurface *v* xuất hiện lại

resurrection *n* sự phục sinh

resuscitate *v* làm sống lại

retain *v* giữ; duy trì

retaliate *v* trả đũa

retaliation *n* sự trả đũa

retarded *adj* đần độn

retention *n* sự giữ lại

retire *v* rút lui, về hưu

retirement *n* sự về hưu

retract *v* rút lui; co vào

retreat *v* rút lui

retrieval *n* sự lấy lại, phục hồi

retrieve *v* lấy lại; cứu vãn

retroactive *adj* có hiệu lực hồi tố

return *v* trở về, quay về

return *n* sự trở về; lãi

reunion *n* cuộc họp, đoàn tụ

reveal *v* tiết lộ, bộc lộ

revealing *adj* bày tỏ, lộ ra

revel *n* sự vui thú

revelation *n* sự phát hiện

revenge *n* sự báo thù, trả thù

revenge *v* trả thù, báo thù

revenue *n* nguồn thu nhập

reverence *n* sự sùng kính

reversal *n* sự đảo ngược lại

reverse *n* ngược, đảo ngược

reversible *adj* đảo ngược được

revert *v* trở lại như trước

review *v* xem xét, duyệt xét

review *n* sự xem xét

revise *v* sửa chữa, sửa đổi

revision *n* sự xem lại, duyệt lại

revive *v* hồi tỉnh, sống lại

revoke *v* thu hồi, hủy bỏ

revolt *v* nổi dậy, nổi loạn

revolt *n* cuộc nổi dậy

revolting *adj* gây phẫn nộ

revolve *v* quay tròn

revolver *v* súng lục; ổ quay

revue *n* kịch thời sự

revulsion *n* sự đáng ghét

reward *v* thưởng, đền ơn

reward *n* sự tưởng thưởng

rheumatism *n* bệnh thấp khớp

rhinoceros *n* con tê giác

rhyme *n* vần thơ

rhythm *n* nhịp điệu, điệu nhạc

rib *n* xương sườn, sọc

ribbon *n* dải, băng

rice *n* lúa, gạo, cơm

rich *adj* giàu, giàu có

rid of *iv* giải thoát, trừ khử

riddle *n* câu đố

ride *iv* cưỡi ngựa, ngồi xe

ridge *n* ngọn, đỉnh, chóp

ridicule *n* lời nhạo báng

ridicule *v* nhạo báng

ridiculous *adj* lố bịch, lố lăng

rifle *n* súng trường

rift *n* vết rạn, vết nứt

right *adv* thẳng

right *adj* ngay, đúng

right *n* điều tốt; bên phải

rigid *adj* cứng, cứng rắn

rigor *n* sự nghiêm ngặt

rim *n* vành, viền, mép

ring *iv* rung chuông

ring *n* chiếc nhẫn, cà rá

ringleader *n* tên đầu sỏ

rinse *v* rửa, súc, tráng

riot *n* sự nổi loạn; bừa bãi

riot *v* gây bạo loạn

rip *v* xé, bóc

rip apart *v* gỡ ra từng phần

rip off *v* xé toạc ra

ripe *adj* chin muồi, chín chắn

ripen *v* chín tới, chín muồi

ripple *n* tiếng róc rách, rì rào

rise *iv* nhô lên; bật dậy

risk *v* liều, liều mạng

risk *n* sự rủi ro, nguy hiểm

risky *adj* đầy nguy hiểm

rite *n* nghi thức, nghi lễ

rival *n* đối thủ, địch thủ

rivalry *n* sự cạnh tranh

river *n* con sông, dòng sông

rivet *v* đóng đinh tán

riveting *adj* thu hút, mê hoặc

road *n* đường, con đường

roam *v* đi ngao du

roar *v* kêu ầm ầm, gào lên

roar *n* tiếng la hét

R

roast *v* quay, nướng

roast *n* sự quay thịt, thịt quay

rob *v* cướp, cướp đoạt

robber *n* kẻ cướp, kẻ trộm

robbery *n* vụ cướp, vụ trộm

robe *n* áo, áo choàng

robust *adj* khỏe mạnh

rock *n* tảng đá, núi đá

rocket *n* hỏa tiễn, tên lửa

rocky *adj* có đá; trở ngại

rod *n* que, đũa, thanh, roi

rodent *n* loài gặm nhấm

roll *v* cuộn; con lăn

romance *n* chuyện mơ mộng

roof *n* mái nhà, mái ngói

room *n* phòng, buồng

roomy *adj* dư chỗ, rộng rãi

rooster *n* con gà trống

root *n* rễ cây, cỗi rễ

rope *n* dây thừng, dây chão

rosary *n* kinh nhật tụng

rose *n* hoa hồng

rosy *adj* hồng hào, lạc quan

rot *v* thối rửa; suy đồi

rot *n* sự thối rửa

rotate *v* quay, xoay tròn

rotation *n* sự quay, xoay vòng

rotten *adj* mục nát; hư hỏng

rough *adj* gồ ghề; nóng nảy

round *adj* vật hình tròn

roundup *n* sự vây bắt

rouse *v* đánh thức

rousing *adj* kích động

route *n* đường, lối đi

routine *n* thông lệ, lệ thường

row *v* chèo thuyền

row *n* hàng; việc chèo thuyền

rowdy *adj* không úp mở

royal *adj* vương giả

royalty *n* vương quyền

rub *n* sự cọ xát, chà xát

rubber *n* cục tẩy; cao su

rubbish *n* phế thải, bỏ đi

rubble *n* đá vụn, gạch vụn

ruby *n* hồng ngọc

rudder *n* bánh lái, đuôi lái

rude *adj* thô, chưa chế biến

rudeness *n* sự thô lỗ

rudimentary *adj* sơ đẳng

rug *n* tấm thảm

ruin *v* làm hỏng; tan rã

ruin *n* sự đổ nát; suy vi

rule *v* cai trị, thống trị

rule *n* luật lệ; sự cai trị

ruler *n* thước kẻ; thống trị

rum *n* rượu rum

rumble *v* chạy âm ầm

rumble *n* tiếng động ầm ầm

rumor *n* tin đồn, tiếng đồn

run *iv* chạy; hoạt động

run away *v* chạy trốn, lẩn trốn

run into *v* va phải, sa vào

run out *v* tuôn ra; cạn kiệt

run over *v* đè lên, tràn ra**

run up *v* chạy lên
runner *n* người chạy đua
runway *n* đường chạy
rupture *n* sự gãy đổ; sa ruột
rupture *v* đoạn tuyệt, tuyệt giao
rural *adj* nông thôn
ruse *n* mưu mẹo, mưu kế
rush *v* xông lên, lao lên
Russia *n* nước Nga
Russian *adj* thuộc về nước Nga
rust *v* làm gỉ, làm han gỉ
rust *n* lớp rỉ; bệnh gỉ sét
rustic *adj* mộc mạc, quê mùa
rust-proof *adj* không gỉ
rusty *adj* bị gỉ, sét; cùn, nhụt
ruthless *adj* không thương xót
rye *n* cây, rượu lúa mạch

S

sabotage *v* phá hoại ngầm
sabotage *n* sự phá hoại ngầm
sack *v* cướp đoạt, sa thải
sack *n* túi, bao; sự sa thải
sacrament *n* lễ thánh; lời thề
sacred *adj* thiêng liêng
sacrifice *n* sự hy sinh
sad *adj* buồn rầu, buồn bã

sadden *v* làm cho buồn rầu
saddle *n* yên ngựa; đèo
sadist *n* người thích ác dâm
sadness *n* sự buồn bã
safe *adj* an toàn, chắc chắn
safeguard *n* hàng rào chắn
safety *n* sự an toàn
sail *v* chạy bằng buồm
sail *n* cánh buồm
sailboat *n* thuyền buồm
sailor *n* thủy thủ, lính thủy
saint *n* thánh
salad *n* xà lách
salary *n* lương
sale *n* sự bán
sale slip *n* phiếu bán hàng
salesman *n* người bán hàng
saliva *n* nước bọt
salmon *n* cá hồi
saloon *n* phòng khách lớn
salt *n* muối
salty *adj* có muối, mặn
salvage *v* cứu hộ
salvation *n* sự bảo vệ (tài sản)
same *adj* như nhau
sample *n* hàng mẫu
sanctify *v* phong thánh
sanction *n* sự trừng phạt
sanction *v* phê chuẩn
sanctity *n* tính thiêng liêng
sanctuary *n* điện thờ
sand *n* cát, bãi cát

R
S

sandal *n* dép
sandpaper *n* giấy nhám
sandwich *n* bánh xăng uých
sane *adj* sáng suốt
sap *n* nhựa cây
sap *v* đào hầm
saphire *n* ngọc xanh
sarcasm *n* lời mỉa mai
sarcastic *adj* châm biếm cay độc
sardine *n* cá mòi
satanic *adj* quỷ quyệt, ác độc
satellite *n* vệ tinh
satire *n* thơ trào phúng
satisfaction *n* sự thỏa mãn
satisfactory *adj* hài lòng
satisfy *v* làm thỏa mãn
saturate *v* làm bảo hòa, no
Saturday *n* thứ Bảy
sauce *n* nước xốt
saucepan *n* xoong, chảo
saucer *n* đĩa lót tách
savage *adj* hoang dã
savagery *n* man rợ
save *v* cứu; tiết kiệm
savings *n* tiền tiết kiệm
savior *n* chúa cứu thế
savor *n* vị, mùi vị, hương vị
saw *iv* cưa, xẻ
saw *n* cái cưa, máy cưa
say *iv* nói
saying *n* châm ngôn
scaffolding *n* giàn giáo

scald *v* hèn hạ, đê tiện
scale *v* vẽ theo tỷ lệ; leo thang
scale *n* thước tỷ lệ; cái cân
scalp *n* da đầu
scam *n* mánh khỏe kiếm lời
scan *v* quét; đọc lướt
scandal *n* vụ tai tiếng
scandalize *v* làm ô nhục
scapegoat *n* con dê tế thần
scar *n* vết sẹo, vết hằn
scarce *adj* thiếu thốn
scarcely *adv* khan hiếm
scarcity *n* sự khan hiếm
scare *v* làm sợ hãi
scare *n* sự sợ hãi
scare away *v* xua đuổi
scarf *n* khăn quàng
scary *adj* dễ sợ
scatter *v* phân tán
scenario *n* kịch bản, truyện phim
scene *n* cảnh, phong cảnh
scenery *n* phong cảnh
scent *n* mùi thơm
sceptic *adj* hay hoài nghi
schedule *v* lập lịch trình
schedule *n* lịch trình, lộ trình
scheme *n* kế hoạch, biểu đồ
schism *n* sự phân liệt
scholar *n* học giả
scholarship *n* học bổng
school *n* nhà trường
science *n* khoa học

S

scientific *adj* có tính khoa học
scientist *n* nhà khoa học
scissors *n* cái kéo
scoff *n* lời chế diễu
scold *v* mắng nhiếc, rầy la
scolding *n* sự mắng nhiếc
scooter *n* xe scutơ
scope *n* phạm vi, tầm, dịp
scorch *n* vết cháy, vết nám
score *n* bàn thắng; vết cào
score *v* đạt thắng lợi
scorn *v* khinh bỉ
scornful *n* đáng khinh bỉ
scorpion *n* con bọ cạp
scoundrel *n* tên vô lại
scour *v* lau chùi
scourge *n* cái roi; tai họa
scout *n* hướng đạo sinh
scramble *v* bò, trườn
scrambled *adj* đánh trứng
scrap *n* mảnh vụn
scrap *v* thải đi; đánh lộn
scrape *v* nạo, vét; bào nhẵn
scratch *v* làm trầy; gạch bỏ
scratch *n* vết xước, vết cào
scream *v* la hét thất thanh
scream *n* tiếng kêu thét
screech *n* tiếng thét lanh lảnh
screen *n* màn hình; màn che
screen *v* che chở, che khuất
screw *n* đinh ốc
screw *v* áp bức

screwdriver *n* cái vặn vít
script *n* kịch bản
scroll *n* cuộn giấy
scrub *n* sự tẩy rửa; bụi cây
scruples *n* sự đắn đo
scrupulous *adj* đắn đo
scrutiny *n* sự kiểm tra
scuffle *n* sự chen lấn
sculptor *n* nhà điêu khắc
sculpture *n* công trình điêu khắc
sea *n* biển
seafood *n* hải sản
seagull *n* chim hải âu
seal *v* đóng dấu
seal *n* con dấu; mối hàn
seal off *v* cô lập
seam *n* mối nối; vết sẹo
seamless *adj* không ghép mối
seamstress *n* cô thợ may
search *v* sự thăm dò, dò xét
search *n* thăm dò, dò xét
seashore *n* bờ biển, bãi biển
seasick *adj* say sóng
seaside *adj* thuộc về bờ biển
season *n* mùa
seasonal *adj* theo thời vụ
seasoning *n* sự nêm gia vị
seat *n* ghế ngồi; cách ngồi
seated *adj* đặt vào chỗ
secede *v* ly khai, tách ra khỏi
secluded *adj* bị che đậy
seclusion *n* sự ẩn náu

S

second *n* giây đồng hồ
secondary *adj* bậc nhì, hạng nhì
secrecy *n* sự kín đáo
secret *n* bí mật, kín, kín đáo
secretary *n* thư ký, bí thư
secretly *adv* một cách kín đáo
sect *n* giáo phái, môn phái
section *n* tiết diện; tiểu đội
sector *n* khu vực, vùng
secure *v* làm cho an toàn
secure *adj* bảo đảm, an toàn
security *n* an ninh
sedation *n* thuốc an thần
seduce *v* dụ dỗ, cám dỗ
seduction *n* sự cám dỗ, dụ dỗ
see *iv* thấy, trông thấy
seed *n* giống, hạt giống
seedless *adj* không có hạt, hột
seedy *adj* có hạt
seek *iv* tìm kiếm, mưu cầu
seem *v* có vẻ, hình như
see-through *adj* trong suốt
segment *n* phần, mảnh, đoạn
segregate *v* tách riêng ra; kỳ thị
segregation *n* sự cách ly; kỳ thị
seize *v* lấy, chụp; bắt
seizure *n* sự tịch thu; sự bắt giữ
seldom *adv* ít khi, hiếm khi
select *v* chọn, lựa chọn
selection *n* sự lựa chọn
self-concious *adj* ngượng ngập
self-esteem *n* sự tự trọng

self-evident *adj* hiển nhiên
self-interest *n* tư lợi
selfish *adj* ích kỷ
selfishness *n* tánh ích kỷ, vị kỷ
self-respect *n* tự trọng
sell *iv* bán
seller *n* người bán
sellout *n* bán hết sạch
semblance *n* vẻ tương tự
seminary *n* trường dòng
senate *n* thượng viện
senator *n* thượng nghị sĩ
send *iv* gởi đi, sai đi
sender *n* người gởi
senile *adj* lão suy
senior *adj* lớn hơn; chức vụ
sensation *n* cảm giác
sense *v* hiểu
sense *n* giác quan; ý thức
senseless *adj* vô ý thức
sensible *adj* nhạy cảm
sensitive *adj* dễ cảm xúc
sensual *adj* ham mê nhục dục
sentence *v* tuyên án
sentence *n* câu văn; án tù
sentiment *n* tình cảm, cảm tính
sentimental *adj* đa cảm, ủy mị
sentry *n* lính gác
separate *adj* riêng biệt, tách rời
separate *v* tách ra, chia ra
separation *n* sự chia ly
September *n* tháng Chín**

S

sequel *n* hậu quả, kết quả

sequence *n* sự diễn tiến; dãy

serenade *n* dạ khúc

serene *adj* tĩnh lặng, êm ả

serenity *n* sự tĩnh lặng

sergeant *n* trung sĩ

series *n* chuỗi, loạt, dãy

serious *adj* nghiêm trọng

seriousness *n* sự nghiêm túc

sermon *n* bài thuyết giảng

serpent *n* con rắn

serum *n* huyết thanh

serve *v* phục vụ, hầu hạ

service *v* phục vụ

service *n* dịch vụ, sự phục vụ

session *n* phiên họp, học kỳ

set *n* bộ, lứa, máy, nhóm

set *iv* đặt, để, sắp đặt

set about *v* khởi đầu

set off *v* khởi hành; kích nổ

set out *v* trưng bày; khởi hành

set up *v* thành lập, tạo lập

setback *n* sự giật lùi, thất bại

setting *n* sự lắp đặt; cơ sở

settle *v* dàn xếp; định cư

settle down *v* ngồi vào

settle for *v* giải quyết

settlement *n* sự dàn xếp

settler *n* người định cư

set-up *n* sự bố trí

seven *adj* bảy

seventeen *adj* mười bảy

seventh *adj* thứ bảy

seventy *adj* bảy mươi

sever *v* chia cắt, tách ra

several *adj* nhiều

severance *n* sự chia rẻ

severe *adj* nghiêm khắc

severity *n* tính nghiêm khắc

sew *v* may; tháo nước

sewage *n* cống rãnh; may

sewer *n* người thợ khâu

sewing *n* sự may vá

sex *n* giới tính; tình dục

shabby *adj* rách rưới; hèn hạ

shack *n* lều lổng, lang thang

shackle *n* vòng kẹp; cái cùm

shade *n* bóng râm; chụp đèn

shadow *n* bóng tối

shady *adj* trong bóng râm

shake *iv* lắc, làm rung

shaken *adj* lắc, rung

shaky *adj* nứt nẻ

shallow *adj* chỗ nông

sham *adj* giả bộ, giả vờ

shambles *n* lò sát sinh

shame *n* sự xấu hổ

shame *v* làm cho xấu hổ

shameful *adj* hổ thẹn

shameless *adj* trơ trẽn

shape *v* nặn, đẽo, gọt

shape *n* hình; khuôn, mẫu

share *v* chia phần, chia xẻ

share *n* cổ phần, chung vốn

S

shareholder *n* cổ đông
shark *n* cá mập, cá nhám
sharp *adj* sắc, nhọn; rõ ràng
sharpen *v* mài sắc, gọt nhọn
sharpener *n* thợ mài dao kéo
shatter *v* làm gãy; làm tiêu tan
shattering *adj* gây rối
shave *v* cạo râu, cạo mặt
she *pro* cô ấy, bà ấy
shear *iv* cái kéo
shed *iv* rụng (lá, hoa); ột vỏ
sheep *n* con cừu
sheets *n* tấm, phiếu, tờ, vỉa
shelf *n* cái kệ; dải đá ngầm
shell *n* vỏ cứng
shellfish *n* trai, sò, tôm
shelter *n* mái che; nơi trú ẩn
shelter *v* ẩn nấp, ẩn náu
shelves *n* các kệ
shepherd *n* người chăn cừu
shield *v* che đậy, bao che
shield *n* cái khiên; cái mai
shift *n* hoán vị; ca làm việc
shift *v* chuyển sang
shine *iv* ánh nắng, ánh sáng
shiny *adj* bóng lộn, bóng láng
ship *n* tàu thủy
shipwreck *n* nạn đắm tàu
shipyard *n* xưởng đóng tàu
shirk *v* tránh trách nhiệm
shirt *n* áo sơ mi
shiver *v* run, run rẩy

shiver *n* mảnh vỡ; sự run
shock *v* gây sốc
shock *n* sự va chạm; cú sốc
shocking *adj* chướng mắt
shoddy *adj* hàng xấu
shoe *n* giày, guốc
shoelace *n* dây giày
shoepolish *n* đánh giày
shoestore *n* tiệm bán giày
shoot *iv* bắn; chụp ảnh
shoot down *v* bắn rơi
shop *v* đi mua hàng
shop *n* cửa hàng
shoplifting *n* ăn cắp trong tiệm
shopping *n* sự mua sắm
shore *n* bờ biển, bãi biển
short *adj* ngắn; thấp, lùn
shortage *n* sự thiếu hụt
shortcoming *n* nhược điểm
shortcut *n* đường tắt
shorten *v* cắt ngắn, rút ngắn
shorthand *n* tốc ký
shortlived *adj* mau qua đi
shortly *adv* một thời gian ngắn
shorts *n* quần đùi
shortsighted *adj* thiển cận
shot *n* phát súng; cú sút bóng
shotgun *n* súng săn
shoulder *n* cái vai
shout *v* la hét thất thanh
shout *n* tiếng la hét
shouting *n* sự la hét

S

shove *v* xô đẩy, chen lấn

shove *n* sự xô đẩy

shovel *n* cái xẻng, máy xúc

show *iv* chỉ trỏ; trưng bày

show off *v* khoe khoang

show up *v* nêu rõ; làm nổi bật

shower *n* tắm vòi sen

shrapnel *n* đầu đạn đại bác

shred *v* xé nhỏ, thái nhỏ

shred *n* mảnh vụn

shrewd *adj* sắc bén; đanh đá

shriek *v* la hét lanh lảnh

shriek *n* tiếng hét lanh lảnh

shrimp *n* con tôm

shrine *n* điện thờ, miếu thờ

shrink *iv* co lại, né tránh

shroud *n* vải liệm; vỏ

shrouded *adj* khâm liệm

shrub *n* bụi cây; rượu bổ

shrug *v* nhún vai

shudder *n* sự rùng mình

shudder *v* rùng mình, run rẩy

shuffle *v* lê chân, đổi chỗ

shun *v* lẩn tránh

shut *iv* đóng, nhắm, ngậm

shut off *v* tắt đèn, khóa nước

shut up *v* đóng mọi cửa

shuttle *n* cái thoi

shy *adj* nhút nhát, bẽn lẽn

shyness *n* sự bẽn lẽ, e dè

sick *adj* ốm, đau, bệnh

sicken *v* làm cho chán nản

sickening *adj* gây bệnh

sickle *n* cái liềm, cái hái

sickness *n* bệnh, bệnh hoạn

side *n* cạnh, phía, mặt

sideburns *n* râu ở bên má

sidestep *v* né tránh, lẩn tránh

sidewalk *n* lề đường

sideways *adv* về một phía

siege *n* sự bao vây

siege *v* bao vây, vây hãm

sift *v* sàng lọc

sigh *n* tiếng thở dài

sigh *v* thở dài, than thở

sight *n* thị giác, thị lực

sightseeing *n* cuộc tham quan

sign *v* ký tên

sign *n* dấu hiệu, dấu vết

signal *n* tín hiệu, báo hiệu

signature *n* chữ ký

significance *n* ý nghĩa

significant *adj* đáng chú ý

signify *v* nghĩa là

silence *n* sự im lặng, yên tĩnh

silence *v* làm im tiếng

silent *adj* im lặng, ít nói

silhouette *n* hình bóng

silk *n* tơ lụa, đồ bằng lụa

silly *adj* ngốc nghếch

silver *n* bạc, đồ bằng bạc

silverplated *adj* có dao nĩa bằng bạc

silversmith *n* thợ bạc

silverware *n* bát đĩa bạc

S

similar *adj* tương tự

similarity *n* sự giống nhau

simmer *v* sôi, sắp sôi

simple *adj* đơn giản

simplicity *n* sự đơn giản

simplify *v* đơn giản hóa

simply *adv* chẳng qua là

simulate *v* mô phỏng theo

simultaneous *adj* đồng thời

sin *v* phạm tội, mắc tội

sin *n* tội lỗi, tội ác

since *c* từ khi, từ lúc

since *pre* vì, bởi vì

since then *adv* từ độ ấy

sincere *adj* thành thật

sincerity *n* tính thành thật

sinful *adj* đầy tội lỗi

sing *iv* bài hát

singer *n* ca sĩ

single *n* người độc thân

single *adj* độc thân, đơn, lẻ

singlehanded *adj* một mình

singular *adj* độc nhất, cá nhân

sinister *adj* hung dữ

sink *iv* chậu rửa; chỗ lõm

sink in *v* lún xuống

sinner *n* người có tội

sip *v* uống, nhấm nháp

sip *n* một hớp

sir *n* ngài, ông

siren *n* kèn, còi, cô gái đẹp

sirloin *n* thịt thăn bò

sissy *n* người ẻo lả

sister *n* chị, em gái, nữ tu sĩ

sister-in-law *n* chị em dâu

sit *iv* ngồi, tọa lạc

site *n* vị trí, địa điểm

sitting *n* sự ngồi; phiên họp

situated *adj* ở, tọa lạc

situation *n* tình huống

six *adj* sáu

sixteen *adj* mười sáu

sixth *adj* thứ, hạng sáu

sixty *adj* sáu mươi

sizable *adj* to lớn, cỡ to lớn

size *n* cỡ, khổ

size up *v* ước lượng cỡ

skate *n* giày trượt

skate *v* trượt băng

skeleton *n* bộ xương

skeptic *adj* hoài nghi

sketch *v* phác họa

sketch *n* bản phác thảo

sketchy *adj* sơ sài, phác thảo

ski *n* ván trượt tuyết

skill *n* sự khéo léo

skillful *adj* khéo léo

skim *v* lớp váng, lớp xỉ nổi

skin *v* lột da, làm trầy da

skin *n* da bì, da thú

skinny *adj* có da, gầy nhom

skip *v* nhảy dây; bỏ qua

skip *n* sự nhảy dây

skirmish *n* cuộc giao chiến nhỏ

S

smell

skirt *n* cái váy; bờ, viền

skull *n* hộp sọ, xương đầu

sky *n* bầu trời, thiên đường

skylight *n* cửa sổ ở mái nhà

skyscraper *n* nhà chọc trời

slab *n* tấm, phiến; lát

slack *adj* chậm chạp

slacken *v* nới lỏng

slacks *n* quần dài thường

slam *v* đóng sầm cửa lại

slander *n* lời vu cáo, nói xấu

slanted *adj* có thành kiến

slap *n* tiếng gõ; lăng mạ

slap *v* gõ, vỗ, vả

slash *n* vết rạch, chém

slash *v* chém, chặt, cắt

slate *n* đá tấm, ngói acđoa

slaughter *v* giết, mổ thịt

slaughter *n* sự giết, mổ thịt

slave *n* người nô lệ

slavery *n* tình trạng nô lệ

slay *iv* tiêu diệt, phá hủy

sleazy *adj* mỏng; lôi thôi

sleep *iv* ngủ

sleep *n* giấc ngủ

sleeve *n* ống nối; vỏ

sleeveless *adj* áo không có tay

sleigh *n* thon, mảnh mai

slender *adj* lát, lát cắt mỏng

slice *v* cắt, lạng

slice *n* lát mỏng

slide *n* sự trượt

slightly *adv* qua loa, sơ sài

slim *adj* mảnh dẻ

slip *v* trượt; sụt lở

slip *n* sự trượt

slipper *n* con trượt

slippery *adj* trơn, bóng láng

slit *iv* khe hở, rãnh xẻ

slob *adj* bùn, lầy

slogan *n* khẩu hiệu

slope *n* dốc, đường dốc

sloppy *adj* ướt đẫm

slot *n* rãnh, khe hở

slow *adj* chậm chạp

slow down *v* chậm lại

slow motion *n* quay chậm

slowly *adv* một cách chậm chạp

sluggish *adj* lề mề, chậm chạp

slum *n* cặn dầu nhờn

slump *v* lún; sụt giá nhanh

slump *n* độ lún; sự đình trệ

slur *n* vết nhơ

sly *adj* ranh mảnh; bí mật

smack *n* tiếng đánh bốp

smack *v* có mùi thoang thoảng

small *adj* nhỏ, bé, nhỏ nhoi

small print *n* chữ in nhỏ

smallpox *n* bệnh đậu mùa

smart *adj* thông minh

smash *v* đập phá; nện mạnh

smear *n* vết bẩn, vết nhòe

smear *v* bôi dầu, mỡ

smell *iv* có mùi

S

smelly *adj* có mùi khó chịu

smile *v* cười

smile *n* nụ cười

smith *n* thợ rèn

smoke *n* khói, khói thuốc

smoked *adj* hun khói

smoker *n* người hút thuốc

smooth *v* san bằng

smooth *adj* trơn, nhẵn, bóng

smoothly *adv* một cách trôi chảy

smoothness *n* sự mịn màng

smuggler *n* kẻ buôn lậu

snail *n* con ốc sên

snake *n* con rắn

snapshot *n* ảnh chụp nhanh

snare *v* đánh bẫy; đánh lừa

snare *n* cái bẫy, lưới

snatch *v* sự nắm lấy, vớ lấy

sneak *v* đi lén lút; mách lẻo

sneeze *v* hắt hơi, nhảy mũi

sneeze *n* sự hắt hơi

sniff *v* sổ mũi, xỉ mũi, hít vào

sniper *n* người bắn tỉa

snitch *n* người chỉ điểm

snooze *v* ngủ chợp

snore *v* ngáy

snore *n* tiếng ngáy

snow *v* tuyết rơi

snow *n* tuyết

snowfall *n* khối tuyết

snowflake *n* bông tuyết

snub *v* đối xử lạnh nhạt

snub *n* sự đối xử, thái độ

soak *v* ngâm, nhúng nước

soak in *v* ngấm vào

soak up *v* thấm đi

soar *v* bay vút lên; tăng vọt

sob *v* khóc rưng rức

sob *n* tiếng thổn thức

sober *adj* điều độ; tự chủ

so-called *adj* cái gọi là

sociable *adj* thích giao du

socialism *n* chủ nghĩa xã hội

socialize *v* xã hội hóa

society *n* xã hội, hội, công ty

sock *n* bít tất

sod *n* bãi cỏ, đám cỏ

soda *n* xút, sô đa

sofa *n* ghế sô pha

soft *adj* mềm, dẻo

soften *v* làm cho mềm

softly *adv* nhẹ nhàng

softness *n* sự mềm; ủy mị

soggy *adj* đẫm nước, nhão

soil *v* làm bẩn

soil *n* đất, đất trồng cây

soiled *adj* ô uế, nhơ danh

solace *n* sự an ủi, ủy lạo

solar *adj* thuộc mặt trời

solder *n* hợp kim hàn

soldier *n* lính, binh sĩ

sold-out *adj* đã bán hết

sole *n* đế giày; nền, bệ

sole *adj* duy nhất, độc nhất

S

solely *adv* chỉ duy nhất

solemn *adj* trang nghiêm

solicit *v* cầu xin

solid *adj* rắn, chắc, đặc

solidarity *n* sự kết đoàn

solitary *adj* cô độc, một mình

solitude *n* sự cô đơn, cô độc

soluble *adj* hòa tan, dễ tan

solution *n* dung dịch; giải pháp

solve *v* giải bài toán, trả nợ

solvent *n* dung môi

somber *adj* tối tăm, u ám, u uất

some *adj* một vài

somebody *pro* một người nào đó

someday *adv* một ngày nào đó

somehow *adv* bằng cách nào đó

someone *pro* một người nào đó

something *pro* một điều gì đó

sometimes *adv* đôi khi, đôi lúc

someway *adv* bằng cách nào đó

somewhat *adv* phần nào, ít nhiều

son *n* con trai

song *n* bài hát, tiếng hát

son-in-law *n* con rể

soon *adv* chẳng bao lâu nữa

soothe *v* làm dịu; an ủi

sorcerer *n* thầy phù thủy

sorcery *n* phép phù thủy

sore *n* chỗ đau

sore *adj* đau, đau đớn

sorrow *n* nỗi buồn, ân hận

sorrowful *adj* buồn bã; bất hạnh

sorry *adj* xin lỗi, tiếc

sort *n* loại, hạng

sort out *v* chọn ra

soul *n* hồn, linh hồn

sound *n* âm thanh

sound *v* phát ra âm thanh

sound out *v* thăm dò

soup *n* xúp, cháo, canh

sour *adj* chua

source *n* nguồn gốc

south *n* phương nam

southeast *n* đông nam

southern *adj* vùng phương nam

southerner *n* cư dân miền nam

southwest *n* phía tây nam

souvenir *n* kỷ niệm

sovereign *adj* tối cao

sovereignty *n* quyền tối cao

soviet *n* xô viết

sow *iv* gieo, gây nên

spa *n* suối nước khoáng

space *n* lhông gian

space out *v* để khoảng cách

spacious *adj* rộng rãi

spade *n* cái mai; lá bài bích

Spain *n* nước Tây ban nha

span *n* nhịp cầu; gang tay

span *v* đo bằng gang tay

Spaniard *n* người Tây ban nha

spank *v* phát, quất vào mông

spanking *n* chạy nhanh

spare *v* tiết kiệm; để thay thế

S

spare *adj* dư, thừa

spare part *n* bộ phận rời

sparingly *adv* thanh đạm

spark *n* tia lửa, tàn lửa

spark off *v* phát ra tia lửa

spark plug *n* buji, nến đánh lửa

sparkle *v* tia lửa lấp lánh

sparrow *n* chim sẻ

sparse *adj* rải rác, lơ thơ

spasm *n* sự co thắt

speak *iv* nói

speaker *n* người phát ngôn

spear *n* chồi cây; ngọn giáo

spearhead *v* chĩa mũi nhọn

special *adj* đặc biệt

specialize *v* chuyên về

specialty *n* đặc tính; món ăn

species *n* loài, loại, hạng

specific *adj* đặc biệt, đặc trưng

specimen *n* vật mẫu

speck *n* vết bẩn; thịt mỡ

spectacle *n* quang cảnh

S

spectator *n* khán giả

speculate *v* suy đoán, ức đoán

speculation *n* sự suy đoán

speech *n* tiếng nói, lời nói

speechless *adj* không nói được

speed *iv* tăng tốc, xúc tiến

speed *n* tốc độ, vận tốc

speedy *adj* nhanh chóng

spell *iv* đánh vần, chính tả

spell *n* lời thần chú

spelling *n* môn chính tả

spend *iv* trải qua; tiêu pha

spending *n* sự tiêu pha, chi phí

sperm *n* tinh dịch

sphere *n* quả cầu; ãnh vực

spice *n* gia vị

spicy *adj* có gia vị

spider *n* con nhện; kiềng

spiderweb *n* mạng nhện

spill *iv* chảy tràn, đổ ra

spill *n* cái nút nhỏ

spin *iv* quay sợi, xe chỉ

spine *n* cột sống; gai

spineless *adj* không xương sống

spinster *n* bà cô không chồng

spirit *n* tinh thần, linh hồn

spiritual *adj* thuộc về tinh thần

spit *iv* nước bọt

spite *n* sự căm ghét

spiteful *adj* hằn học, căm thù

splash *v* bắn tung tóe

splendid *adj* rực rỡ, huy hoàng

splendor *n* sự rực rỡ

splint *n* thanh nẹp

splinter *n* mảnh vỡ, mảnh vụn

splinter *v* vỡ ra từng mảnh

split *n* vết nứt, vết rạn

split *iv* tách ra, chẻ ra

split up *v* phân ra

spoil *v* đất thải

spoils *n* giấy in hỏng

sponge *n* bọt biển, đá bọt**

sponsor *n* người bảo trợ
spontaneity *n* tính tự động
spontaneous *adj* tự phát
spooky *adj* bị ma quỷ ám
spool *n* lõi cuốn, cuộn dây
spoon *n* cái thìa, muỗng
spoonful *n* một muỗng đầy
sporadic *adj* rời rạc, tản mạn
sport *n* thể thao
sporty *adj* thích thể thao
spot *v* tạo thành vết; bôi nhọ
spot *n* chỗ, vị trí; vết, chấm
spotless *adj* không có tì vết
spotlight *n* đèn sân khấu
spouse *n* chồng, vợ
sprain *n* sự bong gân
sprawl *v* nằm dang tay chân
spray *v* bơm phun
spread *iv* trải, căng; lan rộng
spring *iv* lao tới; chảy ra
spring *n* mùa xuân; lò xo
springboard *n* tấm nhún
sprinkle *v* vẩy nước
sprout *n* mầm, chồi, búp cây
spruce up *v* ăn mặc chải chuốt
spur *n* cựa giày; cựa gà
spy *v* do thám, theo dõi
spy *n* gián điệp
squalid *adj* nghèo khổ
squander *v* phung phí, rải
square *adj* làm cho vuông
square *n* hình vuông

squash *v* đè bẹp, nén chặt
squeak *v* kêu ken két
squeaky *adj* ken két, cót két
squeamish *adj* khó tính
squeeze *v* ép, vắt, nhét vào
squeeze in *v* chen lấn
squeeze up *v* ép sát vào
squid *n* con mực ống
squirrel *n* con sóc
stab *v* đâm bằng dao
stab *n* sự đâm bằng dao
stability *n* tính ổn định
stable *adj* ổn định, vững chắc
stable *n* đống, khối; giá sách
stack *v* xếp thành đống
stack *n* chồng, đống
staff *n* nhân viên; cây gậy
stage *n* bệ, đài; giai đoạn
stage *v* đưa lên sân khấu
stagger *v* chao đảo
staggering *adj* chao đảo
stagnant *adj* ứ đọng
stagnate *v* đọng, ứ nước
stagnation *n* sự ứ đọng
stain *v* làm đổi màu
stain *n* sự đổi màu
stair *n* cầu thang
staircase *n* ô cầu thang
stairs *n* ở chân
stake *n* cái cọc
stake *v* đóng cọc
stale *adj* nước đái súc vật

S

stalemate *n* thế bí, nước bí

stalk *v* đi chậm rãi, bệ vệ

stalk *n* cuống hoa, lá; cột

stall *n* chuồng gia súc

stammer *v* nói lắp, cà lăm

stamp *v* đóng dấu; dán tem

stamp *n* con dấu; con tem

stamp out *v* dập khuôn

stampede *n* sự chạy tán loạn

stand *iv* đứng; dừng lại

stand *n* chỗ đứng

stand for *v* đại diện cho

stand out *v* nổi bật lên

stand up *v* đứng lên

standard *n* tiêu chuẩn

standardize *v* tiêu chuẩn hóa

standing *n* chỗ đứng

standstill *n* sự ngừng lại

staple *v* đóng bằng kẹp

staple *n* cái kẹp; giếng mù

stapler *n* máy đóng ghim

star *n* ngôi sao, tinh tú

starch *n* tinh bột, hồ bột

starchy *adj* có hồ bột

stare *v* nhìn chòng chọc

stark *adj* cứng, cứng đờ

start *v* bắt đầu, khởi động

start *n* lúc bắt đầu

startle *v* gây sửng sốt

startled *adj* làm cho giật mình

starvation *n* sự chết đói

starve *v* chết đói

state *n* tình trạng; giai đoạn

state *v* tuyên bố, phát biểu

statement *n* bản tuyên bố

station *n* đài, trạm

stationary *adj* đứng ở một chỗ

stationery *n* văn phòng phẩm

statistics *n* con số thống kê

statue *n* bức tượng

status *n* trạng thái, tình trạng

statute *n* quy chế, điều lệ

staunch *adj* ngăn chặn, dập tắt

stay *n* sự dừng lại, ở lại

stay *v* ở lại, lưu lại

steady *adj* vững chắc, kiên trì

steak *n* miếng thịt bít tết

steal *iv* ăn cắp, ăn trộm

stealthy *adj* vụng trộm, lén lút

steam *n* hơi nước

steel *n* thép

steep *adj* vách núi cao ngất

stem *n* thân, cuống, cọng

stem *v* bắt nguồn

stench *n* mùi thối

step *n* bước, bậc

step down *v* bước xuống

step out *v* ra khỏi nhà

step up *v* lên chức, thăng chức

stepbrother *n* cùng mẹ khác cha

step-by-step *adv* từng bước

stepdaughter *n* con gái riêng

stepfather *n* bố dượng

stepladder *n* thang đứng

S

stepmother *n* mẹ ghẻ, dì ghẻ

stepson *n* con trai riêng

sterile *adj* vô trùng, vô sinh

sterilize *v* tiệt trùng, triệt sản

stern *n* cuống lá

stew *n* món thịt hầm

stick *n* gậy, que; cột buồm

stick *iv* chọc thủng, cắm

stick around *v* ở quanh quẩn

stick out *v* tiếp tục làm điều gì

stick to *v* chĩa lên, trồi lên

sticker *n* nhãn dán

sticky *adj* dễ dính

stiff *adj* cứng, cứng đờ

stiffen *v* làm cho cứng

stiffness *n* sự cứng rắn

stifle *v* làm ngạt

stifling *adj* ngột ngạt, khó thở

still *adj* yên tĩnh, nín lặng

still *adv* còn, vẫn còn

stimulant *n* chất kích thích

stimulate *v* kích thích

stimulus *n* sự kích thích

sting *iv* châm, chích, đốt

sting *n* ngòi đốt

stinging *adj* đau nhói

stingy *adj* có vòi, có nọc

stink *iv* bốc mùi thối

stink *n* mùi hôi thối

stinking *adj* hôi thối, thối tha

stipulate *v* quy định, nêu lên

stir *v* khuấy, trộn, pha

stir up *v* gây ra (rắc rối)

stitch *v* khâu, may

stitch *n* mũi khâu, đan

stock *v* tích trữ

stock *n* kho hàng; cổ phần

stocking *n* bít tất dài

stockpile *n* hàng hóa tích trữ

stockroom *n* phòng giao dịch

stoic *adj* kiên cường

stomach *n* bao tử, dạ dày

stone *n* đá

stool *n* ghế đẩu; phân

stop *v* ngừng lại, dừng lại

stop *n* sự dừng lại

stop by *v* ghé qua

stop over *v* dừng chân

storage *n* sự cất giữ; nhà kho

store *v* tích trữ, dự trữ

store *n* lượng dự trữ

stork *n* con cò

storm *n* cơn bão

stormy *adj* có bão

story *n* chuyện, chuyện kể

stove *n* cái lò, lò đốt, lò sấy

straight *adj* thẳng, đúng

straighten out *v* nắn thẳng

strain *v* kéo căng, siết chặt

strain *n* sức căng

strained *adj* căng thẳng

strainer *n* bộ lọc, lưới lọc

strait *adj* hẹp, chật hẹp

stranded *adj* bị mắc cạn

S

strange *adj* lạ, kỳ dị

stranger *n* người lạ mặt

strangle *v* bóp cổ, đàn áp

strap *n* đai da, dây quàng

strategy *n* chiến lược

straw *n* cọng rơm

strawberry *n* trái dâu tây

stray *adj* thú đi lạc, thú hoang

stray *v* lạc, đi lạc, lầm lạc

stream *n* dòng, luồng, tia

street *n* đường

streetcar *n* tàu điện

streetlight *n* đèn đường

strength *n* sức mạnh

strengthen *v* làm cho mạnh lên

strenuous *adj* hăng hái, bất khuất

stress *n* căng thẳng, áp lực

stressful *adj* căng thẳng

stretch *n* sự kéo căng ra

stretch *v* kéo căng, căng ra

stretcher *n* băng ca, cáng

strict *adj* chính xác

stride *iv* bước dài, bước qua

strife *n* sự xung đột

strike *n* cuộc bãi công

strike *iv* đánh, nện; va phải

strike back *v* đánh trả, trả đòn

strike out *v* lao vụt đi; gạch bỏ

strike up *v* bắt đầu

striking *adj* sự đập, nện

string *n* sợi dây; băng, dải

stringent *adj* chặt chẽ, chính xác

strip *n* dải, mảnh

strip *v* bóc trần, lột trần

stripe *n* sọc, vằn

striped *adj* có sọc, vằn, viền

strive *iv* cố gắng, nỗ lực

stroke *n* đột quỵ; cú đánh

stroll *v* đi dạo, thả bộ

strong *adj* mạnh khỏe

structure *n* cấu trúc, kết cấu

struggle *n* cuộc đấu tranh

struggle *v* đấu tranh

stub *n* cuống, chân răng

stubborn *adj* bướng bỉnh

student *n* sinh viên, học sinh

study *v* học tập

stuff *n* vật liệu, chất liệu

stuff *v* nhét, nhồi, bịt

stuffing *n* sự nhồi đầy

stuffy *adj* ngột ngạt

stumble *v* vấp, vấp phải

stunning *adj* làm choáng váng

stupendous *adj* kỳ diệu

stupid *adj* ngu ngốc

stupidity *n* sự ngu đần

sturdy *adj* cứng cáp

stutter *v* nói lắp bắp

style *n* phong cách, kiểu

subdue *v* chinh phục

subdued *adj* dịu bớt

subject *v* lệ thuộc

subject *n* chủ đề; môn học

sublime *adj* siêu phàm

S

submerge *v* nhấn chìm, lặn

submissive *adj* chịu quy phục

submit *v* nộp đơn

subpoena *v* tống đạt trát tòa

subpoena *n* trát tòa

subscribe *v* đặt báo

subsequent *adj* tiếp theo

subsidiary *adj* phụ thêm

subsidize *v* trợ cấp

subsidy *n* sự trợ cấp

subsist *v* tồn tại, hiện hữu

substance *n* chất, bản chất

substandard *adj* dưới tiêu chuẩn

substantial *adj* thực tế

substitute *v* thay thế

substitute *n* người

subtitle *n* tiểu đề

subtle *adj* tế nhị, tinh vi

subtract *v* bớt đi, trừ đi

subtraction *n* sự trừ đi

suburb *n* ngoại ô

subway *n* tàu điện ngầm

succeed *v* thừa kế; thành công

success *n* sự thành công

successful *adj* thành công

successor *n* người kế vị

succulent *adj* mọng nước

succumb *v* khuất phục

such *adj* như vậy, như là

suck *v* mút, bú, hút, nút

sucker *n* máy hút

sudden *adj* đột ngột, đột nhiên

suddenly *adv* một cách bất ngờ

sue *v* kiện, thỉnh cầu

suffer *v* chịu đựng

suffer from *v* chịu đau

suffering *n* sự đau đớn

sufficient *adj* đủ, đầy đủ

suffocate *v* ngột ngạt, khó thở

sugar *n* đường

suggest *v* gợi ý, đề nghị

suggestion *n* sự gợi ý

suggestive *adj* gợi ý, nhắc nhở

suicide *n* sự tự sát, tự vẫn

suit *n* bộ quần áo

suitable *adj* phù hợp

suitcase *n* va ly

sullen *adj* u uất; chảy lờ đờ

sulphur *n* chất xun phua

sum *n* số tiền; tổng số

sum up *v* tổng cộng

summarize *v* tóm tắt, tổng kết

summary *n* bản tóm lược

summer *n* mùa hè

summit *n* thượng đỉnh

summon *v* gọi đến, triệu tập

sumptuous *adj* lộng lẫy, tráng lệ

sun *n* mặt trời

sunblock *n* thuốc chống nắng

sunburn *n* rám nắng

Sunday *n* Ngày Chủ Nhật

sundown *n* hoàng hôn

sunglasses *n* kính râm

sunken *adj* bị chìm ngập

S

sunny *adj* nắng

sunrise *n* bình minh

sunset *n* hoàng hôn

superb *adj* tráng lệ

superfluous *adj* thừa thãi

superior *adj* cao hơn

superiority *n* tính ưu việt

supermarket *n* siêu thị

superpower *n* siêu cường

supersede *v* thay thế

superstition *n* sự mê tín

supervise *v* giám sát

supervision *n* sự giám sát

supper *n* bữa ăn tối

supple *adj* mềm dẻo

supplier *n* nhà cung cấp

supplies *n* tiếp liệu

supply *v* cung cấp

support *n* sự nâng đỡ

supporter *n* người ủng hộ

suppose *v* giả định

supposing *c* ví thử

supposition *n* giả thuyết

S

suppress *v* đàn áp, kiềm chế

supremacy *n* quyền lực tối cao

supreme *adj* tối thượng

surcharge *n* quá tải

sure *adj* chắc chắn

surely *adv* chắc chắn

surf *v* lướt

surface *n* mặt phẳng

surge *v* dâng lên, bùng lên

surgeon *n* bác sĩ phẫu thuật

surname *n* họ; biệt hiệu

surpass *v* vượt trội

surplus *n* thặng dư

surprise *v* làm bất ngờ

surprise *n* sự ngạc nhiên

surrender *v* đầu hàng

surrender *n* sự đầu hàng

surround *v* bao quanh

surroundings *n* vùng phụ cận

surveillance *n* sự giám sát

survey *n* sự thăm dò

survival *n* sự sống sót

survive *v* sống còn

survivor *n* kẻ sống sót

susceptible *adj* đáng nghi ngờ

suspect *v* nghi ngờ

suspect *n* kẻ tình nghi

suspend *v* treo; đình chỉ

suspenders *n* dây đeo quần

suspense *n* tình trạng lơ lửng

suspension *n* sự lơ lửng

suspicion *n* sự nghi ngờ

suspicious *adj* khả nghi

sustain *v* chống đỡ

sustenance *n* chất bổ

swallow *v* nuốt

swamp *n* đầm lầy

swamped *adj* bị sa lầy

swan *n* thiên nga

swap *v* trao đổi

swap *n* sự đổi chác

swarm *n* họp đàn, kéo đàn
sway *v* đu đưa
swear *iv* thề
sweat *v* đổ mồ hôi
sweat *n* mồ hôi
sweater *n* áo len
Sweden *n* nước Thụy điển
sweep *iv* quét
sweet *adj* ngọt; đáng yêu
sweeten *v* xoa dịu
sweetheart *n* người yêu
sweetness *n* sự ngon ngọt
sweets *n* kẹo
swell *iv* sưng lên
swelling *n* chỗ sưng
swift *n* chim yến
swim *iv* bơi
swimmer *n* người bơi
swimming *n* sự bơi
swindle *n* sự lừa bịp
swindle *v* lừa gạt, gian lận
swindler *n* kẻ lừa đảo
swing *iv* lắc lư, đung đưa
swing *n* sự lắc lư, dao động
Swiss *adj* thuộc về Thụy Sĩ
switch *v* quất, đánh
switch *n* cầu dao, công tắc
switch off *v* ngắt mạch
switch on *v* đóng mạch
Switzerland *n* nước Thụy Sĩ
swivel *n* khớp xoáy
swollen *adj* bị phồng

sword *n* thanh kiếm
swordfish *n* cá kiếm
syllable *n* vần, âm tiết
symbol *n* biểu tượng
symmetry *n* sự đối xứng
sympathize *v* có thiện cảm
sympathy *n* sự đồng cảm
symphony *n* bản giao hưởng
symptom *n* triệu chứng
synchronize *v* xảy ra cùng lúc
synonym *n* từ đồng nghĩa
synthesis *n* phép tổng hợp
syphilis *n* bệnh giang mai
syringe *n* ống tiêm
syrup *n* xirô
system *n* hệ thống
systematic *adj* có hệ thống

table *n* cái bàn; bảng
tablecloth *n* khăn trải bàn
tablespoon *n* muỗng canh
tablet *n* viên thuốc; tấm
tack *n* đinh ghim; chất keo
tackle *v* dụng cụ; chão
tact *n* sự tế nhị, khôn khéo
tactful *adj* khéo léo, tế nhị

tactical *adj* về chiến thuật

tactics *n* chiến thuật

tag *n* thẻ hành lý

tail *n* đuôi; phần sau

tail *v* gắn (đính) vào đuôi

tailor *n* thợ may

tainted *adj* làm dơ bẩn

take *iv* cầm, nắm

take apart *v* tháo ra từng phần

take away *v* lấy đi, mang đi

take back *v* mang, đưa

take in *v* cho ở; tiếp đón

take off *v* cởi quần áo; dẹp đi

take out *v* loại ra; trích ra từ

take over *v* nhận; nắm quyền

tale *n* câu chuyện

talent *n* tài, tài năng

talk *v* nói; trò chuyện

talkative *adj* hay nói; ba hoa

tall *adj* cao

tame *adj* thuần hóa

tangent *n* đường tiếp tuyến

tangerine *n* quả quít

tangible *adj* có thể sờ mó được

tangle *n* làm lộn xộn, làm rối

tank *n* thùng; xe tăng

tanned *adj* rám nắng

tantamount to *adj* tương đương

tantrum *n* cơn giận

tap *n* khoan lỗ; mở nút

tap into *v* vào, tiếp cận

tape *n* dây, dải; băng từ

tape recorder *n* máy thâu băng

tapestry *n* thảm thêu

tar *n* nhựa đường

tardy *adv* chậm chạp, lờ đờ

target *n* mục tiêu; đối tượng

tariff *n* bảng giá; thuế xuất

tarnish *v* bạc màu

tart *n* bánh nhân trái cây

tartar *n* cao trên răng

task *n* công việc; bài tập

taste *v* nếm, nếm mùi

taste *n* vị, mùi vị; thị hiếu

tasteful *adj* có đầu óc thẩm mỹ

tasteless *adj* vô vị; lịch sự

tasty *adj* thơm ngon; lịch sự

tavern *n* quán trọ

tax *n* thuế

tea *n* trà

teach *iv* dạy, dạy bảo

teacher *n* thầy giáo

team *n* đội, tổ

teapot *n* bình trà

tear *iv* làm rách

tear *n* nước mắt; chỗ rách

tearful *adj* khóc lóc, đẫm lệ

tease *v* trêu đùa; quấy rầy

teaspoon *n* muỗng trà

technical *adj* thuộc về kỹ thuật

technicality *n* khía cạnh kỹ thuật

technician *n* kỹ thuật viên

technique *n* kỹ thuật

technology *n* kỹ thuật

tedious *adj* mệt mỏi, chán ngắt

tedium *n* sự buồn tẻ

teenager *n* thanh thiếu niên

teeth *n* răng

telegram *n* điện tín

telepathy *n* thần giao cách cảm

telephone *n* điện thoại

telescope *n* kính viễn vọng

television *n* máy truyền hình

tell *iv* thuật lại; giải thích

telling *adj* có hiệu quả

temper *n* tính khí

temperature *n* nhiệt độ

tempest *n* cơn bão lớn

temple *n* ngôi đền

temporary *adj* tạm thời

tempt *v* lôi kéo; cám dỗ

temptation *n* sự xúi giục

tempting *adj* hấp dẫn, quyến rũ

ten *adj* mười

tenacity *n* sự bền bỉ; độ dai

tenant *n* người thuê nhà

tendency *n* khuynh hướng

tender *adj* bỏ thầu; đề nghị

tenderness *n* sự mềm

tennis *n* quần vợt

tenor *n* nội dung

tense *adj* căng; căng thẳng

tension *n* sự căng; áp lực

tent *n* lều vải

tentacle *n* xúc tu; vòi

tentative *n* sự thử làm

tenth *adj* thứ mười

tenuous *adj* nghèo nàn

tepid *adj* hơi ấm ấm

term *n* thuật ngữ; kỳ hạn

terminate *v* hoàn thành

termite *n* con mối

terms *n* điều khoản

terrace *n* sân thượng

terrain *n* mảnh đất

terrestrial *adj* thuộc về đất

terrible *adj* kinh khủng

terrific *adj* cực kỳ lớn

terrify *v* gây kinh hoàng

terrifying *adj* đáng sợ

territory *n* lãnh thổ

terror *n* sự kinh hoàng

terrorism *n* chủ nghĩa khủng bố

terrorist *n* kẻ khủng bố

terrorize *v* khủng bố

terse *adj* súc tích, ngắn gọn

test *n* sự thử thách; mẫu

test *v* thử nghiệm; kiểm tra

testament *n* di chúc

testify *v* chứng thực; khai

testimony *n* bằng chứng

text *n* văn bản, bản văn

textbook *n* sách giáo khoa

texture *n* sự dệt; cấu trúc

thank *v* cám ơn

thankful *adj* biết ơn, cám ơn

thanks *n* lời cám ơn

that *adj* cái đó

thaw *v* tan, chảy nước

thaw *n* sự tan ra, rã đông

theater *n* rạp hát; nghệ thuật

theft *n* sự ăn trộm

theme *n* chủ đề, đề tài

themselves *pro* chính họ

then *adv* sau đó; bấy giờ

theologian *n* nhà thần học

theology *n* thần học

theory *n* thuyết, lý thuyết

therapy *n* liệu pháp

there *adv* đó, ở đó, kìa

therefore *adv* bởi vậy, vì vậy

thermometer *n* nhiệt kế

thermostat *n* bộ ổn nhiệt

these *adj* những cái này

thesis *n* luận chứng

they *pro* họ, chúng

thick *adj* dày; đặc, sền sệt

thicken *v* làm cho dày

thickness *n* chiều dày

thief *n* kẻ trộm

thigh *n* đùi, bắp đùi

thin *adj* mỏng

thing *n* đồ, thứ; vấn đề

think *iv* suy nghĩ; cho là

thinly *adv* thưa thớt

third *adj* thứ ba

thirst *n* sự khát nước

thirsty *adj* khát nước

thirteen *adj* mười ba

thirty *adj* ba mươi

this *adj* cái này

thorn *n* cái gai; bụi gai

thorny *adj* có gai; gai góc

thorough *adj* hoàn toàn

those *adj* những cái đó

though *c* mặc dù, tuy rằng

thought *n* ý nghĩ; suy tưởng

thoughtful *adj* trầm ngâm

thousand *n* một ngàn

thread *v* xỏ chỉ; xâu chuỗi

thread *n* chỉ, sợi chỉ

threat *n* sự đe dọa

threaten *v* đe dọa

three *adj* ba

thresh *v* đập lúa

threshold *n* ngưỡng cửa

thrifty *adj* tiết kiệm, tằn tiện

thrill *v* run; rung rinh

thrill *n* sự run; chấn động

thrive *v* phát đạt; nảy nở

throat *n* họng; lỗ hẹp

throb *n* sự đập mạnh

throb *v* đập mạnh; hồi hộp

thrombosis *n* chứng nghẽn mạch

throne *n* ngai vàng

throng *n* sự chen chúc

through *pre* suốt, thẳng

throw *iv* ném, vứt, quăng

throw away *v* vứt bỏ

throw up *v* thổ ra

thug *n* kẻ sát nhân

thumb *n* ngón cái

T

thumbtack *n* đinh bấm

thunder *n* sấm, sét

thunderbolt *n* tiếng sét

thunderstorm *n* dông tố, bão táp

Thursday *n* thứ Năm

thus *adv* như thế, do đó

thwart *v* ngăn trở, cản trở

thyroid *n* tuyến giáp

tickle *v* thọc lét; làm cho cười

tickle *n* sự thọc lét

ticklish *adj* dễ nhột; tế nhị

tidal wave *n* sóng thần

tide *n* thủy triều; trào lưu

tidy *adj* sạch sẽ, chỉnh tề

tie *v* cột, buộc; nối

tie *n* dây cột; nơ, cà vạt

tiger *n* con cọp

tight *adj* buộc chặt; chật

tighten *v* thắt chặt; kéo căng

tile *n* ngói, gạch lát nền

till *n* ngăn kéo

till *v* làm đất, canh tác

tilt *v* làm nghiêng; dốc ra

timber *n* gỗ, gỗ cây; kèo

time *n* thời gian; thời

time *v* tính toán thì giờ

timeless *adj* thiên thu

timely *adj* kịp thời, đúng lúc

times *n* gấp, nhân với

timetable *n* thời khóa biểu

timid *adj* rụt rè, nhút nhát

timidity *n* sự rụt rè, bẽn lẽn

tin *n* thiếc, đồ thiếc

tiny *adj* nhỏ xíu

tip *n* đầu; mánh lới

tiptoe *n* đầu ngón chân

tired *adj* mệt mỏi

tiredness *n* sự mệt mỏi

tireless *adj* không mệt mỏi

tiresome *adj* chán ngắt, tẻ nhạt

tissue *n* mô; vải, giấy lụa

title *n* tựa đề; tước

to *pre* đến; cho, với

toad *n* con cóc

toaster *n* lò nướng điện

tobacco *n* thuốc lá

today *adv* ngày hôm nay

toddler *n* đứa bé mới tập đi

toe *n* ngón chân

toenail *n* móng chân

together *adv* nhau; cùng lúc

toil *v* làm việc nặng nề

toilet *n* sự rửa ráy

token *n* dấu hiệu; lưu niệm

tolerable *adj* có thể tha thứ

tolerance *n* lòng khoan dung

tolerate *v* chịu đựng; tha thứ

toll *n* thuế chợ; tổn thất

toll *v* nộp thuế qua cầu

tomato *n* cà chua

tomb *n* mộ, mồ, mả

tombstone *n* bia mộ, mộ chí

tomorrow *adv* ngày mai

ton *n* tấn

T

tone *n* âm, thanh; giọng

tongs *n* cái kẹp, kìm

tongue *n* lưỡi; ngôn ngữ

tonic *n* thuốc bổ

tonight *adv* tối nay, đêm nay

tonsil *n* hạch hạnh nhân

too *adv* quá, cũng, rất

tool *n* công cụ, dụng cụ

tooth *n* răng

toothache *n* bệnh đau răng

toothpick *n* tăm xỉa răng

top *n* chóp, đầu, đỉnh

topic *n* chủ đề, đề tài

topple *v* làm ngã; nghiêng

torch *n* đuốc; đèn hàn

torment *n* sự đau đớn

torment *v* gây đau đớn

torrent *n* dòng thác

torrid *adj* nóng bức

torso *n* thân mình

tortoise *n* con rùa

torture *v* hành hạ, tra tấn

torture *n* sự hành hạ

toss *v* ném lên

total *adj* tổng cộng

totalitarian *adj* chuyên chế

totality *n* toàn bộ, tổng số

touch *n* sờ mó; xúc giác

touch *v* mó; liên quan đến

touch on *v* đả động đến

touch up *v* sửa sơ qua

touching *adj* dễ nổi nóng

tough *adj* cứng, chắc; dai

toughen *v* làm cứng rắn

tour *n* chuyến đi; kinh lý

tourism *n* ngành du lịch

tourist *n* du khách

tournament *n* giải đấu

tow *v* dắt, kéo

tow truck *n* xe cứu hộ

towards *pre* theo hướng

towel *n* khăn tắm

tower *n* tháp

towering *adj* cao ngất

town *n* thành phố, thị xã

town hall *n* tòa thị chính

toxic *adj* độc, do chất độc

toxin *n* độc tố

toy *n* đồ chơi

trace *v* vết, dấu vết; sẹo

track *n* dấu vết; đường

track *v* theo vết, theo dõi

traction *n* sự kéo, lực kéo

tractor *n* máy kéo

trade *n* thương mại

trade *v* giao dịch

trader *n* thương nhân

tradition *n* truyền thống

traffic *n* sự giao thông

tragedy *n* bi kịch, thảm kịch

tragic *adj* bi thảm, bi kịch

trail *v* lê, kéo lê; truy nã

trail *n* vết, dấu vết

train *n* xe lửa; đoàn

train *v* huấn luyện

trainee *n* thực tập viên

trainer *n* huấn luyện viên

training *n* sự huấn luyện

trait *n* nét tiêu biểu

traitor *n* kẻ phản bội

trajectory *n* đạn đạo; hành trình

tram *n* tàu điện; xe goòng

trample *v* giẫm lên, chà đạp

trance *n* trạng thái hôn mê

tranquility *n* sự yên tĩnh

transaction *n* một vụ làm ăn

transcend *v* vượt quá

transcribe *v* sao chép, phiên âm

transfer *n* việc chuyển

transfer *v* chuyển; giao lại

transform *v* biến đổi, thay đổi

transformation *n* sự biến đổi

transfusion *n* sự truyền máu

transient *adj* tạm thời; ở tạm

transit *n* sự quá cảnh

transition *n* sự chuyển tiếp

translate *v* dịch, phiên dịch

translator *n* dịch giả

transmit *v* truyền; lan truyền

transparent *adj* trong suốt

transplant *v* cấy, trồng

transport *n* sự vận chuyển

trap *n* cái bẫy; cửa sập

trash *n* rác, phế liệu

trash can *n* thùng rác

travel *v* du hành

traveler *n* du khách; cần trục

tray *n* khay, máng, mâm

treacherous *adj* phản bội

treachery *n* sự phản bội

tread *n* mặt đường ray

treason *n* sự phản nghịch

treasure *n* kho tàng

treasurer *n* thủ quỹ

treat *v* đối xử; điều trị

treatment *n* sự cư xử

treaty *n* hiệp ước

tree *n* cây

tremble *v* run; rung chuyển

tremendous *adj* khủng khiếp

tremor *n* sự rung động

trench *n* mương rãnh

trend *n* khuynh hướng

trendy *adj* đúng thời thượng

trespass *v* xâm phạm

trial *n* sự xét xử; thử nghiệm

trials *n* cuộc tranh đua

triangle *n* hình tam giác

tribe *n* bộ lạc, bộ tộc

tribulation *n* nỗi khổ cực

tribunal *n* tòa án

tribute *n* vật cống

trick *v* lừa đảo, lừa bịp

trick *n* sự lừa bịp

trickle *v* chảy nhỏ giọt

tricky *adj* nhiều thủ đoạn

trigger *v* phát động

trigger *n* cò súng, ngòi nổ

trim *v* cắt, xén; bào, đẽo

trimester *n* quý; học kỳ ba tháng

trimmings *n* đồ trang hoàng

trip *n* chuyến đi; hành trình

trip *v* bước nhẹ

triple *adj* tăng gấp ba lần

tripod *n* cái giá ba chân

triumph *n* chiến thắng

triumphant *adj* đắc thắng

trivial *adj* tầm thường

trivialize *v* tầm thường hóa

trolley *n* xe đẩy, xe điện

troop *n* đàn, đoàn

trophy *n* cúp; chiến tích

tropic *n* thuộc nhiệt đới

tropical *adj* thuộc nhiệt đới

trouble *n* sự rắc rối; vất vả

trouble *v* làm vẩn đục

troublesome *adj* rắc rối, hóc búa

trousers *n* quần tây

trout *n* một loại cá hồi

truce *n* sự ngừng bắn

truck *n* xe tải

trucker *n* tài xế xe tải

trumped-up *adj* bị mắc mưu

trumpet *n* kèn trom pét

trunk *n* cái vòi, đường ống

trust *v* tin cậy; giao phó

trust *n* sự tin tưởng

truth *n* sự thật

truthful *adj* thực, thực thà

try *v* làm thử; xét xử

tub *n* thùng; bồn tắm

tuberculosis *n* bệnh lao

Tuesday *n* ngày thứ Ba

tuition *n* học phí

tulip *n* hoa tulip

tumble *v* ngã; tóm được

tummy *n* bao tử, dạ dày

tumor *n* khối u

tumult *n* sự hỗn độn

tumultuous *adj* âm ỉ, rối loạn

tuna *n* cá thu

tune *n* giai điệu

tune *v* so dây đà

tune up *v* điều chỉnh máy

tunic *n* áo dài, áo chẽn

tunnel *n* đường hầm

turbine *n* tua bin

turbulence *n* sự rối loạn

turf *n* bãi cỏ; han bùn

Turk *adj* thuộc về Thổ nhĩ kỳ

Turkey *n* nước Thổ nhĩ kỳ

turmoil *n* sự rối loạn

turn *n* sự quay; chỗ rẽ

turn *v* xoay, quay

turn back *v* quay trở lại

turn down *v* bác bỏ

turn in *v* nộp lại, trao lại

turn off *v* tắt, ngắt

turn on *v* bật, vặn, khởi động

turn out *v* đám đông

turn over *v* lật đổ, thay đổi

turn up *v* xuất hiện; lật lên

turret *n* tháp súng	

turtle *n* con rùa

tusk *n* ngà voi

tutor *n* người giám hộ

tweezers *n* cái díp để nhổ râu

twelfth *adj* thứ mười hai

twelve *adj* mười hai

twentieth *adj* thứ hai mươi

twenty *adj* hai mươi

twice *adv* gấp đôi

twilight *n* hoàng hôn

twin *n* song sinh, sinh đôi

twinkle *v* lấp lánh

twist *v* xoắn, vặn; làm trẹo

twist *n* sự xoắn; dây bện

twisted *adj* lo âu, bối rối

twister *n* người xe dây

two *adj* hai

tycoon *n* trùm tư bản

type *n* loại, kiểu, mẫu

type *v* đánh máy

typical *adj* điển hình, tiêu biểu

tyranny *n* chế độ độc tài

tyrant *n* tên độc tài

ugliness *n* sự xấu xí

ugly *adj* xấu xí; xấu xa

ulcer *n* chỗ loét; ung nhọt

ultimate *adj* cuối cùng; cơ bản

ultimatum *n* tối hậu thư

ultrasound *n* siêu âm

umbrella *n* cây dù

umpire *n* trọng tài

unable *adj* không thể

unanimity *n* sự đồng tình

unarmed *adj* không có vũ khí

unassuming *adj* khiêm tốn

unaware *adj* không biết

unbearable *adj* không chịu nổi

unbelievable *adj* không ngờ được

unbiased *adj* không định kiến

unbroken *adj* còn nguyên

unbutton *v* để hở nút

uncertain *adj* không chắc

uncle *n* chú, cậu, dượng

uncomfortable *adj* không thoải mái

uncommon *adj* khác thường

unconscious *adj* bất tỉnh; vô ý thức

uncover *v* mở ra, bỏ ra

undecided *adj* không dứt khoát

undeniable *adj* không thể chối cãi

under *pre* dưới, bên dưới

undercover *adj* bí mật, kín, lén lút

undergo *v* trải qua, chịu đựng

underground *adj* ngầm dưới đất
underlie *v* nằm ở dưới
underline *v* gạch dưới
underlying *adj* nằm dưới
undermine *v* đào dưới chân
underneath *pre* ở dưới
underpass *n* đường hầm
understand *v* hiểu, nhận thức
understanding *n* biết điều
undertake *v* làm, thực hiện
underwear *n* đồ lót
underwrite *v* ký tên ở dưới
undeserved *adj* không đáng
undesirable *adj* không ai ưa
undisputed *adj* không cãi được
undo *v* xóa bỏ; tháo, gỡ
undoubtedly *adv* không nghi ngờ
undress *v* cởi quần áo
undue *adj* quá mức
unearth *v* đào lên; khám phá
uneasiness *n* sự bồn chồn
uneasy *adj* không thoải mái
uneducated *adj* vô giáo dục
unemployed *adj* thất nghiệp
unending *adj* không hết; bất diệt
unequal *adj* không bằng
unequivocal *adj* không rõ ràng
uneventful *adj* không có biến cố
unexpected *adj* bất ngờ
unfailing *adj* không thay đổi
unfair *adj* không công bằng
unfairly *adv* một cách bất công

unfairness *n* sự bất công
unfaithful *adj* không trung thành
unfamiliar *adj* không quen biết
unfasten *v* mở, cởi, tháo
unfavorable *adj* không thuận lợi
unfit *adj* không vừa
unfold *v* mở ra; bộc lộ
unforeseen *adj* mở ra; bộc lộ
unforgettable *adj* không thấy
unfounded *adj* không quên được
unfriendly *adj* không có căn cứ
unfurnished *adj* không thân thiện
ungrateful *adj* vô ơn
unhappiness *n* sự bất hạnh
unhappy *adj* không hạnh phúc
unharmed *adj* không thiệt hại
unhealthy *adj* không khỏe
unheard-of *adj* chưa từng nghe
unhurt *adj* không bị thương
unification *n* sự thống nhất
uniform *n* đồng phục
uniformity *n* sự đồng đều
unify *v* hợp nhất
unilateral *adj* ở một phía
union *n* sự hợp nhất
unique *adj* duy nhất, độc nhất
unit *n* đơn vị
unite *v* kết, kết hợp
unity *n* tính đơn nhất
universal *adj* vạn vật; phổ biến
universe *n* vũ trụ, vạn vật
university *n* đại học

U

unjust *adj* không công bằng

unjustified *adj* không lý giải được

unknown *adj* vô danh; không biết

unlawful *adj* bất hợp pháp

unleaded *adj* không pha chì

unleash *v* mở ra; thả lỏng

unless *c* trừ khi, trừ phi

unlike *adj* không giống

unlikely *adj* không chắc

unlimited *adj* không giới hạn

unload *v* bốc, dỡ hàng

unlock *v* mở, mở khóa

unlucky *adj* không may, rủi, xui

unmarried *adj* độc thân

unmask *v* tháo; lột mặt nạ

unnecessary *adj* không cần thiết

unnoticed *adj* không để ý đến

unoccupied *adj* rỗi; không ai ở

unpack *v* lấy đồ ra

unpleasant *adj* khó chịu, khó ưa

unplug *v* tháo nút

unprofitable *adj* không có lợi

unravel *v* gỡ rối

unreal *adj* không thực

unrealistic *adj* không chân thực

unreasonable *adj* không hợp lý

unrelated *adj* không liên quan đến

unreliable *adj* không đáng tin cậy

unrest *n* sự bất ổn

unsafe *adj* không an toàn

unselfish *adj* không ích kỷ

unstable *adj* không bền

unsteady *adj* không vững

unsuccessful *adj* không thành công

unsuitable *adj* không phù hợp

unsuspecting *adj* không nghi ngờ

untie *v* cởi, tháo, nới lỏng

until *pre* cho đến khi

untimely *adj* không đúng lúc

untouchable *adj* không thể sờ

untrue *adj* không thật

unusual *adj* không bình thường

unveil *v* bỏ mạng che mặt ra

unwillingly *adv* miễn cưỡng

unwind *v* tháo ra; làm dịu bớt

unwise *adj* không sáng suốt

unwrap *v* mở ra

upbringing *n* sự dạy dỗ

upcoming *adj* sắp đến, sắp xảy ra

update *v* cập nhật

upgrade *v* nâng cấp

upheaval *n* sự xê dịch

uphill *adv* lên dốc

uphold *v* đỡ, nâng; ủng hộ

upholstery *n* nghề bọc đồ gỗ

upkeep *n* sự bảo trì

upon *pre* ở trên; lên trên

upper *adj* trên, thượng

upright *adj* đứng thẳng

uprising *n* cuộc nổi dậy

uproar *n* tiếng động

uproot *v* nhổ rễ; biến đổi

upset *v* lật úp; xáo trộn

upside-down *adv* lộn xộn, đảo lộn

upstairs *adv* ở phía trên
uptight *adj* căng thẳng
up-to-date *adj* mới nhất, cập nhật
upturn *v* gia tăng; dâng lên cao
upwards *adv* hướng lên
urban *adj* thuộc đô thị
urge *n* động lực
urge *v* thúc giục; thúc
urgency *n* sự khẩn cấp
urgent *adj* khẩn cấp
urinate *v* tiểu tiện
urine *n* nước tiểu
urn *n* bình, vại
us *pro* chúng tôi, chúng ta
usage *n* cách sử dụng
use *v* sử dụng
use *n* cách dùng
used to *adj* thường hay
useful *adj* có ích
usefulness *n* sự có ích
useless *adj* vô ích, vô dụng
user *n* người sử dụng
usher *n* người chỉ chỗ ngồi
usual *adj* thông thường
usurp *v* lấn chiếm
ustensil *n* đồ dùng
uterus *n* tử cung
utilize *v* dùng; lợi dụng
utmost *adj* xa nhất; cuối cùng
utter *v* hoàn toàn

vacancy *n* chỗ trống
vacant *adj* trống rỗng
vacate *v* bỏ trống; bỏ
vaccinate *v* chủng, tiêm chủng
vaccine *n* vắc xin
vacillate *v* lắc lư; do dự
vagrant *n* kẻ lang thang
vague *adj* mơ hồ, viễn vông
vain *adj* uổng công; tự phụ
vainly *adv* một cách bô bổ
valiant *adj* can đảm
valid *adj* có giá trị pháp lý
validate *v* làm cho có giá trị
validity *n* sự có hiệu lực
valley *n* thung lũng
valuable *adj* có giá trị, quý giá
value *n* giá trị; giá, giá cả
valve *n* van
vampire *n* ma cà rồng
van *n* xe tải
vandal *n* người phá hoại
vandalism *n* tính chất phá hoại
vandalize *v* phá hoại
vanguard *n* quân tiên phong
vanish *v* biến mất; triệt tiêu
vanity *n* tính kiêu căng
vanquish *v* đánh thắng
vaporize *v* làm cho bốc hơi
variable *adj* thay đổi; biến thiên

varied *adj* khác nhau

variety *n* loại, thứ, loạt

various *adj* khác nhau

varnish *v* đánh vecni

varnish *n* vecni, nước bóng

vary *v* thay đổi; khác

vase *n* bình, lọ, vại

vast *adj* rộng lớn

veal *n* thịt bê

veer *v* đổi chiều, xoay chiều

vegetable *n* rau, cây cỏ

vegetarian *n* người ăn chay

vegetation *n* cây cối, cây cỏ

vehicle *n* xe, xe cộ, xe hơi

veil *n* mạng che mặt

vein *n* tĩnh mạch

velocity *n* vận tốc

velvet *n* nhung, độ mượt

venerate *v* tôn kính, sùng kính

vengeance *n* sự trả thù

venison *n* thịt hươu

venom *n* nọc độc; độc ác

vent *n* lỗ thông gió

ventilate *v* thông gió, thông hơi

ventilation *n* sự thông gió

venture *n* việc mạo hiểm

venture *v* liều, đánh liều

verb *n* động từ

verbally *adv* bằng miệng

verbatim *adv* đúng nguyên văn

verdict *n* phán quyết

verge *n* bờ, ven, ranh giới

verification *n* sự thẩm tra

verify *v* thẩm tra, kiểm tra

versatile *adj* nhiều tài; đa dạng

verse *n* thơ, thi ca

versed *adj* thành thạo

version *n* phiên bản

versus *pre* chống lại

vertebra *n* đốt xương sống

very *adv* rất, lắm, hết sức

vessel *n* bình, chậu; thuyền

vest *n* áo lót

vestige *n* vết tích, di tích

veteran *n* cựu chiến binh

veterinarian *n* bác sĩ thú y

veto *v* quyền phủ quyết

viaduct *n* cầu cạn

vibrant *adj* rung; kêu vang

vibrate *v* rung; vang lên

vibration *n* sự rung

vice *n* thói xấu; khuyết tật

vicinity *n* vùng lân cận

vicious *adj* xấu xa; không đúng

victim *n* nạn nhân

victimize *v* dùng làm vật hy sinh

victor *n* người chiến thắng

victorious *adj* chiến thắng

victory *n* chiến thắng

view *n* tầm nhìn; cảnh sắc

view *v* xem, nhìn

viewpoint *n* quan điểm

vigil *n* trực đêm

village *n* ngôi làng

villager *n* dân làng

villain *n* kẻ xấu, côn đồ

vindicate *v* làm sáng tỏ

vindictive *adj* có tính chất trả thù

vine *n* cây nho

vinegar *n* giấm

vineyard *n* ruộng nho

violate *v* vi phạm

violence *n* bạo lực

violent *adj* mạnh mẽ, dữ dội

violet *n* cây hoa tím, màu tím

violin *n* vĩ cầm

violinist *n* nghệ sĩ vĩ cầm

viper *n* rắn lục

virgin *n* trinh nữ

virginity *n* sự trinh tiết

virile *adj* thuộc đàn ông

virility *n* tính chất đàn ông

virtue *n* hầu như

virtually *adv* đức, đạo đức

virtuous *adj* có đạo đức

virulent *adj* độc, độc hại

virus *n* virút

visibility *n* tầm nhìn xa

visible *adj* nhìn thấy được

vision *n* sự nhìn, tầm nhìn

visit *n* sự thăm viếng

visit *v* thăm, thăm viếng

visitor *n* khách đến thăm

visual *adj* thuộc về thị giác

visualize *v* hình dung

vital *adj* thuộc về sự sống

vitality *n* sức sống

vitamin *n* vitamin, sinh tố

vivacious *adj* hoạt bát, lanh lợi

vivid *adj* sặc sỡ, sôi nổi

vocabulary *n* từ vựng

vocation *n* khiếu; nghề nghiệp

vogue *n* mốt, thời trang

voice *n* âm thanh, tiếng

void *adj* trống rỗng; vô ích

volatile *adj* hay thay đổi

volcano *n* núi lửa

volleyball *n* bóng chuyền

voltage *n* điện áp, điện thế

volume *n* quyển; thể tích

volunteer *n* tình nguyện viên

vomit *v* nôn

vomit *n* sự nôn mửa

vote *n* sự bỏ phiếu

vote *v* bỏ phiếu, bầu cử

voting *n* sự bỏ phiếu

vouch for *v* cam đoan

voucher *n* biên lai; chứng thư

vow *n* lời thề, lời nguyền

vowel *n* nguyên âm

voyage *n* cuộc du lịch

voyager *n* người đi xa

vulgar *adj* thường, thô bỉ

vulgarity *n* tính thô tục

vulnerable *adj* dễ bị tổn thương

vulture *n* con kên kên

wafer *n* bánh xốp

wag *n* người hay nói đùa

wage *n* tiền lương

wagon *n* xe ngựa, xe bò

wail *v* gào thét, la ó

wail *n* tiếng rên rỉ

waist *n* eo, eo lưng

wait *v* chờ

waiter *n* bồi bàn nam

waiting *n* sự chờ đợi

waitress *n* bồi bàn nữ

waive *v* từ bỏ, khước từ

wake up *iv* thức dậy, tỉnh dậy

walk *v* đi, đi bộ, đi dạo

walk *n* cuộc dạo chơi

walkout *n* cuộc đình công

wall *n* bức tường; thành

wallet *n* cái ví

walnut *n* quả, cây hồ đào

walrus *n* hải mã

waltz *n* điệu van

wander *v* đi thơ thẩn

wanderer *n* người lang thang

wane *v* khuyết (trăng); tàn

want *v* muốn

war *n* chiến tranh

ward *n* phòng; nhà tù

warden *n* người bảo vệ

wardrobe *n* tủ quần áo

warehouse *n* kho, kho hàng

warfare *n* chiến tranh

warm *adj* ấm

warm up *v* hâm nóng

warmth *n* hơi nóng

warn *v* cảnh báo

warning *n* sự báo trước

warp *v* làm sai lạc

warped *adj* bị sai lạc

warrant *v* bảo đảm; ủy quyền

warrant *n* sự cho phép

warranty *n* sự bảo đảm

warrior *n* chiến binh

warship *n* tàu chiến

wart *n* mụn cóc

wary *adj* thận trọng

wash *v* rửa, giặt

washable *adj* có thể giặt được

wasp *n* ong vò vẽ

waste *v* bỏ hoang; thừa

waste *n* vật thải; đất hoang

waste basket *n* thùng rác

wasteful *adj* lãng phí

watch *n* đồng hồ đeo tay

watch *v* quan sát; xem

watch out *v* coi chừng

watchful *adj* cảnh giác, cẩn thận

watchmaker *n* thợ sửa đồng hồ

water *n* nước, sông ngòi

water *v* tưới cây

water down *v* làm cho dịu xuống

waterfall *n* thác nước

waterheater *n* máy nước nóng
watermelon *n* dưa hấu
waterproof *adj* không thấm nước
watershed *n* đường phân nước
watertight *adj* không thấm nước
watery *adj* sũng nước
watt *n* oát
wave *n* sóng
waver *v* làm lung lay
wavy *adj* gợn sóng; dợn sóng
wax *n* sáp; ráy tai
way *n* đường
way in *n* lối vào
way out *n* lối ra
we *pro* chúng tôi
weak *adj* yếu, yếu ớt
weaken *v* làm yếu đi
weakness *n* sự yếu ớt
wealth *n* sự giàu có
wealthy *adj* giàu có
weapon *n* vũ khí
wear *iv* mặc, đội; hao mòn
wear *n* sự mặc; sự hao mòn
weary *adj* mệt, mệt mỏi
weather *n* thời tiết
weave *iv* dệt
web *n* vải dệt; mạng nhện
web site *n* trang mạng
wed *iv* cưới, kết hôn
wedding *n* đám cưới
wedge *n* cái nêm
Wednesday *n* thứ Tư

weed *n* cỏ dại, cỏ hoang
weed *v* nhổ cỏ, dẫy cỏ
week *n* tuần lễ
weekend *n* cuối tuần
weekly *adv* hàng tuần
weep *iv* khóc than
weigh *v* cân
weight *n* sức nặng
weird *adj* thuộc về số mệnh
welcome *v* chào mừng
welcome *n* sự chào đón
weld *v* hàn, gắn bó
welder *n* thợ hàn, máy hàn
welfare *n* phúc lợi
well *adv* tốt, may mắn
well-known *adj* nổi tiếng
well-to-do *adj* sung túc
west *n* hướng tây
westbound *adv* đi về phía tây
western *adj* phương tây
wet *adj* ướt
whale *n* cá voi
wharf *n* bến tàu, cầu tàu
what *adj* gì, cái gì
whatever *adj* dù, bất kỳ
wheat *n* lúa mì
wheel *n* bánh xe
wheelbarrow *n* xe cút kít
wheelchair *n* xe lăn
wheeze *v* thở khò khè
when *adv* khi nào, bao giờ
whenever *adv* bất cứ lúc nào

where *adv* đâu, ở đâu
whereabouts *n* ở đâu
whereas *c* trong khi mà
whereupon *c* nhân đó
wherever *c* bất cứ ở đâu
whether *c* có ...không
which *adj* nào, gì, cái gì
while *c* trong khi
whim *n* thói đỏng đảnh
whine *n* tiếng than vãn
whip *v* cây roi
whip *n* quất, vụt, đập
whirl *v* kêu vù vù, vo vo
whirlpool *n* dòng nước xoáy
whisper *v* thì thầm
whisper *n* tiếng thì thầm
whistle *n* tiếng huýt sáo
whistle *v* huýt sáo
white *adj* màu trắng
whiten *v* làm trắng
whittle *v* chuốt, vót; đẽo
who *pro* ai
whoever *pro* ai, bất cứ người nào
whole *adj* toàn bộ, tổng thể
wholehearted *adj* hết lòng
wholesale *n* bán sỉ
wholesome *adj* lành mạnh
whom *pro* mà
why *adv* tại sao
wicked *adj* tội lỗi, xấu xa
wickedness *n* sự tinh quái
wide *adj* rộng

widely *adv* bao quát
widen *v* mở rộng
widespread *adj* lan rộng
widow *n* góa phụ
widower *n* người góa vợ
width *n* bề rộng
wield *v* cầm trong tay
wife *n* vợ
wig *n* bộ tóc giả
wiggle *v* lắc lư, cựa quậy
wild *adj* hoang dã
wild boar *n* lợn hoang
wilderness *n* vùng hoang vu
wildlife *n* giới hữu sinh
will *n* ý muốn; di chúc
willfully *adv* cố ý
willing *adj* sẵn lòng
willingness *n* sự sẵn lòng
willow *n* cây liễu
wily *adj* xảo trá
wimp *adj* yếu đuối
win *iv* thắng cuộc
win back *v* chiếm lại
wind *n* cơn gió
wind *iv* cuộn; kéo lên
wind up *v* bế mạc
winding *adj* khúc lượn; sự cuộn
windmill *n* cối xay gió
window *n* cửa sổ
windpipe *n* khí quản
windshield *n* kính chắn gió xe hơi
windy *adj* có gió, lộng gió

wine *n* rượu vang

winery *n* nhà máy rượu

wing *n* cánh

wink *n* nháy mắt

wink *v* nháy mắt

winner *n* người chiến thắng

winter *n* mùa đông

wipe *v* lau, chùi

wipe out *v* xóa đi

wire *n* dây; điện tín

wireless *adj* vô tuyến

wisdom *n* sự thông thái

wise *adj* khôn

wish *v* ước, chúc

wish *n* nguyện vọng

wit *n* trí, trí tuệ; dí dỏm

witch *n* phù thủy

witchcraft *n* ma thuật

with *pre* với, cùng với

withdraw *v* rút ra, rút lui

withdrawal *n* sự rút lại, thu hồi

withdrawn *adj* rút lui

wither *v* làm khô héo

withhold *iv* từ chối, ngăn trở

within *pre* trong, bên trong

without *pre* không có

withstand *v* chống lại

witness *n* nhân chứng

witty *adj* dí dỏm

wizard *n* pháp sư

wobble *v* ngả nghiêng

woes *n* sự đau buồn

wolf *n* chó sói

woman *n* người phụ nữ

womb *n* tử cung

women *n* những phụ nữ

wonder *v* ngạc nhiên

wonder *n* sự ngạc nhiên

wonderful *adj* kỳ lạ, kỳ diệu

wood *n* gỗ

wooden *adj* bằng gỗ

wool *n* len

woolen *adj* bằng len

word *n* từ, từ ngữ, lời nói

wording *n* cách hành văn

work *n* việc làm, công việc

work *v* làm việc

work out *v* tìm ra

workable *adj* có thể làm được

workbook *n* sách bài tập

worker *n* công nhân

workshop *n* xưởng; học tập

world *n* thế giới

worldly *adj* khắp thế giới

worldwide *adj* toàn cầu

worm *n* con sâu

worn-out *adj* hao mòn

worrisome *adj* gây rắc rối

worry *n* sự lo lắng

worry *v* quấy rầy

worse *adj* xấu hơn, tệ hơn

worsen *v* làm cho tệ hơn

worship *n* sự thờ cúng

worst *adj* xấu nhất, tệ nhất

worth *adj* giá, đáng giá
worthless *adj* không có giá trị
worthwhile *adj* đáng giá
worthy *adj* xứng đáng
would-be *adj* thích trở thành
wound *n* vết thương
wound *v* làm bị thương
woven *adj* dệt
wrap *v* bọc, gói, quấn
wrap up *v* gói lại
wrapping *n* sự bọc, gói; vải
wrath *n* sự tức giận
wreath *n* vòng hoa
wreck *n* sự đắm tàu
wreckage *n* vật bị hư hại
wrench *n* sự xoắn; sự sái
wrestle *n* cuộc đấu vật
wrestler *n* võ sĩ đô vật
wrestling *n* môn đô vật
wretched *adj* cùng khổ
wring *iv* vắt; cơn đau dữ dội
wrinkle *n* vết nhăn, nếp nhăn
wrist *n* cổ tay, cổ tay áo
write *iv* viết
write down *v* ghi lại
writer *n* nhà văn
writhe *v* làm quặn đau
writing *n* bản viết tay
wrong *adj* sai

X-mas *n* lễ Giáng sinh
X-ray *n* tia X, X-quang

yacht *n* du thuyền
yam *n* khoai mỡ
yard *n* thước Anh; sân
yarn *n* sợi chỉ
yawn *n* cái ngáp, sự ngáp
yawn *v* ngáp
year *n* năm
yearly *adj* hằng năm
yearn *n* nỗi thương nhớ
yeast *n* men
yell *n* tiếng kêu la, la hét
yellow *adj* màu vàng
yes *adv* có, vâng, dạ
yesterday *adv* hôm qua
yet *adv* còn, hãy còn
yield *n* sản lượng
yield *v* sản xuất
yoke *n* cái ách; đòn gánh
yolk *n* lòng đỏ trứng
you *pro* mày, chúng mày

W
X
Y

young *adj* trẻ, trẻ tuổi
youngster *n* người thanh niên
your *adj* của bạn, của mày
yours *pro* cái của bạn, của mày
yourself *pro* chính bạn, tự bạn
youth *n* tuổi trẻ
youthful *adj* trẻ, tuổi trẻ

zap *v* hạ gục
zeal *n* lòng sốt sắng
zealous *adj* sốt sắng
zebra *n* ngựa vằn
zero *n* số không
zest *n* sự giật gân
zinc *n* kẽm
zip code *n* mã số zip
zipper *n* dây kéo
zone *n* vùng, vành
zoo *n* sở thú
zoology *n* động vật học

Y
Z

Vietnamese-English

Bilingual Dictionaries, Inc.

Abbreviations

a - article

n - noun

e - exclamation

pro - pronoun

adj - adjective

adv - adverb

v - verb

iv - irregular verb

pre - preposition

c - conjunction

A

ác *adj* evil

ác cảm *n* antipathy

ác độc *adj* malignant

ác liệt *adj* fierce

ác tính *adj* pernicious

ác ý *n* malice

ai *pro* who, whoever

âm *n* tone

ấm *adj* warm

ám ảnh *v* haunt, obsess

ám chỉ *v* hint

ấm đun nước *n* kettle

am hiểu *adj* competent

ầm ĩ *adj* loud,

âm mưu *v* plot

âm nhạc *n* music

àm rách *v* tear

ám sát *v* assassinate

âm thanh *n* sound, voice

âm thanh học *adj* acoustic

ẩm ướt *adj* damp, humid

ăn *v* eat

ấn *v* press

ân cần *adv* kindly

ăn cắp *v* steal

ăn cắp vặt *v* pilfer

ăn hối lộ *n* concussion

ăn hối lộ *v* graft

ân huệ *n* favor

ăn kiêng *n* diet

ăn mòn *v* eat away

ăn năn *adj* remorseful

ẩn nấp *v* lurk

ẩn nấp *n* shelter

ăn ngấu nghiến *v* devour

an ninh *n* security

ăn ở với nhau *v* cohabit

ấn phẩm *n* printing

ẩn sĩ *n* recluse

an toàn *adj* safe

ăn tối *v* dine

ăn trộm *v* burglarize

an ủi *v* console

ăn vào *v* ingest

ân xá *n* amnesty

ăng nanh chó *n* fang

Anh *n* Britain

anh *n* brother

anh em họ *n* cousin

anh hề *n* clown

ánh hồng *n* blush

anh hùng *adj* heroic

ảnh hưởng *v* come over

ảnh hưởng *n* influence

ánh nắng *v* shine

Anh quốc *n* England

ánh sáng *n* light

ánh sáng chói *n* glare

ánh sáng lóe lên *n* flash

áo *n* robe

ảo ảnh *n* mirage

áo cánh phụ nữ *n* blouse
áo choàng *n* gown
áo choàng tắm *n* bathrobe
áo dài *n* dress, tunic
áo đi mưa *n* raincoat
ảo giác *n* delusion
áo giáp *n* armor
áo gối *n* pillowcase
áo khoác ngoài *n* overcoat
áo khoát *n* cloak
áo len *n* sweater
áo lót *n* vest
áo ngoài *n* coat, jacket
áo ngủ *n* nightgown
áo nịt len *n* jersey
áo phụ nữ cỡ nhỏ *adj* petite
áo quần *n* clothes
áo sơ mi *n* shirt
áo thầy tu *n* cassock
ảo tưởng *n* illusion
áp đảo *v* overpower
áp dụng *v* apply
áp lực *v* pressure
áp phích *n* placard, poster
ật úp *v* upset
Âu châu *n* Europe
ấu nhi *n* infant
axít *n* acid
ấy *v* seize
ấy lại *v* resume

ba *adj* three
bà *n* madam
bà chủ *n* mistress
bà chủ đất *n* landlady
bà con *n* relative
bà mụ *n* midwife
ba mươi *adj* thirty
bà nội trợ *n* housewife
bà nội/ngoại *n* grandmother
bạc *n* silver
bác bỏ *v* reject
bậc cao quý *n* Highness
bác khước *n* disapproval
bạc màu *v* tarnish
bậc nhì *adj* secondary
bác sĩ *n* doctor
bác sĩ phẫu thuật *n* surgeon
bác sĩ thú y *n* veterinarian
bạch phiến *n* heroin
bãi biển *n* beach
bãi bỏ *v* abolish, annul
bài ca *n* anthem, hymn
bài ca mừng *n* carol
bãi cỏ *n* sod, turf
bài giảng *n* lecture
bài hát *v* sing
bài hát *n* song
bài học *n* lesson
bài làm ở nhà *n* homework

B

bãi lầy *n* quagmire
bãi mìn *n* minefield
bài ngụ ngôn *n* fable
bài phê bình *n* critique
bài tập *n* exercise
bài thơ *n* poem
bài thuyết giảng *n* sermon
bài tiểu luận *n* essay
bài toán *n* problem
băm *v* mince
bám sát *v* cling
bẩm sinh *adj* innate
bán *v* sell
bắn *v* shoot
bạn *n* comrade
bàn bạc *v* confer; delete
bản báo cáo *n* report
ban cấp *v* grant
bán cầu *n* hemisphere
bàn chải *n* brush
bàn chải tóc *n* hairbrush
bàn chân *n* feet, foot
bản chất *n* essence
ban công *n* balcony
bần cùng *adj* broke
ban đặc quyền *v* charter
bán đảo *n* peninsula
bàn đạp *n* pedal
ban đầu *adj* initial, original
ban đầu *adv* initially
ban đêm *n* night
bản đồ *n* map

bạn gái *n* girlfriend
bàn ghế *n* furniture
bản ghi nhớ *n* memo
bản giao hưởng *n* symphony
bàn giấy *n* desk
ban hành lại *n* reenactment
bán hết sạch *n* sellout
bạn học *n* classmate
ban hợp xướng *n* choir
bản in *n* print
bàn kẹp *n* clamp
bán kính *n* radius
bản lề *n* hinge
bản năng *n* instinct
ban nhạc *n* orchestra
bản phác thảo *n* draft, sketch
bàn phím *n* keyboard
bản quyền *n* copyright
bận rộn *adv* busily
bản sao *n* copy, replica
bản sao lưu *n* backup
bán sỉ *n* wholesale
bạn tâm tình *n* confidant
bàn tay *n* hand
bản thân *pre* oneself
bạn thân *n* buddy, crony
bàn thắng *n* score
bản thảo viết tay *n* manuscript
bản thiết kế *n* blueprint
bẩn thỉu *adj* filthy, obscene
bàn thờ *n* altar
bản tin nội bộ *n* newsletter

bản tóm lược *n* summary
bản tóm tắt *v* recap
bạn trai *n* boyfriend
bắn tung tóe *v* splash
bản tuyên bố *n* statement
bản vẽ *n* drawing
bận việc *adj* busy
bản viết tay *n* autograph
bằng *adj* equal
bảng *n* board
bảng báo giá *n* quotation
băng bó *v* bandage
băng ca *n* stretcher
bằng cách này *adv* hereby
bảng câu hỏi *n* questionnaire
bằng chữ *adj* literal
bằng chứng *n* proof
băng đảng *n* gang
Băng đảo *n* Greenland
bảng đen *n* blackboard
bằng đồ thị *adj* graphic
băng giá *adj* frosty, ice-cold
bằng gỗ *adj* wooden
bằng len *adj* woolen
bảng lương *n* payroll
bằng miệng *adv* orally
bảng phấn *n* chalkboard
bằng phẳng *adj* flat, level
bằng sáng chế *n* patent
bằng sức mạnh *adv* forcibly
bằng vàng *adj* golden
bánh lái *n* rudder

bánh lái tàu *n* helm
bánh mì *n* bread
bánh mì dài *n* baguette
bánh ngọt *n* cake, cookie
bánh nhân trái cây *n* tart
bánh pudding *n* pudding
bánh quy *n* biscuit
bánh sữa *n* bun
bánh xăng uých *n* sandwich
bánh xe *n* wheel
bánh xốp *n* wafer
bao *n* capsule
bão *n* hurricane
bao bọc *v* envelop
báo cáo *v* report
báo chí *n* press
bào chữa *v* plead
bảo đảm *v* ensure, warrant
bảo đảm *adj* secure
bao giờ *adv* ever
bao gồm *v* include
bao hàm *adj* comprehensive
bao hàm *v* connote
bao hàm *adv* inclusive
bảo hộ *n* custody
bảo lãnh ra *v* bail out
bạo lực *n* violence
bao quanh *v* encircle
bao quát *adv* widely
bào thai *n* fetus
bảo thủ *adj* conservative
bảo tồn *n* conserve

bảo trợ *v* patronize
báo trước *v* forewarn, herald
bao tử *n* stomach, tummy
bão tuyết *n* blizzard
bao vây *v* besiege, siege
bảo vệ *v* protect
bắp *n* corn
bắp rang *n* popcorn
bắp thịt *n* muscle
bật *v* turn on
bất bình *adj* disgruntled
bắt buộc *v* compel
bắt buộc *adj* compulsory
bất chấp *adv* regardless
bắt chước *v* imitate
bắt cóc *v* abduct, kidnap
bất cứ cái gì *pro* anything
bất cứ cái nào *pro* anyone
bất cứ lúc nào *adv* whenever
bất cứ ở đâu *c* wherever
bắt đầu *v* begin, start
bất di bất dịch *adj* inflexible
bát đĩa bạc *n* silverware
bất diệt *adj* immortal
bất động *adj* motionless
bất động sản *n* estate, realty
bắt gặp *n* encounter
bắt giữ *v* capture, detain
bất hòa *adj* discordant
bất hợp pháp *adj* illegal, unlawful
bắt kịp *v* catch up

bất kỳ *adj* whatever
bắt lại *v* recapture
bất lợi *adj* detrimental
bất lực *adj* disabled
bất lương *adj* dishonest
bất mãn *adj* discontent
bất ngờ *adj* unexpected
bắt nguồn *v* stem
bắt nguồn từ *v* originate
bắt tay *n* handshake
bất tiện *adj* inconvenient
bất tỉnh *adj* unconscious
bất tỉnh *v* pass out
bất trị *adj* incorrigible
bắt *v* catch
bầu chọn *v* elect
bầu lại *v* reelect
bầu trời *n* sky
bay *v* fly
bảy *adj* seven
bày biện *v* garnish
bây giờ *adv* now
bay lơ lửng *v* hover
bảy mươi *adj* seventy
bay phất phới *v* flaunt
bày tỏ *adj* revealing
bay vút lên *v* soar
bệ *n* platform, stage
bể chứa nước *n* cistern
bế mạc *v* wind up
bề ngang *n* breadth
bề ngoài *adv* outside

B

bề ngoài *adj* outward
bề rộng *n* width
bé trai *n* boy
bền bỉ *adj* durable
bên cạnh *pre* beside
bên dưới *pre* beneath
bên ngoài *adj* exterior, outer
bên ngoài *adv* outdoors
bên nguyên *n* plaintiff
bến phà *n* ferry
bến tàu *n* harbor, wharf
bên trên *pre* over, above
bên trong *pre* in
bên trong *adj* inner, interior
bền vững *adj* lasting
bệnh *n* sickness
bệnh bạch cầu *n* leukemia
bệnh cúm *n* flu
bệnh dại *n* rabies
bệnh đậu mùa *n* smallpox
bệnh đau răng *n* toothache
bệnh dịch *n* plague
bệnh dịch hạch *n* pest
bệnh giang mai *n* syphilis
bệnh hủi *n* leprosy
bệnh lao *n* tuberculosis
bệnh loạn dâm *n* masochism
bệnh quai bị *n* mumps
bệnh sởi *n* measles
bệnh sốt rét *n* malaria
bệnh suyễn *n* asthma
bệnh tật *n* disease

bệnh thấp khớp *n* rheumatism
bệnh thiếu máu *n* anemia
bệnh thối hoại *n* gangrene
bệnh thủy đậu *n* chicken pox
bệnh tiểu đường *n* diabetes
bệnh viêm khớp *n* arthritis
bệnh viện *n* hospital
bênh vực *v* champion
bệnh xá *n* infirmary
béo *adj* fat, fatty
béo phì *adj* obese
bếp *n* cuisine
bí ẩn *adj* mysterious
bị bần cùng hoá *adj* impractical
bị bỏ rơi *adj* derelict
bị cáo *n* defendant
bị chà đạp *adj* downtrodden
bị che đậy *adj* secluded
bị chìm ngập *adj* sunken
bị dồn nén *adj* pent-up
bị gỉ *adj* rusty
bị hoa mắt *adj* dazzling
bị kéo theo *v* involved
bi kịch *n* tragedy
bị lăng nhục *adj* outrageous
bị lóa mắt *adj* dazed
bị ma quỷ ám *adj* spooky
bị mắc cạn *adj* stranded
bị mắc mưu *adj* trumped-up
bí mật *adj* clandestine
bí mật *n* secret
bị mê *adj* ecstatic

bị mốc meo *adj* mouldy

bí ngô *n* marrow

bỉ ổi *adj* infamous

bị phai tàn *adj* faded

bị phồng *adj* swollen

bị phồng lên *adj* bloated

bi quan *adj* pessimistic

bị què *adj* cripple

bí quyết *n* know-how

bị sa lầy *adj* swamped

bị sai lạc *adj* warped

bị suy thoái *adj* downturn

bị tàn phá *adj* desolate

bị táo bón *adj* constipated

bi thảm *adj* dramatic, tragic

bị thiếu máu *adj* anemic

bị thôi thúc *adj* impulsive

bị thu hút *adj* engrossed

bị thương *v* maim

bị tổn thương *adj* hurt

bị trục trặc *adj* deranged

bia mộ *n* tombstone

bia uống *n* beer

biếm hoạ *n* caricature

biên *n* margin

biển *n* sea

biến cố *n* incident

biến đổi *v* transform, alter

biến động *n* cataclysm

biên giới *n* frontier

biện hộ *v* advocate

biên lai *n* voucher

biến mất *v* disappear

biện minh *v* justify

biện pháp *v* resort

biên tập *v* edit

biên tế *adj* marginal

biết *v* know

biết chắc *v* ascertain

biệt danh *n* nickname

biết điều *adj* understanding

biệt hiệu *n* surname

biết ơn *adj* grateful

biểu đồ *n* chart, diagram

biểu hiện *v* embody

biểu lộ *v* manifest

biểu thị *v* indicate

biểu tượng *n* symbol

bình *n* pot, vase, urn

bình dân *adj* folksy, popular

bình đẳng *n* equality

bình định *v* pacify

bình minh *n* dawn, sunrise

binh nhì *adj* private

bình thường *adj* normal

bình thường *adv* normally

bình thường hóa *v* normalize

bình tĩnh *adj* calm

bình trà *n* teapot

bịt mắt *v* blindfold

bịt miệng *v* gag

bịt mõm *v* muzzle

bít tất *n* sock

bít tất dài *n* hose, stocking

B

bò *v* crawl
bơ *n* butter
bờ *n* border
bộ *n* ministry; set
bờ biển *n* coast
bộ binh *n* infantry
bò cái *n* cow
bỏ cuộc *v* give out
bộ da thú *n* fur
bỏ đi *v* drop off
bò đực *n* bull
bố dượng *n* stepfather
bỏ hoang *v* waste
bộ lạc *n* tribe
bộ lọc *n* strainer
bộ lông cừu *n* fleece
bộ luật *n* code
bỏ mất *v* lose
bộ mẫu tự *n* alphabet
bộ ổn nhiệt *n* thermostat
bộ phận gia tốc *n* accelerator
bộ phận rời *n* spare part
bỏ phiếu *n* vote
bỏ qua *v* brush aside
bộ quần áo *n* suit
bố ráp *n* raid
bố ráp *v* raid
bỏ rơi *v* forsake
bỏ sót *v* omit
bổ sung *adj* subsidiary
bỏ súng xuống *v* gun down
bỏ thầu *adj* tender

bộ tóc giả *n* wig
bố trí *v* frame
bỏ trống *v* vacate
bỏ vào phong bì *v* enclose
bờ vực *n* brink
bộ xương *n* skeleton
bọc *v* muffle, wrap
bốc cháy *adj* fiery
bốc cháy *v* ignite
bốc hơi *v* evaporate
bộc lộ *v* air
bộc lộ *adj* unforeseen
bốc mùi thối *v* stink
bóc trần *v* strip
bơi *v* swim
bởi *pre* by
bồi bàn nam *n* waiter
bồi bàn nữ *n* waitress
bôi đầu *v* smear
bôi đen *v* darken
bồi hoàn *v* reimburse
bội phản *v* betray
bồi thẩm đoàn *n* jury
bối thự *v* endorse
bồi thường *v* indemnify
bôi trơn *v* lubricate
bởi vậy *adv* therefore
bởi vì *c* because
bởi vì *pre* since
bơm hơi *v* pump
bơm phun *v* spray
bốn *adj* four

bốn mươi *adj* forty

bồn ngâm mình *n* bathtub

bồn rác *n* dump

bồn tắm *n* bath

bong bóng *n* bladder; bubble

bóng chày *n* baseball

bóng chuyền *n* volleyball

bóng đèn *n* bulb

bông lài *n* jasmine

bóng loáng *adj* glossy

bóng lộn *adj* shiny

bóng mờ *n* loom

bóng râm *n* shade

bóng rổ *n* basketball

bông tai *n* earring

bóng tối *n* darkness, dusk, obscurity

bóng tối mờ mờ *n* gloom

bông tuyết *n* snowflake

bông vải *n* cotton

bóp cổ *v* strangle

bóp méo *v* distort

bọt *n* foam

bột *n* flour, powder

bọt biển *n* sponge

bớt đi *v* subtract

bột nhão *n* dough

bột nhồi *v* paste

bột nhồi *n* pastry

bọt xà phòng *n* lather

bột yến mạch *n* oatmeal

bù trừ *v* compensate

bữa ăn nửa buổi *n* brunch

bữa ăn sáng *n* breakfast

bữa ăn tối *n* dinner, supper

bữa ăn trưa *n* lunch

bữa ăn *n* meal

bữa tiệc *n* banquet, feast

bục đọc kinh *n* lectern

bức tranh *n* painting

bức tranh nhỏ *n* miniature

bực tức *v* resent

bức tường *n* wall

bức tượng *n* statue

bụi *n* dust

bụi bẩn *n* grime

bụi cây *n* bush, shrub

buji *n* spark plug

bùn *n* mud

bùn *adj* slob

bùn lầy *adj* muddy

bụng *n* abdomen

bừng bừng *adv* alight

bụng dưới *n* groin

búng ngón tay *v* flip

buộc *v* moor

bước *v* pace

bước *n* step

buộc chặt *v* fasten

buộc chặt *adj* tight

bước dài *v* stride

bước đều *v* march

buộc lại *v* bind

bước nhảy *n* jump

B
C

bước nhẹ *v* trip
buộc tội *v* accuse
bước xuống *v* step down
buổi hòa nhạc *n* concert
buổi sáng *n* morning
buổi tiệc *n* party
buổi tối *n* evening
buổi trưa *n* noon
buổi xế chiều *n* afternoon
bướm đêm *n* moth
buồn bã *adj* sorrowful
buồn chán *adj* bored; federal
buồn cười *adj* laughable
buồn nãn *adj* dismal
buồn ngủ *adj* asleep
buồn nôn *n* nausea
buồn rầu *adj* sad
buồng *n* chamber
bướng bỉnh *adj* stubborn
buồng lái *n* cockroach
buồng ngủ *n* bedroom
buồng tắm *n* bathroom
buồng trứng *n* ovary
bút chì *n* crayon, pencil
bút mực *n* pen
bút vẽ *n* paintbrush
bưu cục *n* post
bưu điện *n* post office
bưu kiện *n* parcel post
bưu phí *n* postage
bưu thiếp *n* postcard

cá *n* fish
cà chua *n* tomato
cả đến *adj* even
cả hai *adj* both
cá heo *n* dolphin
cá hồi *n* salmon
cá kiếm *n* swordfish
cá mập *n* shark
cá mòi *n* sardine
cá mới nở *n* fries
cá nhân *adj* personal
cà phê *n* coffee
cà rốt *n* carrot
cá sấu *n* crocodile
ca sĩ *n* singer
cá thu *n* cod, tuna
cá trống *n* anchovy
cà vạt *n* necktie
cá voi *n* whale
các kệ *n* shelves
các thầy dòng *n* priesthood
cacao *n* cocoa
cách ăn mặc *n* dressing
cách cư xử *n* manners
cách cưa xoi *n* jigsaw
cách dùng *n* use
cách hành văn *n* wording
cách khác *adv* otherwise
cách nấu ăn *n* recipe

cách ngôn *n* proverb
cách sinh sống *n* livelihood
cách sử dụng *n* usage
cách thức *n* manner
cách xa *adj* aloof
cách xa nhau *adv* asunder
cách xử sự *n* demeanor
cái ách *n* yoke
cái ao *n* pond
cái bàn *n* table
cải bắp *n* cabbage
cái bật lửa *n* lighter
cái bẫy *n* snare, trap
cái bếp *n* kitchen
cái bình *n* jug
cái bơm *n* pump
cải bông *n* cauliflower
cái búa *n* hammer
cái bướu *n* hunch, hump
cái cằm *n* chin
cái cân *n* balance
cái cản xe hơi *n* bumper
cái cào *n* rake
cái cặp tài liệu *n* briefcase
cái cày *v* plow
cái chai *n* bottle
cái chấm *n* dot
cái chậu *n* basin
cái chày *n* beetle
cái chêm bằng gỗ *n* glut
cái chén *n* bowl
cái chết *n* death, mortality

cái chổi *n* broom
cái chốt *n* fiddle
cái chuông *n* bell
cái chụp đèn *n* lampshade
cãi cọ *v* quarrel
cái cọc *n* stake
cái còng tay *n* handcuffs
cái cưa *n* saw
cái của bạn *pro* yours
cái của chúng ta *pro* ours
cái cung *n* bow
cái đánh *n* lash
cái đầu *n* head
cái đế *n* cradle
cái đệm *n* cushion
cái đèn *n* lamp
cái đó *adj* that
cái đòn bẩy *n* lever
cái dù bọc gió *n* parachute
cái đục *n* chisel
cái dùi *n* prod
cái gai *n* thorn
cái giá ba chân *n* tripod
cái giũa *n* file
cái giường *n* bed
cái gối *n* pillow
cái gọi là *adj* so-called
cái hông *n* hip
cái hộp *n* box
cái kệ *n* shelf
cái kềm *n* pliers
cái kéo *n* pincers, scissors

C

C

cái kẹp *n* staple, tongs
cái kẹp giấy *n* paperclip
cái khiên *n* shield
cái khó *n* difficulty
cái khoan *n* drill
cái kìm *n* grip
cái lao *n* dart
cái liềm *n* sickle
cái lò *n* stove
cái lọc *n* filter
cái lưng *n* back
cái lược *n* comb
cái má *n* cheek
cái mai *n* spade
cái mền *n* blanket
cái mở hộp *n* can opener
cái nạng *n* crutch
cái nào *adj* any
cái này *adj* this
cái nêm *n* wedge
cái ngáp *n* yawn
cai ngục *n* warden
cái nhìn *n* look
cái nhìn lướt qua *n* glimpse
cái nĩa *n* fork
cái nút *n* gag, plug
cái nút nhỏ *n* spill
cái ôm *n* hug
cái phôi *n* embryo
cái quạt *n* fan
cái quay tay *n* crank
cái răng *n* tooth

cái rìu *n* ax
cái rìu nhỏ *n* hatchet
cái rổ *n* basket
cái roi *n* scourge
cái ròng rọc *n* pulley
cải tạo *v* reform
cái tạp dề làm bếp *n* apron
cái tẩy *n* eraser
cái thắng xe *n* brake
cái then cửa *n* bolt
cái thìa *n* spoon
cải thiện *v* improve
cái thoi *v* shuttle
cái thùng *n* pail
cải trang *v* disguise, masquerade
cai trị *v* overrule, rule
cái trống *n* drum
cái túi xách *n* bag
cái vai *n* shoulder
cái vặn vít *n* screwdriver
cái váy *n* skirt
cái véo *n* nip
cái ví *n* wallet
cái vỗ nhẹ *n* pat
cái vòi *n* trunk
cái võng *n* hammock
cái vợt *n* racket
cái vung *n* lid
cái xà beng *n* crowbar
cái xẻng *n* peel, shovel
cái yếm *n* bra
calori *n* calorie

câm *adj* dumb, mute

cấm *v* ban, forbid

cầm cố *v* gage

cầm cố *n* mortgage

cấm cửa *v* bolt

cám dỗ *v* lure

cam đoan *v* vouch for

cấm đoán *v* prohibit

cảm động *adj* appealing

cảm giác *v* feel

cảm giác *n* feeling, sensation

cam kết *v* engage

cam kết *n* pledge

cảm kích *v* appreciate

cám ơn *v* thank

cảm tình *n* affection

cắm trại *v* camp

cầm trong tay *v* wield

cầm tù *v* imprison

cân *v* weigh

cắn *v* bite

cặn bã *n* residue

căn bản *n* base

căn bản *adj* basic, prime

cận cảnh *n* foreground

căn chung cư *n* apartment

cằn cỗi *adj* barren, infertile

cần cù *adj* diligent

căn cứ vào *v* base

căn cước *n* identity

can đảm *adj* brave, valiant

cán dao *n* hilt

cặn đầu nhờn *n* slum

cấn đến *v* necessitate

cân đối *v* balance

cân nhắc *v* ponder

cằn nhằn *v* grouch, grumble

căn phòng *n* flat

cân quá nặng *v* outweigh

cẩn thận *adj* careful

cận thị *adj* nearsighted

can thiệp *v* intervene

can thiệp vào *v* interfere

cần thiết *adj* necessary

cản trở *v* clog, hinder

cận vệ *n* guard

căng *v* spread

căng *adj* tense

cảng *n* port

cẳng chân *n* leg

căng thẳng *n* stress

căng thẳng *adj* stressful

căng tin *n* canteen

căng vải bạt *n* canvas

cánh *n* aisle, wing

cạnh *n* side

cảnh báo *v* warn

cánh buồm *n* sail

cảnh cáo *v* admonish

cành cây *n* bough

cảnh chém giết *n* carnage

cánh đồng *n* field

cảnh giác *adj* watchful

cánh hoa *n* petal**

C

cảnh hoang tàn *n* desolation
canh nông *adj* agricultural
cảnh sát viên *n* policeman
cánh tay *n* arm
cạnh tranh với *v* compete
cao *adj* high, tall
cao hơn *adj* superior
cao ngất *adj* lofty, towering
cao nguyên *n* plateau
cạo râu *v* shave
cao tột đỉnh *adj* paramount
cao trên răng *n* tartar
cặp *n* couple
cấp bách *adj* pressing
cấp cứu *v* rescue
cấp giấy phép *v* license
cặp hồ sơ *n* folder
cập nhật *v* update
cấp phát nhỏ giọt *v* dole out
cấp tiến *adj* progressive
cara *n* carat
cát *n* sand
cắt *v* cut, slice, trim
cắt bao qui đầu *v* circumcise
cắt bỏ *v* cut out
cắt bớt *v* cut back
cất cánh *v* lift off
cắt cỏ *v* mow
cắt cụt tay chân *v* amputate
cắt đứt *v* cut off
cắt đứt quan hệ *v* break off
cát lún *n* quicksand

cắt ngắn *v* shorten
cắt ngang *v* intersect
cắt tóc *n* haircut
cấu *n* pinch
cầu cạn *n* viaduct
cầu chì *n* fuse
câu chuyện *n* conversation
cầu dao *n* knife-switch
câu đố *n* quiz, riddle
câu hỏi *n* question
cầu khẩn *v* implore, invoke
câu lạc bộ *n* club
cau mày *v* frozen
cầu nguyện *v* pray
câu nói đùa *n* joke
cẩu thả *adj* negligent
cầu thang *n* stair
cầu thủ *n* player
câu trả lời *n* answer
cấu trúc *n* structure
câu văn *n* sentence
cầu vồng *n* rainbow
cầu xin *v* solicit, beseech
cây *n* plant, tree
cây atisô *n* artichoke
cây bạc hà *n* mint
cây bách *n* cypress
cây bần *n* cork
cây cầu *n* bridge
cày cấy *v* cultivate
cây chống *n* bearer
cây cọ *n* palm

cây cờ *n* flag
cây cối *n* vegetation
cây củ cải *n* parsnip
cây cúc *n* daisy
cây cung *n* arc
cây dái ngựa *n* mahagony
cay đắng *adv* bitterly
cây đèn nến *n* candlestick
cây đinh ba *n* pitchfork
cây dù *n* umbrella
cây đu *n* elm
cây dưa chuột *n* cucumber
cây gậy *n* baton, cane
cây hành *n* onion
cây hoa tím *n* violet
cây kim *n* needle
cây lao có móc *n* harpoon
cây lau *n* reed
cây liễu *n* willow
cây nho *n* vine
cây phúc bồn *n* raspberry
cây quế *n* cinnamon
cây roi *v* whip
cây sồi *n* oak
cây thông *n* pine
cây thuốc phiện *n* poppy
cây tre *n* bamboo
cấy vào *v* implant
cha *n* dad, father
cha mẹ *n* parents
cha vợ *n* father-in-law
chắc *adj* tough

chắc chắn *adj* certain, sure
chắc chắn *adv* surely
chặc xuống *v* cut down
chải *v* brush
chải tóc *v* comb
châm *v* sting
chạm *v* carve
châm biếm *adj* ironic
chậm chạp *adj* slow, tardy
chăm chỉ *adj* attentive
chấm dứt *v* end up
chậm hơn *adj* later
chậm lại *v* slow down
châm ngôn *n* maxim, saying
chạm nổi *v* emboss
chăm sóc *v* care, look after
chạm trổ *v* engrave
chạn bát đĩa *n* dresser, pantry
chăn bông *n* comforter
chẩn đoán *v* diagnose
chân dung *n* portrait
chặn đứng *v* intercept
chặn đường *v* hold up
chân không *adj* barefoot
chán nản *adj* dejected
chán nản *v* depress
chán ngắt *adj* tiresome
chân thành *adj* heartfelt
chân thật *adj* authentic
chân trời *n* horizon
chẳng qua là *adv* merely
chàng trai *n* lad

C

C

chánh sách *n* policy
chào *e* hello
chảo chiên *n* frying pan
chao đảo *v* stagger
chao đảo *adj* staggering
chào mừng *v* welcome
chào tạm biệt *e* bye
chấp nhận được *adj* acceptable
chấp thuận *v* approve
chập tối *n* nightfall
chất *v* load
chất *n* substance, matter
chặt *v* hack, chop
chất axen *n* arsenic
chất béo *n* fat
chất bổ *n* sustenance
chất cafein *n* caffeine
chặt chẽ *adv* closely
chặt chẽ *adj* stringent
chất đặc quánh *n* dope
chất đống *v* heap, pile
chất đống *n* pile
chất gum *n* gum
chất iot *n* iodine
chất khử mùi *n* deodorant
chất kích thích *n* stimulant
chất lỏng *n* fluid, liquid
chất nhầy *n* mucus
chất phác *adj* homely
chất plutonium *n* plutonium
chất protein *n* protein
chất vấn *v* heckle, interrogate

chất xun phua *n* sulphur
cháu *n* nephew
chậu *n* lavatory
cháu gái *n* niece
chậu hoa *n* flowerpot
cháu nội/ngoại *n* grandchild
chậu rửa *v* sink
chảy *v* flow
chạy *v* run
chạy âm ầm *v* rumble
chạy bằng buồm *v* sail
chạy lên *v* run up
chảy máu *v* bleed
chạy nhanh *n* spanking
chạy nhanh hơn *adj* outright
chảy nhỏ giọt *v* drip, trickle
chảy nước *v* thaw
chảy tràn *v* spill
chạy trốn *v* flee, run away
chê bai *v* denigrate
chế biến *v* process
che chở *v* screen
che đậy *n* camouflage
che đậy *v* shield
chế độ *n* regime
chế độ đa thê *n* polygamy
chế độ quân chủ *n* monarchy
chế độ quan lại *n* bureaucracy
che giấu *adj* hidden
che giấu *v* hide
chế giễu *v* mock
che kín *v* cover up

C

che mát *v* overshadow
chế ngự *v* predominate
che phủ *v* clothe
chế rượu *v* brew
chế tạo *v* manufacture
chê trách *v* damn
chém *v* slash
chém đầu *v* behead
chen lấn *v* squeeze in
chéo *adj* cross
chèo thuyền *v* row
chết *adj* dead, deceased
chết *v* die, perish
chết đói *v* starve
chết đuối *v* drown
chết sạch *v* die out
chi *n* limb
chị *n* sister
chỉ đạo *v* conduct
chỉ dấu *n* index
chỉ định *v* designate
chỉ duy nhất *adv* solely
chị em dâu *n* sister-in-law
chỉ huy *v* command, lead
chi nhánh *n* branch office
chỉ sai đường *v* mislead
chỉ thị *n* briefing
chỉ thị *v* instruct
chi tiết *n* detail
chỉ trỏ *v* show
chỉ vào *v* point
chia cắt *v* sever

chia đôi *adv* fifty-fifty
chia đôi *v* halve
chia động từ *v* conjugate
chìa khoá *n* key
chĩa lên *v* stick to
chĩa mũi nhọn *v* spearhead
chia phần *v* share
chia ra từng phần *v* part
chiếc nhẫn *n* ring
chiếc xuồng *n* canoe
chiếm đoạt *v* conquer
chiếm giữ *v* occupy
chiếm lại *v* win back
chiếm ưu thế *v* prevail
chiên *adj* fried
chiến binh *n* fighter
chiến đấu *v* fight, combat
chiến đấu *adj* militant
chiến dịch *n* campaign
chiến đoàn *n* legion
chiến lược *n* strategy
chiến sĩ *n* combatant
chiến thắng *n* victory
chiến thắng *adj* victorious
chiến thuật *n* tactics
chiến tranh *n* war, warfare
chiêu bài *n* guise
chiếu bóng *n* cinema
chiều cao *n* height
chiếu cố *v* deign
chiều dài *n* length
chiều dày *n* thickness

C

chiếu ra *v* gleam
chiều sâu *n* depth
chiều ý *v* indulge
chìm *v* go under
chim bồ câu *n* dove, pigeon
chim bồ nông *n* pelican
chim cánh cụt *n* penguin
chim con *n* chick
chim công trống *n* peacock
chim cút *n* quail
chim đa đa *n* partridge
chim hải âu *n* seagull
chim sẻ *n* sparrow
chim sơn ca *n* nightingale
chim ưng *n* hawk
chim yến *n* canary; swift
chín *adj* nine
chín chắn *adj* mature
chín mọng *adj* mellow
chin muồi *adj* ripe
chín mươi *adj* ninety
chín tới *v* ripen
chính *adj* main, major
chính bạn *pron* yourself
chính chúng tôi *pro* ourselves
chính họ *pro* themselves
chính phủ *n* government
chinh phục *v* subdue
chỉnh tâm *v* center
chính thống *adj* legitimate, orthodox
chính thức *adj* formal, official

chính thức *adv* formally
chính thức hóa *v* formalize
chính tôi *pro* myself
chính trị *n* politics
chính trị gia *n* politician
chính xác *adj* exact, precise
chính yếu *adv* primarily
chịu *v* incur
chịu đau *v* suffer from
chịu đựng *v* endure
chịu đựng được *adj* tolerable
chịu ơn *v* owe
chịu quy phục *adj* submissive
chịu trách nhiệm *adj* responsible
cho *v* give
chỗ *n* place, spot
chờ *v* wait, hang on
chợ *n* market
chở bằng xe đẩy *v* cart
chỗ bế tắc *n* deadlock
cho bú *v* nurse
chỗ da bị trầy *n* graze
chỗ đau *n* sore
cho đến khi *pre* until
cho đến nay *adv* hitherto
cho đi ra *v* let out
chờ đợi *v* await
chỗ đứng *n* stand
cho giá *v* quote
cho không *v* give away
chỗ kín đáo *n* cove
chỗ lạnh cóng *n* frostbite

C

chỗ loét *n* ulcer
chỗ nguy hiểm *n* death trap
chỗ nối nhau *n* junction
chỗ nông *adj* shallow
cho ở *v* take in
cho phép *v* authorize
cho phép vào *v* let in
chỗ phình ra *n* bulge
chỗ phồng da *n* blister
chở quá tải *v* overcharge
chỗ rạn nứt *n* breach
chó rừng *n* jackal
chó săn *n* hound
chó săn thỏ *n* greyhound
chó sói *n* wolf
chỗ sưng *n* swelling
chỗ tạm trú *n* lodging
chỗ trống *n* vacancy
cho uống thuốc *v* drug
cho vay *v* lend
choáng váng *adj* dizzy
choáng váng *v* jolt
chốc *n* moment
chọc giận *v* anger
chọc thủng *v* stick
chọc tức *v* infuriate
chồi *n* bud
chơi *n* play
chồi cây *n* spear
chơi lại *n* replay
chòm sao *n* constellation
chọn *v* select

chôn cất *v* bury
chọn làm chủ tịch *v* chair
chọn lựa *v* choose
chọn ra *v* sort out
chồng *n* stack
chồng chất *v* pile up
chồng chưa cưới *n* fiancé
chống cự *v* resist
chống đỡ *v* sustain
chống đối *v* antagonize
chống đối *adj* averse
chống lại *pre* against, versus
chống lại *v* withstand
chóp *n* top
chớp *v* blink
chốt cửa *n* latch
chốt trục xe *n* linchpin
chú *n* uncle
chu đáo *adj* caring
chủ đất *n* landlord
chữ đầu trang *n* catchword
chủ đề *n* subject, topic
chủ động *adj* active
chữ in nghiêng *adj* italics
chữ in nhỏ *n* small print
chu kỳ *n* cycle
chữ ký *n* signature
chữ ký tắt *n* initials
chủ nghĩa *n* doctrine
chủ nhà *n* host
chủ nhân *n* employer
chủ nợ *n* creditor

C

chủ nông trại *n* farmer
chú rể *n* bridegroom
chú thích *v* annotate
chú thích *n* annotation
chữ thường *adj* lowkey
chủ tịch *n* chairman
chủ tọa *v* preside
chú trọng vào *v* focus on
chu vi *n* perimeter
chữ viết hoa *n* capital letter
chú ý *v* beware, heed
chú ý cẩn thận *v* look out
chua *adj* sour
Chúa *n* God
chưa chắc chắn *adj* problematic
Chúa Cứu Thế *n* Messiah
chúa cứu thế *n* savior
chứa đựng *v* contain
chữa lành *v* remedy
chữa lành bệnh *v* cure
chưa từng nghe *adj* unheard-of
chuẩn bị *v* prepare
chức năng *n* function
chức sắc *n* dignitary
chửi rủa *v* darn
chùm *n* bunch
chùn bước *v* falter
chung *adj* generic
chủng *v* vaccinate
chưng *v* distill
chứng bại liệt *n* paralysis
chứng chỉ *n* certificate

chứng chuột rút *n* cramp
chứng đau nhức *n* ache
chứng điếc *n* deafness
chứng điên *n* madness
chứng hay quên *n* amnesia
chứng khó tiêu *n* indigestion
chứng mất ngủ *n* insomnia
chứng minh *v* demonstrate
chứng minh *adj* demonstrative
chừng mực *n* extent
chứng nghiện *n* addiction
chứng nhận *v* attest, certify
chứng nhức đầu *n* migraine
chứng ợ chua *n* heartburn
chung quanh *pro* around
chung sống *v* coexist
chứng táo bón *n* constipation
chứng thoát vị *n* hernia
chứng thực *v* corroborate,
  denote, prove
chứng tỏ *adj* proven
chủng tộc *n* race
chúng tôi *pre* us
chúng tôi *pro* we
chuộc lại *v* redeem
chuộc lỗi *v* expiate, atone
chuối *n* banana
chuỗi *n* series
chuỗi hạt *n* necklace
chuồng *n* cage
chuông cửa *n* doorbell
chuồng gia súc *n* stall

C

chưởng khế *n* notary

chướng mắt *adj* shocking

chướng ngại vật *n* obstacle

chương sách *n* chapter

chương trình *n* agenda

chuốt *v* whittle

chuột *n* mice

chuột chũi *n* mole

chụp hình *v* photograph

chuyển *n* transfer

chuyện *n* story

chuyến bay *n* airstrip

chuyên chế *adj* despotic

chuyên chở *n* freight

chuyến đi *n* tour, trip

chuyển hóa *v* derive

chuyện mơ mộng *n* romance

chuyển sang *v* shift

chuyện tào lao *n* gossip

chuyền tay *v* hand down

chuyện thần thoại *n* myth

chuyển tiếp *v* relay

chuyện trò *v* converse

chuyên về *v* specialize

chuyện xảy ra *n* happening

có *v* have

có *adv* yes

cỏ *n* grass

cỡ *n* caliber, size

cổ *n* neck

có cường độ lớn *adj* intensive

có ác tâm *adj* malevolent

có ấn tượng mạnh *adj* imposing

có ảnh hưởng *adj* potent

cổ áo *n* collar

cô ấy *pro* she

cơ bản *adj* elementary

có bằng sáng chế *adj* patent

có bão *adj* stormy

có bụi bám *adj* dusty

cơ cấu *n* fabric; mechanism

cố chấp *adj* opinionated

có chất dính *adj* adhesive

có chất phốt pho *n* phosphorus

có chất rượu *adj* alcoholic

có chủ tâm *adv* purposely

có da *adj* skinny

có đá *adj* rocky

cỏ dại *n* weed

có đạo đức *adj* virtuous

cô dâu *n* bride

cổ điển *adj* classic

có điều kiện *adj* conditional

cô độc *adj* solitary, loner

cô đơn *adv* lonely

cổ đông *n* shareholder

cô đọng lại *v* condense

có đủ điều kiện *v* qualify

có đủ điều kiện *adj* eligible

có đủ sức *v* afford

có đủ tiện nghi *adj* comfortable

có gai *adj* thorny

cô gái *n* gal

cố gắng *v* endeavor, mint

C

có giá trị *adj* valuable
có giá trị pháp lý *adj* valid
có gia vị *adj* spicy
co giật *v* convulse
có gió *adj* windy
cơ giới hóa *v* mechanize
có hại *adj* harmful
có hệ thống *adj* systematic
có hiệu lực *adj* effective
có hiệu lực hồi tố *adj* retroactive
có hiệu quả *adj* telling
có hình chữ nhật *adj* rectangular
có hình mái vòm *adj* doomed
có hồ bột *adj* starchy
có học thức *adj* learned
cơ hội *n* opportunity
cố hữu *adj* entrenched
có hy vọng là *adv* hopefully
có ích *adj* helpful
có kết quả *adj* successful
cỏ khô *n* hay
có khuyết điểm *adj* faulty
co lại *v* shrink
cô lập *v* insulate, isolate
có lẽ *adv* perhaps
có lợi *adj* profitable
có lợi cho *v* profit
có lợi ích *adj* beneficial
có lòng trắc ẩn *adj* compassionate
có lòng yêu nước *adj* patriotic
có mặt *adj* present
có màu mỡ *adj* fertile

có mưa *adj* rainy
có mùi *v* smack
có mùi khó chịu *adj* smelly
có mũi nhọn *adj* pointed
có mùi thơm *adj* balmy
có mũi to *adj* nosy
có muối *adj* salty
có mưu đồ *adj* intriguing
có năng lực *adj* capable
có nghĩa là *adv* namely
có nhiều *v* abound
có nhiều đồi *adj* hilly
có nhiều kem *adj* creamy
có nhiều lỗ ngấm *adj* porous
có nhiều núi *adj* hilly
có nhiều nước *adj* juicy
cổ phần *n* share
có phép lạ *adj* miraculous
cô phù dâu *n* bridesmaid
có phương pháp *adj* methodical
cơ quan lập pháp *n* legislature
có râu *adj* bearded
có sai lầm *adj* erroneous
có sẵn *adj* available
có sẵn bên trong *adj* built-in
cơ sở *adj* unfriendly
cơ sở dữ liệu *n* database
có sọc *adj* striped
có sức thuyết phục *adj* persuasive
cò súng *n* trigger
có sương mù *adj* foggy
cổ tay *n* wrist

cổ tay áo *n* cuff
có thành kiến *adj* slanted
có thật *adj* able, possible
có thể *v* can, may
có thể *adv* likely
có thể ăn được *adj* applicable
có thể chấp nhận *adj* admissible
có thể chết *adj* perishable
có thể chịu được *adj* bearable
có thể chữa lành *adj* curable
có thể đạt tới *adj* adjustable
có thể đọc được *adj* legible
có thể giặt được *adj* washable
có thể gỡ ra được *adj* detachable
có thể khấu trừ *adj* deductible
có thể làm được *adj* workable
có thế lực *adj* powerful
có thể ở được *adj* habitable
có thể phân chia *adj* divisible
có thể sờ mó được *adj* tangible
có thể sử dụng *adj* disposable
có thể tin được *adj* believable
có thể trả tiền *adj* payable
có thể tránh được *adj* avoidable
có thể uống được *adj* drinkable
có thể xách *adj* portable
có thể xảy ra *adj* probable
cơ thể *n* body
có thiện cảm *v* sympathize
có thiên tài *adj* gifted
cô thợ may *n* seamstress
có tính cách do dự *adj* hesitant

có tính cách đòi hỏi *adj* demanding
có tính cách dụ dỗ *adj* enticing
có tính cách mô tả *adj* descriptive
có tính chất trả thù *adj* vindictive
có tính đặc trưng *adj* symbolic
có tính gây hấn *adj* aggressive
có tính hòa giải *adj* conciliatory
có tính hợp tác *adj* cooperative
có tính khoa học *adj* scientific
có tính kích dục *adj* aphrodisiac
có tính lôi cuốn *adj* attractive
có tính người *adj* human
có tính thách đố *adj* challenging
có tính xây dựng *adj* constructive
có tóc nâu đen *adj* brunette
có tóc quăn *adj* crispy
có tóc vàng *adj* blond
có tội *adj* guilty
có trách nhiệm *adj* accountable
có trái *adj* fruitful
có từ lâu *adj* long-standing
có từ tính *adj* magnetic
cờ tướng *n* chess
có ưu thế *adj* prevalent
cố vấn *v* counsel
có vẻ *v* seem
có vẻ hợp lý *adj* plausible
có vỏ bọc *adj* husky
có vỏ cứng *adj* crusty
có vòi *adj* stingy
cổ vũ *v* hearten
cổ xưa *adj* antiquated, archaic

C

cố ý *adv* willfully
có ý định *v* intend
có ý nghĩa *adj* meaningful
có ý thức *adj* aware
cocain *n* cocaine
còi *n* buzzer
cởi *v* unfasten, untie
coi chừng *v* watch out
coi nhẹ *v* disregard
cởi quần áo *v* take off, undress
coi thường *v* despise
cối xay *n* mill
cối xay gió *n* windmill
còn *adv* still, yet
cơn ác mộng *n* nightmare
con bạch tuộc *n* octopus
con báo *n* leopard
cơn bão *n* storm
cơn bão lớn *n* tempest
con bê *n* calf
con bọ *n* bug
con bọ cạp *n* scorpion
con bọ chét *n* flea
con bò đực *n* ox
con bò rừng *n* bison
con bướm *n* butterfly
con búp bê *n* doll, puppet
con cáo *n* fox
con cháu *n* descendant
con châu chấu *n* locust
con chấy *n* lice
con chim *n* bird

con chó *n* dog
con chó con *n* puppy
con chuột *n* rat
con cò *n* stork
con cóc *n* toad
con cọp *n* tiger
con cua *n* crab
con cừu *n* sheep
con đà điểu *n* ostrich
con đại thử *n* kangaroo
con dao con *n* knife
con dâu *n* daughter-in-law
con dấu *n* seal, stamp
cơn đau *n* pain
cơn đau bụng *n* colic
con dê *n* goat
con dế *n* cricket
con dê con *n* kid
con dê tế thần *n* scapegoat
con đỉa *n* leech
con diều *n* kite
con dơi *n* bat
cơn đói *n* famine, hunger
con đười ươi *n* orangutan
con ếch *n* frog
con gà trống *n* rooster
con gái *n* daughter, girl
con gái riêng *n* stepdaughter
con gấu *n* bear
con gián *n* cocktail
cơn giận *n* anger, tantrum
cơn giận điên *n* furor

C

cơn giận dữ *n* rampage
cơn gió *n* gust, wind
cơn gió mạnh *n* gale
cơn gió nhẹ *n* breeze
con hãi ly *n* beaver
cơn hấp hối *n* agony
con heo *n* pig
con heo đất *n* piggy bank
cơn ho *n* cough
con hoang *n* bastard
con hươu *n* deer
con hươu cao cổ *n* giraffe
con kên kên *n* vulture
con khỉ đột *n* gorilla
con khỉ *n* monkey
con kiến *n* ant
con la *n* mule
con lạc đà *n* camel
còn lại *v* remain
còn lại *adj* remaining
cơn lạnh *n* coolness
con linh cẩu *n* hyena
con linh dương *n* antelope
con lừa *n* donkey
con ma *n* phantom
con mắt *n* eye
con mèo *n* cat
con mồi *n* bait, prey
con mòng biển *n* gull
cơn mưa *n* rainfall
con mực ống *n* squid
con muỗi *n* mosquito

con nai đực *n* buck
cơn ngất *n* faint
con ngỗng mái *n* geese, goose
con ngựa *n* horse
con người *n* human being
còn nguyên *adj* unbroken
còn nguyên vẹn *adj* intact
con nhện *n* spider
con nhím *n* porcupine
con nợ *n* debtor
con ó *n* buzzard
con ốc sên *n* snail
con ong *n* bee
cơn phẫn nộ *n* rage
con quạ *n* crow, raven
con rái cá *n* otter
con rắn *n* serpent, snake
con rể *n* son-in-law
con rồng *n* dragon
con rùa *n* tortoise, turtle
con ruồi *n* fly
con sâu *n* worm
con sếu *n* crane
cơn sợ hãi *n* fear
con số thống kê *n* statistic
con sóc *n* squirrel
con sông *n* river
còn sống *adj* alive
cơn sốt *n* fever
con sư tử *n* lion
con tê giác *n* rhinoceros
con thằn lằn *n* lizard

con thỏ *n* rabbit
con thuyền *n* boat
con tin *n* hostage
con tôm *n* shrimp
con tôm he *n* prawn
con trai *n* son
con trai (sò) *n* clam
con trai riêng *n* stepson
con trăn *n* python
con trâu *n* buffalo
côn trùng *n* insect
con trượt *n* slipper
con vật cưng *n* pet
con vẹt *n* parrot
con vẹt đuôi dài *n* parakeet
con voi *n* elephant
con vượn *n* chimpanzee
cong *adj* crooked
cổng *n* gate
công bằng *adj* impartial
công bố *v* proclaim
công chúa *n* princess
cổng có mái che *n* porch
công cộng *adj* public
công cụ *n* tool
công dân *n* citizen
cộng đồng *n* community
cống hiến *v* dedicate
cồng kềnh *adj* cumbersome
công kích *v* attack
cong lưng *adj* hunched
công lý *n* justice

công nhận *v* acknowledge
công nhân *n* worker
công nhân cơ khí *n* mechanic
công nhân đốt lò *n* fireman
cống rãnh *n* kennel; sewage
cọng rơm *n* straw
cộng tác viên *n* collaborator
còng tay *v* handcuff
công thức *n* formula
công trình *n* sculpture
công trình lớn *n* edifice
công tước *n* duke
công ty *n* company
công việc *n* affair, task
công viên *v* park
cột *n* column
cột *v* tie
cột buồm *n* mast
cột cờ *n* flagpole
cốt để *adv* expressly
cột đèn đường *n* lamppost
cột mốc *n* milestone
cột sống *n* spine
củ cải đỏ *n* radish
củ cải đường *n* beet
cư dân *n* inhabitant
cư dân miền nam *n* southerner
củ gừng *n* ginger
cú mổ *v* peck
cư ngụ *n* ingredient
cư ngụ *v* inhabit
cụ thể *adj* concrete

củ tỏi *n* garlic
cư trú *v* reside, lodge
cự tuyệt *v* rebuff
cư xử thô bạo *v* manhandle
của *pre* of
cưa *v* saw
cửa *n* door
của bạn *adj* your
của bố thí *n* alms, handout
của cải *n* fortune
của chúng ta *adj* our
cửa cống *n* outlet
của đối thủ *adj* adverse
cựa giày *n* spur
cửa hiệu *n* shop
của hối lộ *n* bribe, graft
của hồi môn *n* dowry
của mình *adj* own
của nhà làm *adj* homemade
của nó *adj* her, his
cửa sau *n* backdoor
cửa sổ *n* window
cửa sổ ở mái nhà *n* skylight
cửa sông *n* estuary
của tôi *pro* mine
của tôi *adj* my
cưa xích *n* chainsaw
cục *n* bureau; clot, lump
cực *n* pole
cực đoan *adj* extremist
cực khổ *adj* miserable
cực kỳ *adv* exceedingly

cục tẩy *n* rubber
củi *n* firewood
cùi bắp *n* cob
cúi chào *v* bow out
cúi mình *v* decline, bend
cúi xuống *v* bow
cụm *n* cluster
cùn nhụt *adj* blunt
cung *n* palace
cũng *adv* also
cứng *adj* rigid, stiff, stark
cùng hàng *adv* abreast
cung cấp *v* furnish
cung cấp *n* ration
cứng cáp *adj* sturdy
cung cấp chất đốt *v* fuel
cung cấp thực phẩm *v* fend
cùng chung *adv* jointly
củng cố *v* fortify
cứng đầu *adj* naughty
cùng khổ *adj* wretched
cũng không *adv* neither
cứng lại *v* harden
cụng ly *n* cheers
cùng mẹ khác cha *n* stepbrother
cứng rắn *adj* adamant
cùng thời *adj* contemporary
cũng vậy *adv* likewise
cuộc ẩu đả *n* mix-up
cuộc bãi công *n* strike
cuộc bầu cử *n* election
cuộc cãi nhau *n* altercation

C

C

cuộc dạo chơi *n* walk
cuộc đấu giá *n* auction, bid
cuộc đấu kiếm *n* duel
cuộc đấu tranh *v* struggle
cuộc đấu vật *v* wrestle
cuộc đi chơi *n* excursion
cuộc đi dạo *n* promenade
cuộc diễn hành *n* parade
cuộc điều tra *n* investigation
cuộc đình chiến *n* armistice
cuộc du lịch *v* travel, voyage
cuộc gặp *n* interview
cuộc hành hương *n* pilgrimage
cuộc hành quân *n* march
cuộc hành trình *n* journey
cuộc hẹn *n* appointment
cuộc họp *n* reunion
cuộc họp mặt *n* meeting
cuộc kiểm tra *n* inspection
cuộc nổi dậy *n* uprising, revolt
cuộc nổi loạn *n* rebellion
cuộc phiêu lưu *n* adventure
cuộc săn *n* hunting
cuộc sát hạch *n* examination
cuộc tàn sát *n* massacre
cuộc thăm dò *n* exploit
cuộc tham quan *n* inquest
cuộc thao diễn *n* maneuver
cuộc thảo luận *n* debate
cuộc thi đấu *n* match
cuộc thí nghiệm *n* experiment
cuộc tranh đua *n* trials

cuộc trưng bày *n* exhibition
cuộc viễn chinh *n* expedition
cuộc xổ số *n* lottery
cưới *v* wed
cười *v* laugh, smile
cuối cùng *adj* final, last
cười khúc khích *v* chuckle
cưỡi ngựa *v* ride
cười rúc rích *v* giggle
cuối tuần *n* weekend
cuộn *v* roll, wind
cuộn giấy *n* scroll
cuốn niên giám *n* almanac
cuốn sách in lại *v* reprint
cuốn sách mỏng *n* brochure
cuốn sách nhỏ *n* pamphlet
cuống *n* stub
cưỡng bức *v* rape
cưỡng chế *v* enforce
cường độ *n* intensity
cưỡng hành *v* force
cuống hoa *n* stalk
cuống lá *n* stern
cương ngựa *n* bridle
cương quyết *adj* fanatic
cuồng tín *adj* frenetic
cướp *v* rob
cướp đoạt *v* plunder
cướp phá *v* loot
cướp tàu *v* hijack
cúp *n* trophy
cứu *v* save

cựu chiến binh *n* veteran
cừu con *n* lamb
cừu đực *n* ram
cứu hộ *v* salvage
cứu xét *n* consideration

D

đá *v* kick
đá *n* stone
đã ăn sâu *adj* ingrained
đã bán hết *adj* sold-out
da bì *n* skin
đa cảm *adj* sentimental
đá cẩm thạch *n* marble
đá cuội *n* boulder
da đầu *n* scalp
đã đính ước *adj* engaged
đả động đến *v* touch on
đá hoa cương *n* granite
dạ khúc *n* serenade
dã man *adj* barbaric
dã man *n* vandal
đá quý *n* jewel
đa số *n* majority
đá tấm *n* slate
đá vôi *n* limestone
đá vụn *n* rubble

da *n* leather
đã *adv* already
đặc biệt *adj* exceptional
đặc biệt là *adv* particularly
đặc ngữ *n* idiom
đặc quyền *n* franchise; prerogative
đắc thắng *adj* triumphant
đặc tính *n* specialty
đặc trưng *adj* charbroil
dải *n* ribbon, strip
đài *n* station
đại danh từ *n* pronoun
dải băng *n* band
đai da *n* strap
đại diện *v* represent
đại diện cho *v* stand for
dài dòng *adj* lengthy
dại dột *adj* fool
đại dương *n* ocean
dài hạn *adj* long-term
đại học *n* university
đài kỷ niệm *n* monument
đại lộ *n* boulevard
đại lý *n* agency
đại số học *n* algebra
đại sứ *n* ambassador
đại tá *n* colonel
đài thiên văn *n* observatory
đại tu *v* overhaul
đại uý *n* captain
dải viền áo quần *n* braid

C
D

dài *adj* long

dám *v* dare

dám *adj* daring

đấm *v* knock, punch

dặm Anh *n* mile

đạm bạc *adj* meager

đâm bằng dao *v* stab

đảm bảo *v* insure

đắm chìm *v* immerse

đám cưới *n* wedding

dâm đãng *adj* lewd

đám đông *n* crowd, mob

đám đông *v* turn out

dâm dục *adj* prurient

đấm lại *v* hit back

đầm lầy *n* bog, swamp

đẫm máu *adj* gory

đảm nhận *v* assume

đẫm nước *adj* soggy

đám rước *n* procession

đám tang *n* funeral

dán *n* paste

đạn *n* cartridge, projectile

đàn áp *v* repress, suppress

dân chủ *adj* democratic

dân cư *n* population

dần dần *adj* gradual

đạn đạo *n* trajectory

dẫn đầu *adj* leading

dẫn đầu *v* pull ahead

dẫn đến sai lầm *adj* misguided

dân Di gan *n* gypsy

dẫn độ *n* extradite

đắn đo *adj* scrupulous

đần độn *adj* retarded

đạn dược *n* ammunition

đàn dương cầm *n* piano

đàn ghi ta *n* guitar

đàn harp *n* harp

đàn hồi *adj* elastic

dân làng *n* villager

dân nhập cư *n* immigrant

đàn organ *n* organ

đan sợi *v* knit

dân sự *adj* civil

dân tộc *n* people

dàn xếp *v* settle

dẫn xuất *adj* derivative

đắng *adj* bitter

đáng ca ngợi *adj* praiseworthy

đẳng cấp *n* caste

đáng chú ý *adj* remarkable

đáng ghi nhớ *adj* memorable

đáng giá *adj* worthwhile

đang hồi phục *adj* convalescent

đáng kể *adj* considerable

đáng khinh *adj* despicable

đáng khinh bỉ *n* scornful

đáng kinh ngạc *adj* amazing

dâng lên *v* surge

đáng nghi ngờ *adj* susceptible

đáng ngờ *adj* questionable

đáng ngưỡng mộ *adj* admirable

đăng nhập *v* log in

đảng phái *n* partisan
đáng qúy mến *adj* adorable
đằng sau *pre* behind
đáng sợ *adj* terrifying
đáng thương *adj* pitiful
đáng tiếc *adj* regrettable
đấng tiên tri *n* prophet
đáng tin cậy *adj* confident, reliable
đáng tín nhiệm *adj* credible
đáng trách *adj* deplorable
đáng ước muốn *adj* desirable
đang xảy ra *adj* ongoing
đăng xuất *v* log off
đáng yêu *adj* likable, lovely
đánh *v* lash, strike
đánh bạc *v* gamble
đánh bại *v* defeat, foil
đánh bằng gậy *v* bludgeon, club
đánh bằng roi *v* flog
đánh bật ra *n* disloyalty
đánh bẫy *v* snare
đánh bóng *v* polish
đánh cuộc *v* bet
đánh đập *v* batter
đánh đập tàn nhẫn *v* maul
đánh dấu *v* mark
đánh giá *v* estimate
đánh giá quá cao *v* overestimate
đánh giày *n* shoepolish
đánh máy *v* type
danh mục *n* directory

danh mục hàng *n* catalog
danh sách *n* list
đánh thắng *v* vanquish
đánh thức *v* rouse
đánh thuế *v* impose
danh tiếng *n* reputation
đánh trứng *adj* scrambled
danh từ *n* noun
đánh vần *v* spell
đánh vecni *v* varnish
đảo *n* island
đào bới *v* dig
dao cạo *n* razor
đạo Cơ đốc *n* Catholicism
đạo đức *n* morality
đạo đức giả *n* hypocrisy
đạo đức học *n* ethics
đào dưới chân *v* undermine
dao găm *n* dagger
đào hầm *v* sap
đào lên *v* unearth
đào mỏ *v* mine
đào ngủ *v* defect
đảo ngược được *adj* reversible
đảo nhỏ *n* isle
đào sâu *v* deepen
đạo Thiên chúa *n* Christianity
đào *v* excavate
đập *adj* beaten
đập *v* pulsate
dập khuôn *v* stamp out
đáp lại *v* respond

D

D

đập lúa *v* thresh

đập mạnh *n* bandit

đập mạnh *v* throb

đập nước *n* dam

đập phá *v* smash

dập tắt *v* extinguish

đất *n* land, soil

đặt *v* set

đặt báo *v* subscribe

đặt chéo nhau *v* criss-cross

dạt dào *adj* effusive

đạt đỉnh cao *v* culminate

đắt giá *adj* costly, expensive

đất liền *v* outlast

đặt ở *v* locate

đất sét *n* clay

đất thải *v* spoil

đạt thắng lợi *v* score

đắt tiền *adj* pricey

đạt tới *v* attain

đặt vào chỗ *adj* seated

dấu *n* accent, mark

dầu *n* oil

đau *adj* sore

đâu *adv* where

đậu *n* bean

đầu bếp *n* chef, cook

dấu bưu điện *n* postmark

dấu chân *n* footstep

dấu cộng *adv* plus

đầu đạn đại bác *n* shrapnel

đầu đinh ghim *v* pinpoint

đầu độc *n* poison

đau đớn *adj* poignant

đau đớn tột độ *adj* excruciating

đấu giá *v* bid

dấu giản lược *n* apostrophe

đầu gối *n* knee

dấu hai chấm *n* colon

đầu hàng *v* surrender

dấu hiệu *n* indication, sign

đầu hoả *n* gasoline

đậu Hòa lan *n* pea

dấu hoa thị *n* asterisk

đau khổ *adj* painful

dấu lăn tay *n* fingerprint

đậu lăng ti *n* lentil

đầu mối *n* clue

đầu mút *n* extremities

dấu ngoặc *n* bracket

dấu ngoặc đơn *n* parenthesis

đầu ngón tay *n* fingertip

đau nhói *adj* stinging

đầu nhờn *n* grease

đau ốm *adj* ill

dấu phẩy *n* comma, hyphen

đậu phụng *n* peanut

đau tai *n* earache

đậu tây *n* kidney bean

đau thắt *n* angina

đấu thủ *n* contestant

đầu tiên *adj* first

đấu tranh *n* struggle

đấu trường *n* arena

đầu tư *v* invest
dấu vết *n* track, trail
đậu xanh *n* gram; green bean
đậu xe *n* park
dày *adj* thick
dây *n* tape, wire
dãy *n* rank
dạy *v* teach
dậy *v* get up
đáy *n* bottom
đầy *n* plenty
đẩy *v* push
đẩy *adj* repulsive
đậy *v* cover
đày ải *v* exile
dạy bảo *n* team
đầy bão tố *adj* gusty
dây buộc *n* lace
dây cáp *n* cable
dây chằng *n* ligament
đầy chấy *adj* lousy
dây cột *n* tie
dây cương *n* rein
dày đặc *adj* crass, dense
dây đai *n* bond
dây dắt chó *n* leash
dây đeo quần *n* suspenders
đầy đủ *adj* complete, full
đầy đủ *adv* completely
đầy dục vọng *adj* lustful
dây giày *n* shoelace
đầy hy vọng *adj* hopeful

dạy kèm *v* coach
dây kéo *n* zipper
đẩy lui *v* repel, repulse
đầy mốc meo *adj* moldy
đay nghiến *v* nag
đầy nguy hiểm *adj* risky
dây nịt *n* belt
đầy sinh lực *adj* energetic
dãy số *n* array
đầy sương mù *adj* hazy
đầy tham vọng *adj* ambitious
dây thần kinh *n* nerve
dây thòng lọng *n* rope
dây thừng *v* tow
đẩy tới *v* propel
đầy tội lỗi *adj* sinful
đầy tràn *v* overflow
dây xích *n* chain; guy
dễ *adj* easy, pliable
đê *n* dike
để *pre* for
để *v* let, put
đề án *n* proposition
dễ bảo *adj* docile
dễ bắt lửa *adj* flammable
đè bẹp *v* overwhelm
dễ bị lừa *adj* gullible
dễ bị tổn thương *adj* vulnerable
dễ cảm xúc *adj* sensitive
đề cao *v* exalt
đề cao *adj* sublime
dễ cháy *n* combustible

dễ chịu *adj* agreeable
đề cử *v* nominate
dễ đáp lại *adj* responsive
dễ dính *adj* sticky
đe dọa *v* intimidate, daunt, threaten
dễ gãy *adj* brittle
dễ gây chú ý *adj* eye-catching
dễ ghét *adj* detestable
đế giày *n* sole
để hở nút *v* unbutton
để khoảng cách *v* space out
để lại *v* leave, bequeath
đè lên *v* run over
để mất *v* forfeit
đề mục *n* heading
đè nặng lên *v* burden
đè nén *v* oppress
đê ngăn sóng *n* bulwark
đề ngày *v* date
đề nghị *v* propose
dễ nhìn *adj* good-looking
dễ nhột *adj* ticklish
dễ nổi nóng *adj* touching
để qua một bên *v* put aside
đế quốc *n* empire
dễ sợ *adj* dreaded, scary
dễ thấy *adj* conspicuous
dễ tiếp cận *adj* accessible
dễ tiếp thu *adj* receptive
để trang hoàng *adj* ornamental
để trang trí *adj* decorative

đệ trình *v* present, submit
để trống *adj* blank
dễ uốn nắn *adj* pliable
đếm *v* count
đêm qua *adv* last night
đêm trước *n* eve
đen *adj* black
đến *v* arrive, come
đến *pre* to
đền bù *v* make up for
đèn đường *n* streetlight
đến gần *v* approach
đèn hiệu *n* beacon, flare
đèn lồng *n* lantern
đèn nháy *n* flashlight
đèn pha *n* floodlight
đèn sân khấu *n* spotlight
đến từ *v* come from
đèo *n* pass
dép *n* sandal
dẹp bỏ *v* discard
đẹp như tranh *adj* picturesque
đẹp quyến rũ *adj* glamorous
đẹp trai *adj* handsome
dẹp yên *v* quell
đẹp *adj* beautiful
dệt *v* weave
đều đặn *adv* regularly
dì *n* aunt
đi *v* go, walk
đi bộ *v* hike
đi chậm rãi *v* stalk

đi chiến dịch *v* campaign
di chúc *n* testament
di chuyển *v* commute
di cư *v* emigrate, exodus
đi cùng *v* accompany
di dân *n* emigrant
đi dạo *v* stroll
dí dỏm *adj* witty
di động *adj* mobile
dị giáo *n* heresy
đi giật lùi *v* back
đi khập khiễng *v* cripple, limp
đi khỏi *v* get away
đi lên *v* ascend, mount
đi lén lút *v* sneak
đi mất *v* go away
đi mua hàng *v* shop
đi ngao du *v* roam
đi nhón chân *n* tiptoe
đi qua *v* pass
đi ra *n* walkout
đi ra khỏi *v* go out
đi rình mò *v* prowl
di sản *n* heritage
đi săn *v* hunt
di sản kế thừa *n* patrimony
đi thơ thẩn *v* loiter, wander
di trú *n* immigration
đi trước *v* precede
đi trước *adj* preceding
đi từng bước *n* pace
dị ứng *adj* allergic

đi vào *v* enter, go in
di vật *n* relic
đi về hướng *adj* bound for
đi về phía tây *adv* westbound
đi vòng *v* bypass
đi xuống *v* go down
đĩa *n* dish
địa chỉ *n* address
đĩa gạt tàn thuốc *n* ashtray
đĩa lót tách *n* saucer
địa lý *n* geography
địa ngục *n* hell
địa phương *adj* regional, local
địa phượng hóa *v* localize
đĩa từ *n* disk
dịch *v* translate
dịch giả *n* translator
dịch tả *n* cholera
địch thủ *n* opponent
dịch vụ *v* service
điếc *adj* deaf
điểm *n* point
điềm *n* omen
điềm báo trước *n* portent
điểm cuối *n* end
điểm đặc trưng *n* feature
điểm yếu *n* blot
điên *adj* mad
điện *n* electricity
điện áp *n* voltage
điên cuồng *adj* frenzied, frantic
điên dại *adj* crazy

D

điện giật *v* electrocute
điển hình *adj* typical
điện khí hóa *v* mime
diện mạo *n* looks
điên rồ *adj* lunatic
điện thờ *n* sanctuary
điện thoại *n* telephone
điện thoại di động *n* cellphone
diện tích choán chỗ *n* footprint
điện tín *n* telegram
diễn viên *n* actor
diễn viên hài *n* comedian
điệp khúc *v* refrain
diệt trùng *v* pasteurize
điều bực mình *n* nuisance
điều ác *n* evil, mischief
điều bất lợi *n* disadvantage
điệu bộ *n* gesture
điều chắc chắn *n* certainty
điều chỉnh *v* regulate, adjust
điều có thể xảy ra *n* probability
điều độ *adj* sober
điều đòi hỏi *n* demand
diều hâu *n* eagle
điều hợp *n* mediator
điều hư cấu *n* fiction
điều huyền bí *n* mystery
điều khiển *v* manipulate
điều khiển tàu *v* navigate
điều khoản *n* clause, terms
điều không may *n* misfortune
điều kiện *n* condition

điều kỳ diệu *n* prodigy
điều mâu thuẫn *n* contradiction
điều ngụ ý *n* implication
điều phối viên *n* coordinator
điều rắc rối *n* hassle
điều sai lầm *n* blunder
điều sai quấy *n* guilt
điều sỉ nhục *n* insult
điếu thuốc lá *n* cigarette
điều tốt *n* right
điều tra *v* investigate
điệu van *n* waltz
điều yêu sách *n* claim
đình *n* pavilion
đỉnh *n* peak, tip
đinh bấm *n* thumbtack
đỉnh cao nhất *n* climax
dính chặt vào *v* adhere
đình chỉ *n* suspense
định cỡ *v* calibrate
đỉnh đồi *n* hilltop
đinh ghim *n* pin, tack
định kiến *adj* unbiased
dính liền *adj* coherent
định mệnh *n* fate
định nghĩa *v* define
định nghĩa *n* definition
đinh ốc *n* screw
đính theo *v* attach
dịu bớt *adj* subdued
dịu dàng *adj* bland, gentle
dịu lại *v* relent, calm down

dịu nhẹ *adj* mild
dịu xuống *v* cool down
do *pre* because of
đo *v* measure
đó *adv* there
đỏ *adj* red
đổ *v* pour
độ *n* precision
độ lún *n* slump
độ ẩm *n* humidity
độ axít *n* acidity
dơ bẩn *adj* dirty
đo bằng gang tay *n* span
do bởi *adj* consequent
độ cao *n* altitude
độ chín *n* maturity
độ chính xác *n* accuracy
đồ chơi *n* toy
đồ cũ *n* junk
đồ đạc *n* gear
đồ đạc trong nhà *n* furnishings
đỡ đần *v* bolster
do đó *adv* owing to
đồ dơ bẩn *n* dirt
đô đốc hải quân *n* admiral
do dự *v* hesitate
đồ dùng *n* ustensil
đồ gốm *n* ceramic
dỡ hàng *v* unload
dò hỏi *v* inquire
đố kỵ *v* envy
độ lớn *n* magnitude

đồ lót *n* underwear
độ lượng *n* generosity
đỏ mặt *v* blush
đổ máu *adj* bloody
đổ mồ hôi *n* sweat
đổ nát *adj* dilapidated
độ nghiêng *n* bias
đồ phụ tùng nhỏ *n* gadget
đổ rác *v* dump
độ rắn *n* hardness
độ sáng chói *n* brightness
đồ sành sứ *n* crockery
đồ sộ *adj* bulky
đồ tặng *n* offer
Do thái giáo *n* Judaism
do thám *v* spy
đồ thêu *n* embroidery
đồ trải giường *n* bedding
đồ trang hoàng *n* trimmings
đoàn *n* corpse; troop
đoàn đại biểu *n* delegate
đoán trước *v* foresee
đoạn tuyệt *v* rupture
đoạn văn *n* paragraph
đoàn xe *n* convoy
doanh nghiệp *n* enterprise
doanh nhân *n* businessman, entrepreneur
doanh thu *n* proceeds
dốc *n* ramp, slope
đọc *v* dictate, read
độc *adj* poisonous, toxic, cruel

độc ác *n* felon

độc đoán *adj* arbitrary; authoritarian

độc giả *n* reader

độc hại *adj* noxious, virulent

độc lập *adj* independent

độc nhất *adj* unique

độc quyền *v* monopolize

độc tài *adj* dictatorial

độc thân *adj* unmarried

dọc theo *pre* along

độc thoại *n* monologue

đọc thuộc lòng *v* recite

độc tố *n* toxin

đói *adj* hungry

đôi *n* pair

đồi *n* hill

đổi *v* convert

đổi chác *v* barter

đổi chiều *v* veer

dời chỗ *v* displace

dồi dào *adj* affluent

đổi địa điểm *v* relocate

đối diện *adv* opposite

đời đời *adj* everlasting

đòi hỏi *v* assert, demand, need, require

đôi khi *adv* sometimes

đòi lại *v* reclaim

đối mặt *pre* facing

đội mũ miện *v* crown

đối phó *v* cope

đời sống *n* life

đối tác *n* counterpart

đối thoại *n* dialogue

đối thủ *n* adversary

đối thủ cạnh tranh *n* competitor

đội xe *n* fleet

đối xử *v* behave; treat

đối xử dã man *v* vandalize

đối xử lạnh nhạt *v* snub

đối xử tốt *v* befriend

đòi *v* claim

đơn điệu *adj* monotonous

đơn giản *adj* simple

đơn giản hóa *v* simplify

đồn lính *n* garrison

dọn nhà đi *v* move out

đơn vị *n* unit, unity

đơn vị đo dung tích *n* pint

đơn vị trọng lượng *n* ounce

dòng *n* stream

đóng *v* close, shut

đống *n* heap, pile

đồng *n* bronze, copper

đọng *v* stagnate

đồng 10 xu *n* dime

đông bắc *n* northeast

đóng băng *adj* icy

đồng bằng *adj* plain

đóng bằng kẹp *v* staple

đồng bào *n* compatriot

đóng chai *v* bottle

dòng chữ in nhỏ *n* fine print
đồng cỏ *n* meadow
động cơ *n* motor
đống cỏ khô *n* haystack
đóng cọc *v* stake
đông đặc lại *v* curdle
đồng dạng *n* uniform
động danh từ *n* gerund
đông đảo *adj* crowded
động đất *n* earthquake
đóng dấu *v* seal, stamp
đóng đinh tán *v* crucify
đong đưa *v* dangle
đóng góp *v* contribute
đồng hồ *n* clock
đồng hồ báo thức *n* alarm clock
đồng hồ đeo tay *n* watch
đông hơn *v* outnumber
đóng hộp *v* can
đóng hộp *adj* canned
đóng kín *pre* close to
đông lại *v* coagulate
đông lạnh *v* frown
đồng lõa *v* connive
động lực thúc đẩy *n* urge
đóng mạch *v* switch on
động mạch *n* artery
đồng minh với *v* ally
đóng mọi cửa *v* shut up
đồng môn *n* brethren
đồng mưu *v* conspire
đông nam *n* southeast

đồng nghiệp *n* colleague
đồng nhất *adj* identical
dòng nước xoáy *n* whirlpool
đóng sầm cửa lại *n* jerk
đồng tâm *adj* concentric
dòng thác *n* torrent
đồng thời *adj* simultaneous
đồng thuận *v* consent
đồng tiền kim loại *n* coin
động tính từ *n* participle
dông tố *n* thunderstorm
động từ *n* verb
động vật có vú *n* mammal
động vật học *n* zoology
động viên *v* mobilize
đồng xu *n* cent, penny
đồng ý *v* agree, concur
đốt cháy *v* burn
đót lửa *v* flare-up
đột ngột *adv* abruptly
đột ngột *adj* sudden
đợt nóng *n* heatwave
đột quy *n* stroke
đốt thành than *v* char
đốt xương sống *n* vertebra
dư *adj* spare
đủ *adv* enough
dự án *v* project
dự cảm *n* premonition
dù cho *c* even if
dư chỗ *adj* roomy
du côn *n* hoodlum

dụ dỗ *v* entice, seduce
dự đoán *v* forecast
đu đưa *v* sway
du dương *adj* melodic
du khách *n* tourist, traveler
du kích chiến *n* guerrilla
dữ liệu *n* data
dù sao *pro* anyhow
du thuyền *n* yacht
dự tính *v* envisage
dự trữ *n* backlog
dự trữ *v* reserve
dưa *n* melon
đứa bé mới tập đi *n* toddler
đùa cợt *adv* jokingly
đưa đi chỗ khác *v* call off
dưa đỏ *n* cantaloupe
dưa hấu *n* watermelon
đưa lên sân khấu *v* stage
dựa ngã lưng *v* lean back
đưa ra *v* hold out, size up
đưa tàu vào bến *v* dock
đứa trẻ hư hỏng *adj* brat
đưa vào *v* inject, introduce
đục *v* perforate
đức *adv* virtually
đùi *n* thigh
đùm trục *n* nave
dùng *v* utilize
dừng *v* cease
đúng *adj* fair, just, correct
đụng *n* hit

đứng *v* stand
dũng cảm *adv* bravely
dừng chân *v* stop over
đứng chựng lại *v* dwell
dụng cụ *v* tackle
đúng đắn *adv* justly
đứng đắn *adj* decent
đụng đầu nhau *adv* head-on
dung dịch *n* solution
dung dịch amoniac *n* ammonia
dựng đứng *v* erect
đúng giờ *adj* punctual
đứng lên *v* stand up
dùng ma túy *v* dope
đụng mạnh vào *v* bump into
dung môi *adj* solvent
đúng nguyên văn *adv* verbatim
đụng nhau *v* collide
đứng ở một chỗ *adj* stationary
đứng thẳng *adj* upright
đúng thời thượng *adj* trendy
dung tích *n* capacity
đứng tim *n* cardiac arrest
đuốc *n* torch
được *v* get
được *adv* okay
được biết là *adv* allegedly
được coi như *adv* reputedly
được đính theo *adj* attached
được lãnh đạo *adj* leaded
dược phòng *n* pharmacy
được rồi *adv* alright

dược sĩ *n* pharmacist
được tiếp nhận *adj* adoptive
được ưa chuộng *adj* favorite
dưới *pre* below, under
dưới *adj* lower
đuôi *n* tail
đuổi *v* oust
đuổi đi *v* drive away
đuổi kịp *v* overtake
đuổi nhà *v* evict
dưới nước *adj* aquatic
đuổi ra *v* bundle; dislodge
dưới tiêu chuẩn *adj* substandard
đường *n* road, street, way; sugar
đường bay *n* airline, flight
đường chạy *n* runway
đường chéo *adj* diagonal
đường cong *n* curve
đường cùng *v* deaden
đường dẫn *n* passage
đương đầu *v* affront, confront
đương đầu với *v* face up to
đường đua *n* lane
dưỡng đường *n* clinic
đường hầm *n* tunnel
đường hẹp *n* bottleneck
đường kết nối *n* link
dưỡng khí *n* hydrogen
đường kính *n* diameter
đường mòn *n* path
đường nứt *n* cleft
đường rãnh *n* groove

đường ray *n* rail
đường song song *n* parallel
đường tắt *n* shortcut
đường tiếp tuyến *n* tangent
dương tính *adj* positive
đường viền *n* contour
đường vòng *n* detour
dứt khoát *adj* definitive
đút lót *v* buy off
duy nhất *adv* only
duy nhất *adj* sole, unique
duy trì *v* maintain
duyên dáng *adj* alluring
duyên dáng *n* charm

E

eo lưng *n* waist
ép *v* squeeze
ép buộc *v* coerce
ép sát vào *v* squeeze up

G

gà con *n* chicken
ga lông *n* gallon
gà mái *n* hen
gà trống *n* cockpit
gạch bỏ *v* cross out
gạch dưới *v* underline
gạch ngang *v* gnaw, dash
gặm *v* nibble
gặm cỏ *v* browse
gầm gừ *v* growl
gặm mòn *v* corrode
gan *n* liver
gần *adj* close, near
gần *n* proximity
gần bên *adj* nearby
gán cho *v* attribute
gan dạ *adj* intrepid
gần đây *adv* lately
gắn dính lại *v* glue
gàn dở *adj* maniac
gần kề *adj* adjoining
gần như *adv* almost, nearly
gắn vào *v* affix
gắn vào đuôi *v* tail
găng tay *n* glove
gánh hát xiệc *n* circus
gánh nặng *n* burden, charge
ganh tị *adj* envious
gào *v* howl

gào thét *v* wail
gấp *v* fold
gặp *v* encounter, meet
gấp đôi *adj* double
gấp đôi *adv* twice
gập ghềnh *adj* bumpy
gấp nếp *v* crease
gấp rút *adj* hasty
gật đầu chào *v* nod
gạt đòn *v* fend off
gắt gỏng *adj* grumpy
gặt hái *v* reap
gàu múc nước *n* bucket
gàu trên đầu *n* dandruff
gấu trúc Bắc Mỹ *n* raccoon
gãy *adj* broken
gậy *v* stick
gây ấn tượng *v* impress
gây ảnh hưởng *adj* influential
gây áp lực *v* pressure
gây bạo loạn *v* riot
gây bệnh *v* sickening
gây chết người *adj* lethal
gậy có móc *n* crook
gây đau buồn *v* grieve
gây đau đớn *v* torment
gây hại *v* harm
gây họa *adj* fateful
gây kinh hoàng *v* terrify
gầy mòn *adj* emaciated
gây nên *v* make
gây nghiện *adj* addictive

gây nổ *adj* explosive

gây ô nhiễm *v* pollute

gây phẫn nộ *adj* revolting

gây ra *v* cause, inflict

gây rắc rối *adj* worrisome

gây rối *adj* shattering

gây sốc *v* shock

gây sửng sốt *v* startle

gây thương tích *v* injure

gây tổn hại *adj* hurtful

gây tranh cãi *adj* controversial

ghế *n* bench, chair

ghế bành *n* armchair

ghế dài *n* couch

ghế đẩu *n* stool

ghê gớm *adj* formidable

ghế ngồi *n* seat

ghé qua *v* stop by

ghê sợ *adj* grisly

ghé thăm *v* call on

ghê tởm *v* abhor, loathe

ghê tởm *adj* repugnant

ghế xô pha *n* sofa

ghen tị *adj* jealous

ghét *v* detest, dislike

ghét bỏ *v* disgrace

ghì chặt *v* clinch

ghi chú *v* note

ghi điểm *v* scorch

ghi lại *v* write down

ghi nhớ *v* memorize

ghi ra từng món *v* itemize

ghi tên gia nhập *v* enroll

gì *adj* what

giá *n* cost, tariff, price

giá *adj* worth

già *adj* old

giả *adj* dummy

giá biểu *n* rate

giả bộ *adj* sham

giá cả tăng vọt *v* boom

gia cầm *n* poultry

gia đình *n* family

giả định *v* suppose

giả định trước *v* presuppose

giá lạnh *adj* chilly, freezing

giả mao *v* adulterate

giả mạo *adj* counterfeit, fake

gia phụ *adj* additional

gia súc *n* cattle

gia tăng *v* augment, upturn

giả thiết *n* presupposition

giả thuyết *n* hypothesis, supposition

giá treo *n* hangup

giá treo cổ *n* gallows

giá trị *n* value, merit

giá vé máy bay *n* airfare

gia vị *n* condiment

giả vờ *v* feign

già yếu *adj* decrepit

giặc cướp *n* raider

giấc mơ *n* dream

giấc ngủ *n* sleep

G

giấc ngủ ngắn *n* doze
giấc ngủ trưa *n* nap
giác quan *n* sense
giải bài toán *v* solve
giai cấp *n* hierarchy
giai cấp quý tộc *n* aristocracy
giải đấu *n* tournament
giai điệu *n* tune
giai đoạn *n* phase
giải giới *v* disarm
giải mã *v* decipher
giải mê *adj* disenchanted
giải ngũ *v* discharge
giải phóng *v* emancipate, free
giải quyết *v* settle for, resolve
giải tán *v* disband, dismiss
giải thích *v* account for
giải thích sai *v* misinterpret
giai thoại *n* anecdote
giải thoát *v* extricate, rid of
giải trí *v* amuse, entertain
giải trí *n* distraction
giấm *n* vinegar
giảm *v* decrease
giảm bớt *v* diminish
giám đốc *n* director
giảm giá *n* discount
giam giữ *v* confine, jail
giảm khinh *adj* extenuating
giẫm lên *v* trample
giám mục *n* bishop
giảm nhẹ *v* mitigate, relieve

giám sát *n* oversight
giận điên lên *v* enrage
gián điệp *n* espionage, spy
gián đoạn *v* discontinue
giận dữ *adj* furious, irate
giàn giáo *n* scaffolding
gian khổ *adj* arduous
gian lận *adj* fraudulent
gián tiếp *adj* indirect
giáng chức *v* degrade, demote
giảng đường *n* amphitheater
giáng phúc *n* benediction
giáng phúc *v* bless
giảng viên *n* instructor
giành trước *v* preempt
giáo chủ *n* parishioner
giao dịch *v* trade
giáo đoàn Do Thái *n* synagogue
giáo dục *v* educate
giao hàng *v* deliver
Giáo Hoàng *n* Pope
giáo khu *n* diocese
giao lộ *n* crossroads
giáo phái *n* sect
giao phó *v* entrust
giáo sĩ *n* clergyman
giáo sĩ Do thái *n* rabbi
giáo sư *n* professor
giao thiệp *v* deal
giao việc *v* assign
giáo xứ *n* parish
giặt khô *v* dryclean**

giật lùi *adv* backwards
giật mạnh *n* hitch
giật mạnh *adj* jerk
giàu *adj* rich
giàu có *adj* wealthy
giấu giếm *adj* hide
giày *n* shoe
giấy bồi cứng *n* cardboard
giấy da *n* parchment
giày dép *n* footwear
giây đồng hồ *n* second
giấy in hỏng *n* spoils
giấy lụa *n* tissue
giấy nhám *n* sandpaper
giày ống *n* boot
giấy phép *n* licence
giấy thông hành *n* passport
giấy tờ *n* paper
giày trượt *v* skate
giẻ *n* rag
gien *n* gene
gieo rắc *v* disseminate
giết *v* kill, slaughter
giơ *v* put up
giờ *n* hour
giờ làm thêm *adv* overtime
giờ nghỉ ngơi *n* respite
gió xoáy *n* cyclone
giới cao quý *n* nobility
giới hạn *n* limit
giới hữu sinh *n* wildlife
giới nghiêm *n* curfew

giới thẩm quyền *n* authority
giới tính *n* sex
giới từ *n* preposition
giới tuyến *adj* borderline
giòn *adj* crunchy, crisp
giống *n* gender; seed
giòng dõi con cái *n* offspring
giống nhau *adj* alike
giống như *v* resemble
giống như *pre* like
giọt *n* gout
giữ *v* hold, keep
giữ cố định *v* immobilize
giữ gìn *v* preserve
giữ im lặng *n* hush
giữ lại *v* hold back; intern
giũa *v* file
giữa *pre* between
giữa *n* middle
giữa không trung *n* midair
giữa lúc *pre* amid
giữa mùa hạ *n* midsummer
giữa trưa *n* midday
giường trẻ em *n* crib
giúp đỡ *v* aid, help
giúp ích *v* avail
glucoza *n* glucose
gõ *v* slap
gỗ *n* wood
gỡ bỏ hàng rào *v* cordon off
gỗ cây *n* timber
gỗ cứng *n* hardwood

G

gồ ghề *adj* rough
gỡ ra từng phần *v* rip apart
gỡ rối *v* disentangle
gỗ súc *n* lumber
góa phụ *n* widow
góc *n* angle, corner
gói *n* bundle
gợi ảo giác *v* hallucinate
gọi đến *v* summon
gởi đi *v* send
gọi điện thoại *v* phone
gói hàng *n* parcel
gói lại *v* wrap up
gợi lên *v* evoke
gọi lớn *v* call out
gởi thư *v* address
gợi ý *adj* suggestive
gồm *v* comprise
gồm có *v* consist
gớm ghiếc *adj* hideous
gọn *adj* compact
gợn sóng *adj* wavy
góp *v* collect
gộp chung lại *v* lump together
gót chân *n* heel
grát *n* grade
gương mẫu *adj* exemplary
gương soi *n* mirror

hạ cấp *adj* inferior
hạ gục *v* zap
hạ mình *v* condescend
hạ sĩ *n* corporal
hà tiện *adj* avaricious
hạ xuống *v* bring down, pull down
hạch hạnh nhân *n* tonsil
hai *adj* two
hài hước *adj* comical
hài kịch *n* comedy
hài lòng *adj* content
hải mã *n* walrus
hai mang *v* double-cross
hai mươi *adj* twenty
hải ngoại *adv* overseas
hai ngôn ngữ *adj* bilingual
hải quân *n* navy
hải sản *n* seafood
hải tặc *n* pirate
ham ăn uống *v* guzzle
hầm bẫy *n* pitfall
hăm doạ tống tiền *n* blackmail
hâm hẩm nóng *adj* lukewarm
ham mê nhục dục *adj* sensual, avid
ham muốn *v* lust
hâm nóng *v* warm up
hàm răng giả *n* dentures

hầm rượu *n* cave, cellar
ham thích *adj* delightful
hàm ý *v* imply
hàn *v* weld
hân *n* stem
hạn chế *v* restrict, restrain
hạn cuối cùng *n* deadline
hân hoan *v* exult
hân hoan *adv* joyfully
hằn học *adj* spiteful
hàn lâm *adj* academic
hang *n* burrow, den
hàng *n* row
hãng *n* firm
hàng đầu *n* forefront
hang động *n* cavern, grotto
hàng giá hời *n* bargain
hàng giờ *adv* hourly
hăng hái *adj* strenuous
hàng hoá *n* cargo, goods
hàng hóa *n* merchandise
hàng hóa gởi bán *n* consignment
hàng hóa tích trữ *n* stockpile
hàng không *n* aviation
hàng mẫu *n* sample
hàng mới lạ *n* novelty
hàng năm *adj* annual, yearly
hàng ngày *adv* daily
hàng ngũ quân đội *v* rank
hàng nối đuôi *n* queue
hàng quý *adj* quarterly
hàng rào *n* cordon, fence

hàng rào chắn *n* safeguard
hàng tháng *adv* monthly
hàng tuần *adv* weekly
hàng xấu *adj* shoddy
hàng xóm *n* neighborhood
hãnh diện *adj* proud
hành động *v* act
hành động *n* action
hành động ác độc *n* malignancy
hành hạ *v* torture
hành hình *v* lynch
hành hung *v* brutalize
hành khách *n* passenger
hạnh kiểm *n* conduct
hành lang *n* corridor
hành lý *n* luggage
hành nghề *adj* practising
hành pháp *n* executive
hạnh phúc *n* bliss, happiness
hành tinh *n* planet
hành tinh nhỏ *n* asteroid
hành trình kế *n* odometer
hành vi *n* deed
hào *n* ditch
hào hiệp *adj* gallant
háo hức *adj* eager
hao mòn *adj* worn-out
hấp dẫn *adj* breathtaking
hấp hối *v* agonize
hấp hối *adj* agonizing, dying
hấp tấp *adj* rash
hạt *n* corpuscle; pellet

hắt hơi *v* sneeze
hạt nhân *adj* nuclear
hạt tiêu *n* pepper
háu ăn *n* glutton
hầu như *n* almost, virtually
hậu phương *n* rear
hậu quả *n* outcome, sequel
hậu thế *n* posterity

hay *adv* fine
hay chữ *adj* literate
hay gây gỗ *adj* quarrelsome
hay hoài nghi *adj* cynic, sceptic
hay hốt hoảng *adj* jumpy
hay hướng nội *adj* introvert
hay kén chọn *adj* choosy
hay là *c* or
hay lẩn tránh *adj* evasive
hay lãng tránh *adj* elusive
hay lây *adj* catching
hay lui tới *v* frequent
hay nói *adj* talkative
hay phê bình *adj* critical
hay phục tùng *adj* compliant
hay quấy nhiễu *adj* bothersome
hay quấy rầy *adj* annoying
hay rầy la *adj* nagging
hay sinh sự *adj* contentious
hay thay đổi *adj* fickle; volatile
hay tin mù quáng *adj* bigot
hệ luận *n* corollary
hệ số *n* coefficient
hệ thống *n* system

hệ tư tưởng *n* ideology
hệ vô tính *n* cloning
hẽm núi *n* canyon, gorge
hẹn *v* appoint
hèn hạ *v* scald
hèn nhát *adv* cowardly
héo *v* fade
heo đực *n* boar
heo thiến *n* hog
hẹp *adj* narrow
hẹp *n* strait
hết lòng *adj* wholehearted
hết sức *adv* highly
hết sức rõ ràng *adj* foolproof
hết thời hạn *v* expire
hiếm *adj* rare
hiến chương *n* charter
hiện đại *adj* modern
hiện đại hóa *v* modernize
hiện dần ra *v* loom
hiến dâng *v* devote
hiện hữu *v* exist
hiển nhiên *adj* notorious
hiến pháp *n* constitution
hiện tại *adv* currently
hiện thời *adj* current
hiện tượng *n* phenomenon
hiệp sĩ *n* knight
hiệp ước *n* treaty, pact
hiểu *v* understand, sense
hiếu kỳ *adj* curious
hiệu lực *n* effect

hiệu năng *n* efficiency
hiểu ngầm *adj* implicit
hiệu nghiệm *adj* efficient
hiểu rõ *v* apprehend
hiểu sai *v* misunderstand
hiếu thảo *adj* pious
hiệu trưởng *adj* principal
hình *n* shape
hình ảnh *n* image, photo
hình bầu dục *adj* oval
hình bóng *n* silhouette
hình chóp *n* pyramid
hình chữ nhật *n* rectangle
hình dạng *n* form
hình dung *v* visualize
hình dung ra *v* figure out
hình học *n* geometry
hình khối *n* cube
hình khối *adj* cubic
hình lăng trụ *n* prism
hình nổi *n* effigy
hình nón *n* cone
hình tam giác *n* triangle
hình thuôn *adj* oblong
hình tròn *adj* circular
hình tượng *n* icon
hình vành *adj* coronary
hình vẽ *n* figure
hình vuông *n* square
hít vào *v* inhale
ho *v* cough
hố *n* pit, recess

hồ *n* lake
họ *n* last name
họ *pro* they
hô hào *v* exhort
hò hét yêu sách *v* clamor
hồ nuôi cá cảnh *n* aquarium
hồ sơ *n* dossier, record
hổ thẹn *adj* shameful
hỗ tương *adj* reciprocal
hồ tương *adv* mutually
hoa *n* flower
hòa bình *n* peace
hòa bình *adj* peaceful
hoa cẩm chướng *n* carnation
hóa chất xyanua *n* cyanide
hoá đơn *n* bill, invoice
hòa giải *v* reconcile
hỏa hoạn *n* arson
hoa hồng *n* rose
hòa nhã *adj* affable
hòa nhạc *n* concert
họa sĩ *n* painter
hòa tan *adj* soluble
hoa tay múa chân *v* gesticulate
hoá thạch *n* fossil
hỏa tiễn *n* rocket, missle
hoa tulip *n* tulip
hỏa xa *n* railroad
hoặc *adj* either
hoặc *adv* either
hoạch định *v* plan
hoài nghi *adj* skeptic

hoàn cảnh *n* circumstance
hoán đổi *v* mutate
hoàn hảo *adj* impeccable, perfect
hoãn hình phạt *n* reprieve
hoan hô *v* applaud
hoàn lại *v* repay
hoãn lại *v* postpone
hoàn thành *v* accomplish, terminate
hoàn thiện *adj* flawless
hoàn toàn *adv* completely, thoroughly
hoàn toàn *adj* utter
hoàn trả lại *v* pay back
hoán vị *n* shift
hoang dã *adj* savage, wild
hoàng đế *n* emperor
hoàng hậu *n* queen
hoàng hôn *n* twilight, sunset
hoang phí *adj* lavish
hoảng sợ *v* frighten
hoảng sợ *adj* petrified
hoang vắng *adj* deserted
hoạt bát *adj* vivacious
hoạt động *n* activity
hoạt hóa *v* activate
học *v* learn
học bổng *n* scholarship
học phí *n* tuition
hốc sâu *n* pothole
học tập *v* study
học trò *n* learner, pupil

học viện *n* academy, institute
hocmon *n* hormone
hỏi *v* ask
hơi ấm ấm *adj* tepid
hội chợ *n* fair
hỏi cung *v* question
hồi đáp *n* feedback, reply
hói đầu *adj* bald
hội đồng *n* council
hối hả *adj* bustling
hôi hám *adj* fetid, foul
hối hận *v* repent
hồi ký *n* memoirs
hối lộ *v* bribe
hội nghi *n* conference
hơi nóng *n* warmth
hơi nước *n* steam
hồi sinh *v* relive
hơi thở *n* breath
hơi thở hổn hển *n* gasp
hôi thối *adj* stinking
hối thúc *v* hasten
hồi tỉnh *v* revive
hội tụ *v* converge
hồi ức *n* recollection
hội viên *n* member, fellow
hôm qua *adv* yesterday
hôn *v* kiss
hồn *n* soul
hơn *adj* more
hỗn độn *adj* messy
hớn hở *adj* jubilant

hỗn hợp *adj* assorted
hỗn hợp *n* mixture
hỗn láo *adj* insolent
hỗn loạn *adj* chaotic
hôn nhân *n* marriage
hơn nữa *adv* furthermore
hỏng *v* flunk
họng *n* throat
hồng hào *adj* rosy
hồng ngọc *n* ruby
hộp *n* can
hợp *v* fit
họp đàn *n* swarm
hợp đồng *n* contract
hợp kim *n* alloy
hợp kim hàn *n* solder
hợp lý *adj* logical, rational
hợp lý hóa *v* rationalize
họp mặt *v* get together
hợp nhất *v* integrate, unify
hộp nhỏ *n* canister
hợp pháp *adj* lawful, legal
hợp pháp hóa *v* legalize
hộp sọ *n* skull
hợp tác *v* cooperate
hợp thời trang *adj* fashionable
hợp xướng *n* chorus
hột đậu *n* bullet
hột dẻ *n* chest
hột xúc xắc *n* dice
hột lúa *n* grain
hư cấu *adj* fictitious

huân chương *n* medallion
huấn lệnh *n* commandment
huấn luyện *v* train
huấn luyện viên *n* trainer
huênh hoang *adj* pushy
hun khói *v* fumigate
hun khói *adj* smoked
hung dữ *adj* ferocious, sinister
hung hăng *adv* furiously
hung hăng *adj* rampant
hứng thú *adj* exciting
hùng vĩ *adj* impressive
hương *n* incense
hướng *n* direction
hướng bắc *n* north
hướng dẫn *v* guide
hướng dẫn viên *n* guide
hướng đạo sinh *n* scout
hướng lên *adv* upwards
hướng ngoại *adj* extroverted
hướng tây *n* west
hương thơm *n* balm
hưởng thụ *v* enjoy
hướng về *adj* bound
hướng về *v* direct, gravitate
hương vị *n* odor
hương vị *v* relish
hút nước *adj* absorbent
hữu quan *adj* relevant
huỷ bỏ *v* cancel
hũy bỏ *v* delete
hủy bỏ *v* abrogate, repeal

huy chương *n* medal
hũy diệt *v* annihilate
huyền bí *adj* mystic, occult
huyết thanh *n* serum
huýt gió *v* hiss
huýt sáo *v* whistle

ích kỷ *n* egoist
ích kỷ *adj* selfish
im lặng *adj* silent
in *v* print
in lại *v* reprint
inch *n* inch
ít *adj* few
ít hơn *adj* fewer, less
ít khi *adv* seldom, rarely

kẻ ăn thịt người *n* cannibal
kẻ bắt cóc *n* kidnapper
kẻ bất lại *n* rascal
kẻ buôn lậu *n* smuggler
kể chi tiết *v* detail
kẻ chuyên chế *n* despot
kẻ cướp *v* bang
kẻ cướp *n* gangster
kẻ cướp tàu *n* hijacker
kẻ đi rình mò *n* prowler
kẻ độc tài *n* dictator
kẻ đóng góp *n* contributor
kẻ gây hấn *n* aggressor
kẻ giết người *n* killer; homicide
kẽ hở *n* crevice
kế hoạch *n* plan, scheme
kẻ khủng bố *n* terrorist
kể lại *v* narrate, recount, rehearse
kẻ lang thang *n* vagrant
kẻ lánh nạn *n* fugitive
kẻ lừa đảo *n* cheater, swindler
kẻ lười biếng *n* bum
kẻ ma cô *n* pander
kẻ móc túi *n* pickpocket
kẻ nói dối *n* liar
kẻ phản bội *n* traitor
kẻ sát nhân *n* murderer
kẻ sống sót *n* survivor
kẻ tấn công *n* assailant

kẻ thù *n* enemy
kẻ thù địch *n* foe
kẻ tình nghi *n* suspect
kế toán viên *n* accountant
kẻ trộm *n* burglar, thief
kể từ đây *adv* hence
kẻ xâm chiếm *n* conqueror
kẻ xâm lăng *n* invader
kẻ xâm nhập *n* intruder
kẻ xấu *n* villain
kem *n* cream
kém *adj* defective
kẽm *n* zinc
kềm chế *v* curb
kèn *n* siren
kền *n* nickel
kèn cornet *n* cornet
ken két *adj* squeaky
kèn trom pét *n* trumpet
kênh *n* canal, channel
kéo *v* draw
kẹo *n* candy, sweets
kéo căng *v* strain; stretch
kéo dài *v* lengthen
kéo dài *adj* lingering
kéo dài ra *adj* protracted
keo dán *n* glue
kéo lê *v* drag
kéo lên *v* hitch up, hoist
kéo lùi lại *v* move back
kẹo nhai *v* chew
kéo ra *v* protrude

kéo theo *v* involve
kẹp *v* claw
kết án *v* condemn
kết hôn *adj* married
kết hôn *v* marry
kết hợp *v* associate, unite
kết luận *v* conclude
kết nối *v* connect, link
kết quả *n* result
kết quả bất ngờ *n* fallout
kết thúc *adj* conclusive
kết thúc *v* end, finish
kết thúc *n* ending
kết ước *v* contract
kêu *n* call
kêu *v* cry
kếu ầm ầm *v* roar
kêu gọi *v* appeal
kêu kẽo kẹt *v* creak
kêu vo ve *v* hum
kêu vù vù *v* buzz, whirl
khá *adv* rather
khá giả *adj* well-to-do
khả năng *n* aptitude; faculty; possibility
khả nghi *adj* doubtful
khả ố *adj* obnoxious
khác *adv* else
khác *adj* other
khác biệt *adj* different
khắc hình nổi *v* dent
khác loại *adj* diverse

K

khắc nghiệt *adv* harshly
khác nhau *adj* various
khắc sâu *adj* grave
khác thường *adj* uncommon
khác với *v* differ
khách *n* guest
khách đến thăm *n* visitor
khách hàng *n* customer
khách mua *n* buyer
khách qua đường *n* passer-by
khách quan *adj* impersonal
khách quan *n* objective
khách sạn *n* hotel
khai cung *v* depose
khai hóa *v* civilize
khai mạc *v* inaugurate
khái niệm *n* notion
khai thác *v* exploit
khảm *n* mosaic
khâm liệm *adj* shrouded
khám phá *v* detect
khảm vào *adj* inlaid
khăn ăn *n* napkin
khẩn cấp *n* emergency
khẩn cấp *adj* urgent
khán đài *n* grandstand
khán giả *n* audience
khàn giọng *adj* hoarse
khan hiếm *adv* scarcely
khẩn khoản *v* entreat
khăn quàng *n* muffler; scarf
khăn tắm *n* towel

khăn tay *n* handkerchief
khăn trải bàn *n* tablecloth
khăn trải giường *n* bedspread
khẳng định *v* affirm
khẳng định *adj* affirmative
khăng khăng *v* persist
kháng lại *v* counteract
khảo sát cẩn thận *v* look through
khắp thế giới *adj* worldly
khát máu *adj* bloodthirsty
khát nước *adj* thirsty
khát vọng *n* lust
khâu *v* stitch
khấu hao *v* amortize
khẩu hiệu *n* motto, slogan
khẩu lệnh *n* password
khấu trừ *v* deduct
khay *n* tray
khe hở *n* opening, slit
khe núi *n* ravine
khen ngợi *n* praise
khen thưởng *n* recompense
khéo léo *adj* skillful, tactful
khéo tay *adj* deft
khép hờ *adj* ajar
khí *n* gas
khỉ dã nhân *n* ape
khí hậu *n* climate
khi nào *adv* when
khí quản *n* windpipe
khí quyển *n* atmosphere
khía cạnh *n* facet**

khiêm tốn *adj* humble
khiển trách *v* chide, rebuke
khiếu *n* vocation
khiếu nại *v* complain
khiêu vũ *v* dance
khinh bỉ *v* scorn
khinh dễ *n* disdain
khó *adj* difficult
khô *adj* dried, dry
khô cằn *adj* arid
khô cạn *n* drought
khó chịu *adj* unpleasant
kho hàng *n* depot, stock, warehouse
khổ hạnh *adj* ascetic
khó hiểu *adj* confusing
khó khăn *adv* hardly
kho tàng *n* treasure
kho than *n* bunker
kho tích trữ *v* hoard
khó tính *adj* squeamish
khóa *n* lock
khoa chiêm tinh *n* astrology
khóa cửa *v* lock up
khoa địa chất *n* geology
khoa giải phẫu *n* anatomy
khoa học *n* science
khóa lại *v* lock
khoa sư phạm *n* pedagogy
khoa tim *n* cardiology
khoai mỡ *n* yam
khoai tây *n* potato

khoan *v* drill, bore
khoản dự trữ *n* provision
khoan dung *adj* merciful, lenient
khoan dung *v* put up with
khoan lỗ *n* tap
khoảng cách *n* distance, interval
khoảnh khắc *n* instant
khóc lóc *adj* crying, tearful
khóc rưng rức *v* sob
khóc than *v* weep
khoe khoang *v* brag, show off
khoe khoang *adj* ostentatious
khoẻ mạnh *adj* healthy
khỏe mạnh *adj* robust
khói *n* fumes, smoke
khối *n* block
khỏi *adv* off
khởi đầu *v* set about
khơi dậy *v* arouse
khởi điểm *n* debut
khởi hành *v* depart, set off
khôi phục lại *v* renovate
khối tuyết *n* snowfall
khối u *n* tumor
khởi xướng *v* initiate
khôn ngoan *adj* clever
khôn *adj* wise
không *adv* not
không ai *pre* none
không ai ưa *adj* undesirable
không an toàn *adj* unsafe
không bằng *adj* unequal

K

không bao giờ *adv* never
không bền *adj* unstable
không bị ràng buộc *adj* unattached
không bị thương *adj* unhurt
không biên giới *adj* boundless
không biết *v* ignore
không biết *adj* unaware
không bình đẳng *n* inequality
không cãi được *adj* undisputed
không cần *adj* needless
không cân bằng *n* imbalance
không căn cứ *adj* groundless
không cần thiết *adj* unnecessary
không chắc *adj* unlikely
không chắc chắn *adj* precarious
không chân thành *adj* insincere
không chân thực *adj* unrealistic
không chấp thuận *v* disapprove
không chính đáng *adj* illegitimate
không chính thức *adj* informal
không chính xác *adj* inaccurate
không chịu nổi *adj* unbearable
không có biến cố *adj* uneventful
không có cái nào *adj* neither
không có con *adj* childless
không có gì cả *n* nothing
không có giá trị *adj* worthless
không có hạt *adj* seedless
không có hiệu lực *adj* null
không có khả năng *n* inability
không có lợi *adj* unprofitable

không có mục đích *adj* aimless
không có quyền *adj* powerless
không có tác động *adj* ineffective
không có tay *adj* sleeveless
không có tì vết *adj* spotless
không có vũ khí *adj* unarmed
không công bằng *adj* unjust
không công nhận *v* repudiate
không đáng *adj* undeserved
không đáng kể *adj* paltry
không đắt mấy *adj* inexpensive
không đạt mục tiêu *v* fall through
không đau đớn *adj* painless
không dây *adj* cordless
không đáy *adj* bottomless
không đầy đủ *adj* incomplete
không dễ dàng *adj* uneasy
không để ý đến *adj* unnoticed
không đếm xuể *n* incalculable
không đều đặn *adj* irregular
không định hình *adj* amorphous
không đọc được *adj* illegible
không đồng dạng *adj* dissimilar
không đồng ý *v* disagree
không đủ *adj* insufficient
không đủ năng lực *adj* incapable, incompetent
không đúng *adj* incorrect
không đúng chỗ *adj* improper
không dứt *adj* endless
không dứt khoát *adj* undecided
không ghép mối *adj* seamless

không ghi hồ sơ *adj* off-the-record

không gỉ *adj* rust-proof

không giới hạn *adj* unlimited

không giống *adj* unlike

không hạnh phúc *adj* unhappy

không hấp dẫn *adj* crappy

không hết *adj* unending

không hiệu quả *adj* inefficient

không hòa hợp *adj* dissonant

không hoạt động *adj* idle

không hợp lý *adj* irrational

không ích kỷ *adj* unselfish

không kể *adj* irrespective

không khí *n* air

không khỏe *adj* unhealthy

không kín đáo *adj* indiscreet

khổng lồ *adj* colossal, gigantic

không lưu tâm *adj* reckless

không mạch lạc *adj* incoherent

không may *adj* unlucky

không mây *adj* cloudless

không mệt mỏi *adj* tireless

không một ai *pro* no one

không nghi ngờ *adj* unsuspecting

không nghi ngờ *adv* undoubtedly

không nghỉ ngơi *adj* restless

không ngớt *adv* ceaselessly

không ngừng *adv* nonstop

không ngừng *adj* incessant

không người nào *pro* nobody

không nhận *n* disparity

không nhất quán *adj* inconsistent

không nhạy cảm *adj* insensitive

không nhọn *adj* pointless

không nín được *n* incontinence

không nói được *adj* speechless

không nơi nào *adv* nowhere

không ổn định *adv* afloat

không pha chì *adj* unleaded

không phận *n* airspace

không phù hợp *adj* unsuitable

không quả quyết *adj* indecisive

không quan tâm *adj* mindless

không quan trọng *adj* insignificant

không quen biết *adj* unfamiliar

không quên được *adj* unfounded; unforgetable

không rõ ràng *adj* indefinite

không sai được *adj* infallible

không sẵn lòng *adj* indisposed

không sáng suốt *adj* unwise

không thấm nước *adj* waterproof

không thân thiện *adj* unfurnished

không thành công *adj* unsuccessful

không thật *adj* untrue

không thay đổi *adj* constant

không thể *adj* unable

không thể chối cãi *adj* undeniable

không thể dự đoán *adj* unpredictable

không thể được *adj* impossible

không thể nguôi *adj* implacable

không thể phân ly *adj* inseparable

không thể sờ *adj* untouchable

không thể tả được *adj*
unspeakable

không thể thay đổi *adj*
immutable

không thể tin được *adj*
incredible

không thích hợp *adj*
inappropriate, irrelevant

không thiệt hại *adj* unharmed

không thoả đáng *adj* inadequate

không thỏa mãn *adj* dissatisfied

không thoải mái *adj* uncomfortable

không thừa nhận *v* disown

không thuận lợi *adj* unfavorable

không thực *adj* unreal

không thực tế *adj* impoverished

không thương xót *adj* ruthless

không tinh khiết *adj* impure

không tránh được *adj* inevitable

không trung thành *adj* disloyal,
unfaithful

không tương hợp *adj* incompatible

không úp mở *adj* rowdy

không vâng lời *adj* disobedient

không vừa *adj* unfit

không vững *adj* unsteady

khớp xoáy *v* swivel

khớp xương *n* joint

khu nội trú *n* dormitory

khu trục hạm *n* destroyer

khu vực *n* district, sector

khu vực thành phố *n* borough

khuất phục *v* succumb

khuấy *v* stir

khúc dạo đầu *n* prelude

khúc lượn *n* winding

khuếch đại *v* amplify, magnify

khủng bố *v* terrorize

khung cảnh *n* context

khung cửa *n* doorway

khủng hoảng *n* crisis

khủng khiếp *adj* tremendous

khủng long *n* dinosaur

khuôn khổ *n* format

khuy *n* buttonhole

khuyên *v* recommend

khuyên bảo *v* advise

khuyên can *v* dissuade

khuyên giải *v* appease

khuyến khích *v* encourage

khuyết điểm *n* fault

khuyết tật *n* handicap

khuynh hướng *n* tendency

khuỷu tay *n* elbow

kích *v* click

kịch bản *n* scenario, script

kích cỡ *n* dimension

kích động *adj* hysterical

kích động *v* incite

kích thích *v* stimulate

kích thích *adj* irritating

kịch thời sự *n* revue

kiềm chế *v* rein

kiếm được *v* acquire, procure

K

kiểm duyệt *v* censure
kiểm soát *v* control
kiểm soát kỹ lại *v* double-check
kiểm tiền *v* earn
kiểm toán *v* audit
kiểm tra *v* check, inspect
kiểm tra toàn diện *n* check up
kiện *v* prosecute, sue
kiện cáo *v* litigate
kiên cường *adj* stoic
kiện hàng *n* bale, package
kiến nghị *n* motion, petition
kiên nhẫn *adj* patient
kiến thức *n* background
kiên trì *v* persevere
kiên trì *adj* persistent
kiến trúc sư *n* architect
kiêng cữ *v* abstain
kiệt sức *adj* exhausting
kiệt tác *n* masterpiece
kiểu *n* make, mode
kiêu căng *adj* overbearing
kiểu làm tóc *n* hairdo
kiểu mẫu *n* model
kiêu ngạo *adj* arrogant
kiểu thiết kế *n* design
kilôgam *n* kilogram
kilômét *n* kilometer
kilôoa't *n* kilowatt
kim cương *n* diamond
kim loại *n* metal
kín *adj* hermetic

kín gió *adj* airtight
kính *n* glasses
kinh cầu nguyện *n* litany
kính đeo mắt *n* eyeglasses
kinh dị *adj* astounding
kinh độ *n* longitude
kinh doanh *n* business
kinh hãi *v* dread
kính hiển vi *n* microscope
kinh hoàng *adj* aghast
kinh khủng *adj* awful
kinh nghiệm *n* experience
kinh nhật tụng *n* rosary
kinh niên *adj* chronic
kính râm *n* sunglasses
kinh tởm *adj* horrible
kính trọng *v* respect
kính trọng *adj* respectful
kính viễn vọng *n* telescope
kịp thời *adj* timely
kỵ binh *n* cavalry
kỳ công *n* feat
kỳ dị *adj* strange
kỳ diệu *adj* marvelous
ký giả *n* journalist
ký hiệu *n* notation
kỳ lạ *adj* wonderful
kỷ luật *n* discipline
kỹ năng *n* proficiency
kỹ nghệ *n* industry
kỳ nghỉ *n* vacation
kỷ nguyên *n* epoch

kỷ niệm *v* commemorate
kỷ niệm *n* souvenir
kỳ quái *adj* eerie
kỳ quái *n* fantasy
ký sinh trùng *n* parasite
kỹ sư *n* engineer
ký tên *v* sign
ký tên ở dưới *v* underwrite
kỳ thị *v* discriminate
kỹ thuật *n* technology
kỹ thuật viên *n* technician
ký tự *n* digit

K
L

là *v* be
lá bài ách *n* ace
la bàn *n* compass
lá cây *n* leaf
la hét lanh lảnh *v* shriek
la hét thất thanh *v* scream,
  shout
la lên *v* exclaim
lạ lùng *adj* astonishing
lạ lùng trang trí đẹp *adj* fancy
lắc *adj* shaken
lạc đề *v* digress
lạc địa chỉ *v* miscarry

lạc đường *v* stray, astray
lạc lõng *adj* inept
lắc lư *v* swing, vacillate
lạc quan *adj* optimistic
lạch *n* creek
lại *adv* again
lai lịch *n* antecedents
lái tàu *n* navigation
lái xe *v* drive
làm *v* do
làm ẩm *v* moisten
làm ẩm ướt *v* dampen
làm bẩn *v* soil
làm bằng tay *adj* manual
làm bão hòa *v* saturate
làm bất ngờ *v* surprise
làm bị thương *v* wound
làm biến dạng *v* deform
làm bối rối *v* bewilder
làm cạn kiệt *v* exhaust
làm chán nản *v* dishearten
làm cho an toàn *v* secure
làm cho bi thảm *v* dramatize
làm cho bốc hơi *v* vaporize
làm cho buồn rầu *v* sadden
làm cho cay đắng *v* embitter
làm cho chán nản *v* sicken
làm cho chín *v* mellow
làm cho có giá trị *v* validate
làm cho có sinh khí *v* animate
làm cho cứng *v* stiffen
làm cho đa dạng *v* diversify

làm cho dày *v* thicken
làm cho dễ dàng *v* facilitate
làm cho dịu xuống *v* water down
làm cho giật mình *adj* startled
làm cho hăng hái *v* enthuse
làm cho khổ sở *v* afflict
làm cho kinh ngạc *v* amaze
làm cho mạnh lên *v* strengthen
làm cho mềm *v* soften
làm cho phức tạp *v* complicate
làm cho sai lạc *adj* misleading
làm cho sảng khoái *adj* refreshing
làm cho tệ hơn *v* worsen
làm cho tỉnh táo lại *v* refresh
làm cho vuông *adj* square
làm cho xấu hổ *v* shame
làm choáng váng *adj* stunning
làm chủ *v* master
làm chuyển động *v* budge
làm cứng rắn *v* toughen
làm đất *v* till
làm đau đớn *adj* harrowing
làm đau khổ *adj* distressing
làm đầy *v* fill
làm đầy lại *v* refill
làm đẹp *v* beautify
làm điếc tai *v* deafen
làm điếc tai *adj* deafening
làm dịu *v* soothe
làm dịu đi *v* alleviate
làm dơ bẩn *adj* tainted

làm đổi màu *v* stain
làm đông lạnh *v* freeze
lạm dụng *v* abuse
làm gấp *v* hurry up
làm gãy *v* break
làm ghê tởm *adj* disgusting
làm gỉ *v* rust
làm giả mạo *v* counterfeit, fake
làm giảm *v* reduce
làm giảm bớt *v* lessen
làm giảm giá *v* depreciate
làm giảm giá trị *v* debase
làm giảm giá trị *adj* degrading
làm gián đoạn *v* interrupt
làm giàu *v* enrich
làm hại *adj* injurious
làm hài hoà *v* harmonize
làm hài lòng *adj* gratifying
làm hoa mắt *v* dazzle
làm hoảng sợ *v* appall
làm hỏng *v* baffle, botch, goof
làm hốt hoảng *adj* alarming
làm hư *v* mangle
làm hư hại *v* damage
làm hư hại *adj* damaging
làm im tiếng *v* silence
làm kết tủa *v* precipitate
làm khiếp sợ *adj* creepy
làm khô héo *v* wither
làm khuây đi *v* beguile
làm kinh ngạc *v* astonish
làm kinh tởm *v* horrify

L

làm lại *v* redo, renew
làm lắng dịu *v* defuse
làm lạnh *v* refrigerate
làm lễ kỷ niệm *v* celebrate
làm lên men *v* ferment
làm lo lắng *v* distress
làm lóa mắt *v* daze
làm lợi *v* benefit
làm lộn xộn *v* mess around
làm luật *v* legislate
làm lung lay *v* waver
làm mất giá *v* devalue
làm mất hiệu lực *v* invalidate
làm mất năng lực *v* incapacitate
làm mất tín nhiệm *v* discredit
làm mất tinh thần *v* demoralize
làm mất uy tín *v* deface
làm mê hoặc *adj* enthralling
làm mệt nhoài *adj* gruelling
làm mờ *v* dim
làm mờ nhạt *v* blur
làm mới lại *v* freshen
làm mù quáng *v* blind
làm nản lòng *adj* daunting
làm nản lòng *v* discourage
làm nặng thêm *v* aggravate
làm ngã *v* topple
làm ngạt *v* stifle
làm ngạt thở *v* asphyxiate
làm nghiêng *v* tilt
làm ngược lại *v* contrast
làm nguội *adj* cooling

làm nguy hại *v* jeopardize
làm nguy hiểm *v* endanger
làm nhục *v* humiliate
làm nứt *v* crack
làm ô nhiễm *v* contaminate
làm ô nhục *v* scandalize
làm ô uế *v* defile
làm ớn lạnh *v* chill
làm phật ý *v* displease
làm phiền nhiễu *v* hassle
làm quá mức *v* overdo
làm quặn đau *v* writhe
làm quen *v* acquaint
làm ra vẻ *v* pretend
làm rạng rỡ *v* brighten
làm rõ *v* clarify
làm rối loạn *v* perturb
làm rời ra *v* disconnect
làm rối rắm *v* entangle
làm rối ren *v* mess up
làm rung *v* shake
làm sa đọa *adj* deprave
làm sạch *v* purify
làm sai lạc *v* warp
làm sẵn *v* prefabricate
làm sáng tỏ *v* vindicate
làm sao *adv* how
làm say đắm *v* captivate
làm say mê *v* bewitch
làm sợ hãi *v* scare
làm sống lại *v* resuscitate
làm sửng sốt *v* astound

làm suy giảm *v* attenuate
làm suy tàn *v* decay
làm suy yếu *v* impair
làm tắc nghẽn *n* blockade
làm tan băng *v* defrost
làm tan nát *adj* crushing
làm tan rã *v* disintegrate
làm táo bón *v* constipate
làm tê liệt *v* paralyze
làm thanh thản *v* ease
làm thất vọng *v* let down
làm thay đổi *v* modify
làm theo đặt hàng *adj* custom-made
làm thỏa mãn *v* satisfy
lâm thời *adj* provisional
làm thư giãn *v* relax
làm tiêu tan *v* confound
làm tổn thương *v* hurt
làm trầm trọng hơn *v* exasperate
làm trắng *v* whiten
làm trật khớp *v* dislocate
làm trầy *v* scratch
làm trẻ lại *v* rejuvenate
làm trệch hướng *v* divert
làm trung gian *v* intercede
làm vẩn đục *v* trouble
làm việc *v* operate, work
làm việc nặng nề *v* toil
làm vừa lòng *v* content
làm vui lòng *v* please
làm vui lòng *adj* pleasing

làm vui vẻ *adj* exhilarating
làm xao lãng *v* distract
làm xáo trộn *v* confuse
làm xong *v* finalize
làm xong việc *v* buckle up
làm xuất sắc *v* excel
làm yếu đi *v* weaken
lấn chiếm *v* usurp
làn gió nhẹ *n* puff
lẩn quẩn *v* hang around
lan rộng *adj* widespread
lẩn tránh *v* evade, shun
lặn xuống *v* dive
lăn xuống nước *v* duck
lắng nghe *v* listen
lãng phí *adj* wasteful
lắng xuống *v* lapse
lành *adj* benign
lạnh *adj* cold
lãnh chúa *n* lord
lạnh cóng *adj* frostbitten
lãnh đạm *adj* indifferent
lãnh đạo *v* mastermind
lãnh địa *n* domain
lành lại *v* heal
lanh lợi *adj* brisk
lành mạnh *adj* wholesome
lãnh sự *n* consul
lãnh thổ *n* territory
lãnh tụ *n* leader
lao động *n* labor
lão suy *adj* senile

L

lao vụt đi _v_ strike out

lắp _v_ fix

lập dự án _v_ project

lặp lại _v_ repeat

lấp lánh _v_ glitter, twinkle

lập lịch trình _v_ schedule

lắp ráp _v_ assemble

lập trình viên _n_ programmer

lát cắt mỏng _adj_ slender

lật đổ _v_ overthrow

lát mỏng _n_ slice

lật nhào _v_ overturn

lát ván _v_ board

lau _v_ wipe

lau chùi _v_ scour, wipe out

lâu đài _n_ castle, mansion

lấy đi _v_ take away

lấy đồ ra _v_ unpack

lấy lại _v_ retrieve

lấy ví dụ _v_ exemplify

lê _v_ trail

lê chân _v_ shuffle

lễ đăng quang _n_ coronation

lề đường _n_ sidewalk

lễ Easter _n_ Easter

lễ Giáng Sinh _n_ Christmas

lễ khai mạc _n_ inauguration

lễ kỷ niệm _n_ celebration

lề mề _adj_ sluggish

lễ phép _adj_ polite

lệ phí _n_ fee

lễ rửa tội _n_ baptism

lễ thánh _n_ sacrament

lệ thuộc _v_ subject

lễ Tro (công giáo) _n_ Lent

lệch tâm _adj_ eccentric

len _n_ wool

lên bờ _v_ disembark, land

lên chức _v_ step up

lên dây _v_ tune

lên đến _v_ amount to

lên dốc _adv_ uphill

lên tàu _v_ embark

lệnh _n_ commission

lênh đênh _adv_ adrift

leo thang _v_ escalate, climb

lều lổng _n_ shack

lều vải _n_ tent

lhông gian _n_ space

lịch _n_ calendar

lịch sử _n_ history

lịch sự _adj_ courteous

lịch trình _n_ schedule

liếm _v_ lick

liên đoàn _n_ league

liên kết _v_ affiliate

liên lạc thư từ _v_ correspond

liên minh _adj_ allied

liên minh _n_ coalition

liên quan _adj_ related

liên quan đến _v_ pertain

liên quan đến _pre_ regarding

liên tiếp _adj_ consecutive

liên từ _n_ conjunction

liên tục *adj* continuous
liệt kê *v* enumerate, list
liều *v* risk, venture
liều lượng *n* dosage
liệu pháp *n* therapy
lính *n* soldier
lính chữa cháy *n* firefighter
lính gác *n* sentry
lính mới nhập ngũ *n* recruit
lính nhảy dù *n* paratrooper
linh thiêng *adj* holy
lít *n* liter
lò *n* oven
lo âu *adj* anxious
lò bánh *n* bakery
lố bịch *adj* ridiculous
lò đúc gang *n* foundry
lỗ hổng *n* gap
lò luyện kim *n* furnace
lò mổ thịt *n* butchery
lỗ mũi *n* nostril
lò nướng *n* broiler
lò nướng điện *n* toaster
lò sát sinh *n* shambles
lò sưởi *n* fireplace, radiator
lò thiêu xác *n* crematorium
lỗ thông gió *n* vent
lỗ thủng *n* puncture, leak
lộ trình *n* itinerary
loa phóng thanh *n* loudspeaker
loại *n* sort, type
loại bỏ *v* disburse, remove

loài bò sát *n* reptile
loài gậm nhấm *n* rodent
loại nấm sinh mốc *n* mold
loài người *n* humankind
loại nước *v* dehydrate
loại ra *v* disqualify
loại tỏi có lá lớn *n* ranch
loại trừ *v* eliminate, exclude
loài voi cổ *n* mammoth
loan báo *v* announce
loạt đạn *n* gunfire
lọc *v* filter, refine
lọc *n* fine
lòe loẹt *adj* flashy
lôi *v* pull, haul
lõi *n* core
lỗi *n* mistake
lời ám chỉ *n* allusion, hint
lời bào chữa *n* plea
lời bình *n* comment
lời cam kết *v* pledge
lời cám ơn *n* thanks
lời cầu hôn *n* proposal
lời cầu nguyện *n* prayer
lời chào mừng *n* greetings
lời chế giễu *n* scoff, mockery
lời chê trách *n* damnation
lời chia buồn *n* condolences
lời chú thích *n* remark
lời công bố *n* announcement
lôi cuốn *v* attract
lõi cuốn *n* spool

L

lời đề nghị *n* request
lối đi nhỏ *n* alley
lời dự báo *n* prediction
lời gợi ý *n* inkling
lời hứa *n* promise
lợi ích *n* benefit, interest
lỗi in *n* misprint
lôi kéo *v* tempt
lời kêu ca *n* grievance
lời kêu gọi *n* call
lời khai *n* testimony
lời khai man *n* perjury
lời khen *n* compliment
lời khen tặng *v* praise
lời khiển trách *n* blame
lời khuyên *n* advice; wrinkle
lỗi lạc *adj* prominent
lời mỉa mai *n* sarcasm
lời mời *n* invitation
lời ngợi khen *n* congratulations
lời nguyền rủa *n* ban; cuss
lời nhắc nhở *n* reminder
lời nhạo báng *n* ridicule
lợi nhuận *n* profit
lời nói *n* say
lời nói đầu *n* preamble, preliminary
lời nói dối *n* falsehood
lời phỉ báng *n* libel
lối ra *n* exit, way out
lồi ra *adj* bossy
lời thách thức *n* challenge

lời thần chú *n* spell
lời than van *n* lament
lời thề *n* vow, oath
lỗi thời *adj* old-fashioned, outmoded
lời thú tội *n* confession
lời tiên tri *n* oracle, prohecy
lời trân trọng *n* regards
lời tựa *n* foreword, preface
lợi tức *n* income, revenue
lối vào *n* access, entrance
lối viết tắt *n* abbreviation
lời vu cáo *n* slander
lời vu khống *n* calumny
lời xin lỗi *n* apology, excuse
lớn *adj* big, large
lớn *n* elder
lợn hoang *n* wild boar
lớn hơn *adj* senior
lớn tiếng *adv* aloud
lộn xộn *adv* upside-down
lòng *n* lap
lòng ao ước *n* longing
lòng biết ơn *n* gratitude
lòng can đảm *n* courage
lòng đỏ trứng *n* yolk
lòng ghen tị *n* jealousy
lòng hiếu thảo *n* piety
lòng khoan dung *n* clemency
lộng lẫy *adj* magnificent
lỏng lẻo *adj* lax, loose
lông mày *n* brow, eyebrow

lòng mến khách *n* hospitality
lông mi *n* eyelash
lòng nhân *n* benevolence
lòng sốt sắng *n* zeal
lòng thù ghét *n* hatred
lòng tin *n* belief, credit
lòng tốt *n* goodness
lòng trắc ẩn *n* compassion
lòng trắng trứng *n* egg white
lòng trung thành *n* fidelity, loyalty
lòng từ bi *n* mercy
lòng tưởng nhớ *n* remembrance
lông vũ *n* feather
lớp *n* class
lớp chắn *n* barrier
lớp lót *n* lining
lớp rỉ *n* rust
lớp váng *v* skim
lót bằng nệm *v* cushion
lột da *v* skin
lữ đoàn *n* brigade
lúa *n* rice
lửa *n* fire
lừa bịp *v* cheat, dupe
lừa đảo *v* trick
lừa dối *v* deceive
lừa gạt *v* bluff, defraud, fool
lúa mạch *n* barley
lúa mì *n* wheat
lửa mừng *n* bonfire
lửa trại *n* campfire

luận chứng *n* argument
luân chuyển *v* pass around
luật pháp *n* law
luật sư *n* attorney
luật theo tục lệ *adj* customary
lúc bắt đầu *n* start
lực cản *n* resistance
lực của đòn bẩy *n* leverage
lục địa *n* continent
lực lưỡng *adj* burly
lục ngọc *n* emerald
lùi lại *v* recede
lùi về phía sau *adj* backward
lún *v* slump
lún xuống *v* sink in
lừng danh *n* celebrity
lừng danh *adj* famous
lúng túng *adj* awkward
lúng túng *v* embarrass
lưới *n* net
lưỡi *n* tongue
lười biếng *adj* lazy
lưỡi câu *n* hook
lưỡi dao *n* blade, edge
lưỡi lê *n* bayonet
luôn luôn *adv* always
lương *n* salary
lượng *n* quantity
luống cày *n* furrow
lượng định *v* assess
lượng dự trữ *n* store
lượng giá *v* appraise

L

luồng gió *n* blast
lương hưu *n* pension
luồng nước *n* flow
lương tâm *n* conscience
lướt *v* surf
lướt nhanh *adj* fleeting
lựu đạn *n* grenade
lưu thông *v* circulate
lưỡng cư *adj* amphibious
luyện tập *v* exercise
ly dị *v* divorce
lý do *n* cause, reason
ly khai *v* secede, recant
lý luận *v* reason
ly rượu lễ *n* chalice
ly thân *adj* estranged
lý thú *adj* interesting
lý tưởng *adj* ideal
lymp *n* limp

ma *n* ghost, devil
mà *pro* whom
ma cà rồng *n* vampire
mạ điện *v* galvanize
ma quỷ *n* demon
mã số zip *n* zip code

ma thuật *n* witchcraft
mặc *v* wear
mặc áo quần *v* dress
mắc bệnh *n* contraction
mặc cả *v* bargain, haggle
mặc dầu *c* although, despite
mặc dù *c* though
mắc nghiện *adj* addicted
mạch điện *n* circuit
mái che *n* shelter
mái chèo *n* oar
mái hiên *n* awning, patio
mãi mãi *adv* forever
mái nhà *n* roof
mài sắc *v* sharpen
mái vòm *n* dome
mầm *nadj* sprout
mầm bệnh *n* germ
mẩn *n* rash
màn hình *n* screen
màn kịch *n* episode
man rợ *n* savagery
mang *n* bear
mang *v* bring, carry
màng *n* membrane
mảng *n* chunk; raft
máng ăn *n* manger
mạng che mặt *n* veil
mang lại *v* bring back
mạng lưới *n* network
mạng nhện *n* spiderweb
mắng nhiếc *v* scold

mang ơn *adj* obliged
màng tai *n* eardrum
măng tây *n* asparagus
máng xối *n* gutter
mạnh *adj* intense, mighty
mảnh đất *n* terrain
mảnh dẻ *adj* delicate, slim
mạnh khỏe *adj* strong
mãnh liệt *adj* impetuous
mánh lới *n* gimmick
mạnh mẽ *adj* forceful, violent
mảnh nhỏ *n* bit
mảnh vỡ *n* fragment, splinter; shiver
mảnh vụn *n* scrap, shred
mào gà *n* crest
mạo hiểm *adj* hazardous
mạo phạm *v* desecrate
mất *v* pass away
mật *adj* confidential
mật *n* honey
mặt *n* aspect, face
mật báo viên *n* informer
mắt cá chân *n* ankle
mật độ *n* density
mặt đồng hồ *n* dial
mặt đường ray *n* tread
mắt lưới *n* mesh
mặt nạ *n* mask
mặt phẳng *n* surface
mất tinh thần *v* dismay
mặt trăng *n* moon

mất trí *adj* insane
mặt trời *n* sun
mặt trước nhà *n* frontage
máu *n* blood
mẫu *n* pattern
mẫu Anh *n* acre
màu đỏ tía *adj* purple
màu hồng *adj* pink
màu lục *adj* green
màu mỡ *n* fertility
màu nâu *adj* brown
mau qua đi *adj* shortlived
màu sắc *n* color
mẫu số *n* denominator
mâu thuẫn *adj* conflicting
mâu thuẫn *v* contradict
màu trắng *adj* white
màu vàng *adj* yellow
màu xám *adj* gray
màu xanh thẫm *adj* navy blue
may *n* sew
máy *n* machine
mày *pron* you
mây *n* cloud
máy ảnh *n* camera
máy bay *n* aeroplane
máy cắt *n* cutter
máy chém *n* guillotine
máy điện toán *n* computer
máy dò *n* detector
máy đo *v* gauge
máy đóng ghim *n* stapler

M

máy ghi âm *n* recorder
máy hút *n* sucker
máy in *n* printer
máy kéo *n* tractor
máy khuếch đại *n* amplifier
may mắn *adj* fortunate
may mắn *adv* well
máy móc *n* engine
máy nước nóng *n* waterheater
máy pha trộn *n* blender
máy phát điện *n* generator
máy rửa chén *n* dishwasher
máy sao chụp *n* photocopy
máy sấy *n* dryer
máy sưởi *n* heater
máy thâu băng *n* tape recorder
máy tính *n* calculator
máy trộn *n* mixer
máy truyền hình *n* television
mẻ *n* batch
mẹ *n* mom, mother
mẹ chồng *n* mother-in-law
mê cung *n* labyrinth, maze
mẹ ghẻ *n* stepmother
mê hoặc *v* enthrall
mềm *adj* soft
mềm dẻo *adj* flexible, supple
men *n* yeast
mền *n* quilt
mệnh lệnh *n* precept
mênh mông *adj* immense
mèo con *n* kitten

mét *n* meter
mệt *adj* weary
mệt lử *adj* overdone
mệt mỏi *adj* tedious, tired
mí mắt *n* eyelid
micrô *n* microphone
miễn cưỡng *adj* reluctant
miễn cưỡng *adv* unwillingly
miễn dịch *adj* immune
miễn dịch *v* immunize
miền Đông *adj* eastern
miễn tội *v* exonerate
miễn trách *n* absolution
miễn trừ *v* dispense
miễn trừ *adj* exempt
miếng *n* morsel, piece
miếng chặt ra *n* chop
miệng chén *n* brim
miếng đệm *n* pad
miếng gạc *n* gauze
miệng núi lửa *n* crater
miếng thịt bít tết *n* steak
miếng vá *n* patch
miêu tả *v* depict
miligam *n* milligram
milimét *n* millimeter
minh bạch *n* clarity
minh hoạ *v* illustrate
mỏ *n* mine
mơ *v* dream
mổ *n* peck
mộ *n* tomb

mở *v* open

mộ chí *n* epitaph

mỏ chim *n* beak

mỏ đá *n* quarry

mở đầu *v* commence

mờ đục *adj* opaque

mô đun *n* module

mỡ heo *n* lard

mơ hồ *adj* dubious, vague

mồ hôi *n* sweat

mở khóa *v* unlock

mồ mả *n* grave

mở mạch *v* break open

mở mang *v* develop

mơ mộng *v* daydream

mỏ neo *n* anchor

mờ nhạt *adj* blurred

mô phỏng *v* clone

mô phỏng theo *v* simulate

mở ra *adj* open

mở ra *v* unfold, unwrap

mở rộng *v* expand, widen

mở rộng ra *v* broaden

mô tả *v* describe

mỡ trong máu *n* cholesterol

mọc lên *v* grow

mộc mạc *adj* rustic

móc nối *v* brace for

mocphin *n* morphine

môi *n* lip

mỗi *adj* each, every

mỗi *pre* per

mới *adj* new

mời *v* invite

mối ác cảm *n* grudge

mối bận tâm *n* preoccupation

mối bất hòa *n* discord

mỗi cái *adv* apiece

mối căm thù *adv* randomly

mới đây *adj* recent

mới đến *adj* incoming

mới kết hôn *adj* newlywed

mối lợi *n* gain

mọi ngày *adj* everyday

mọi người *pro* everybody

mới nhất *adj* latest, up-to-date

mối nối *n* seam

mối quan hệ *n* affinity, rapport

mối quan tâm *n* concern

mới tinh *adj* brand-new

môi trường *n* environment

mọi việc *pro* everything

món *n* item

món ăn đầu tiên *n* entree

môn chính tả *n* spelling

món đồ *n* article

môn đồ *n* disciple

môn đô vật *n* wrestling

môn hóa học *n* chemist

môn khảo cổ học *n* archaeology

môn khiêu vũ *n* dance

môn kiến trúc *n* architecture

môn nhiếp ảnh *n* photography

món nợ *n* debit, dues

M

món sữa trứng *n* custard
món thịt hầm *n* stew
món tóc quăn *n* curl
món tráng miệng *n* dessert
môn võ caratê *n* karate
móng *n* paw
mỏng *adj* sleazy, thin
móng bò *n* hoof
móng chân *n* toenail
mong đợi *n* expectancy
mong đợi *v* look forward
mỏng mảnh *adj* flimsy, fragile
mọng nước *adj* succulent
móng tay *n* fingernail, nail
một *a* a, an, one
một cách bất công *adv* unfairly
một cách bất ngờ *adv* suddenly
một cách chật chội *adv* narrowly
một cách công khai *adv* publicly
một cách dễ dàng *adv* easily
một cách điên rồ *adv* madly
một cách đúng đắn *adv* properly
một cách hãnh diện *adv* proudly
một cách khiêm tốn *adv* humbly
một cách kín đáo *adv* secretly
một cách ngăn nắp *adv* neatly
một cách ngu đần *adv* duly
một cách rõ ràng *adv* clearly, plainly
một cách sẵn sàng *adv* willingly
một cách sâu sắc *adv* in depth
một cách trôi chảy *adv* smoothly

một cách trọn vẹn *adv* entirely
một cách tự nhiên *adv* naturally
một cách vô bổ *adv* vainly
một cái khác *adj* another
một chút xíu *n* little bit
một điều gì đó *pro* something
một hớp *n* sip
một lần *adv* once
một lần nữa *adv* anew
một loại cá hồi *n* trout
một loài nhện độc *n* tarantula
một mình *adj* alone
một muỗng đầy *n* spoonful
một ngàn *n* thousand
một ngày nào đó *adv* someday
một người nào đó *pro* somebody
một nửa *adj* half
một phần *adv* partially
một thời gian ngắn *adv* shortly
một trăm năm *n* centenary
một tỷ *n* billion
một vài *adj* some
một vụ làm ăn *n* transaction
mù *adj* blind
mũ *n* hat
mủ *n* pus
mù chữ *adj* illiterate
mũ lưỡi trai *n* cap
mũ nghe *n* headphones
mù quáng *adv* blindly
mũ sắt *n* helmet
mù sương *adj* misty

M

mù tạc *n* mustard
mũ trùm đầu *n* hood
mũ vải *n* beret
mua *v* purchase
mùa *n* season
mưa *n* rain
mưa đá *n* hail
mùa đông *n* winter
mùa gặt *n* harvest
mùa hè *n* summer
mưa lớn *n* downfall, downpur
mưa phùn *v* drizzle
mưa phùn *n* drizzle
mùa Thu *n* autumn
mùa thu hoạch *n* crop
mùa xuân *n* spring
mực *n* ink
mục chuyển tiếp *n* interlude
mục đích *n* motive; object
mức độ *n* degree
mục lục *n* catalog
mục nát *adj* rotten
mục tiêu *n* goal, target
mùi *v* smell
mũi *n* nose
mũi đất *n* cape
mùi hôi thối *n* stink
mũi khâu *n* stitch
mũi tàu *n* prow
mũi tên *n* arrow
mùi thối *n* stench
mùi thơm *n* scent

mùi thơm nức *n* fragrance
mùi vị *n* taste
mùi vị ngon *n* flavor
mũm mĩm *adj* chubby
mụn cóc *n* wart
mụn nhọt *n* pimple
muối *n* salt
mười *adj* ten
mười ba *adj* thirteen
mười bảy *adj* seventeen
mười bốn *adj* fourteen
mười hai *adj* twelve
mười lăm *adj* fifteen
mười một *adj* eleven
mười sáu *adj* sixteen
mười tám *adj* eighteen
muốn *n* desire
muốn *v* want
mướn *v* hire
mượn *v* borrow
muỗng canh *n* tablespoon
mương rãnh *n* trench
muỗng trà *n* teaspoon
mút *v* suck
mứt *n* jam
mứt cam *n* marmalade
mưu đồ *n* intrigue
mưu mẹo *n* ruse, trick
mưu tính *n* plot
Mỹ *adj* American
Mỹ kim *n* dollar
mỹ nhân ngư *n* mermaid

M

mỹ phẩm *n* cosmetic

N

nấc *n* hiccup
nặc danh *adj* anonymous
nách *n* armpit
nài xin *v* crave
năm *n* year
nấm *n* mushroom
nắm *v* take
nằm *v* lie
nắm chắc *v* grasp, grip
nam châm *n* magnet
nắm chặt *v* hold on to
nằm dưới *adj* underlying
nấm mốc *n* mildew
năm mươi *adj* fifty, five
nằm ngang *adj* horizontal
nằm nghỉ *v* repose
năm nhuận *n* leap year
nằm ở dưới *v* underlie
nắm tay *n* fist
nam tính *n* manliness
nam tính *adj* manly
nằm tựa *v* recline
nằm úp mặt *adj* prostrate
nặn *v* mold, shape

nạn đắm tàu *n* shipwreck
nán lại *v* linger
nản lòng *adj* discouraging
nạn lụt *n* flooding
nạn nhân *n* victim
nắn thẳng *v* straighten out
nâng *v* lift, uphold
nắng *adj* sunny
nặng *adj* heavy, loaded
nâng cao *v* heighten
nâng cấp *v* upgrade
năng động *adj* dynamic
nâng lên *v* bring up, elevate, raise
năng lực *n* ability; energy
nặng nề *adj* burdensome
nàng tiên *n* fairy
nặng trĩu *adj* laden
nào *adj* which
nạo *v* scrape
não bộ *n* brain
nắp đậy *n* cover
nạp lại *v* recharge
nấu bằng lò than *adj* characteristic
nấu chảy *v* melt
nấu nướng *v* cook
nấu sôi *v* boil
nảy lên *n* bounce
nẩy lên *v* rebound
nảy mầm *v* germinate
né tránh *v* crouch, dodge
ném *v* throw, cast, hurl
nếm *v* taste

M
N

nệm *n* mattress
ném bom *v* bomb
ném lên *v* toss
nén *v* compress
nến *n* candle
nền dân chủ *n* democracy
nền độc lập *n* independence
nền đường *n* groundwork
nền kinh tế *n* economy
nền lò sưởi *n* hearth
nền tảng *n* basement, basis
nên theo *adj* advisable
nền tự trị *n* autonomy
nếp gấp *n* pleat
nếp nhăn *n* crease
nếp sống *n* lifestyle
nét mặt *n* expression
nét nổi bật *n* highlight
nét tiêu biểu *n* trait
nếu *c* if
nêu lên *v* mention
nêu rõ *v* show up
ngã *v* tumble
Nga hoàng *n* czar
ngã lòng *adj* despondent
ngã màu xám *adj* grayish
ngả nghiêng *v* wobble
ngã tư đường *n* crossing
ngà voi *n* ivory, tusk
ngài *n* sir
ngai vàng *n* throne
ngâm *v* soak

ngắm thưởng *v* contemplate
ngấm vào *v* soak in
ngắn *adj* short
ngăn cấm *v* inhibit
ngăn cản *v* deter, obstruct
ngăn chặn *v* arrest
ngăn chặn *v* block, bar
ngăn chặn *adj* staunch
ngắn gọn *adv* briefly
ngắn gọn *adj* concise
ngân hà *n* galaxy
ngân hàng *n* bank
ngăn kéo *adv* till
ngăn ngừa *v* prevent
ngân phiếu *n* money order
ngân sách *n* budget
ngăn trở *v* thwart
ngang qua *pre* across
ngành bên *adj* collateral
ngành cảnh sát *n* police
ngành du lịch *n* tourism
ngáp *v* yawn
ngắt mạch *v* switch off
ngất xỉu *v* faint
ngẫu nhiên *adj* contingent
ngẫu nhiên *adv* incidentally
ngay *adv* instantly
ngay *adj* right
ngáy *v* snore
ngày *n* day
ngày càng tăng *adj* increasing
Ngày Chủ Nhật *n* Sunday**

N

ngày hết thời hạn *n* expiration
ngày hội *n* festivity
ngày hôm nay *adv* today
ngay khi *c* once
ngay lập tức *adv* immediately
ngày mai *adv* tomorrow
ngày nghỉ lễ *n* holiday
ngày sinh *n* birthday
ngay thẳng *adj* frank
ngày tháng *n* date
ngây thơ *adj* naïve
ngày Thứ Ba *n* Tuesday
ngay từ ban đầu *n* outset
nghe *v* hear
nghề bọc đồ gỗ *n* upholstery
nghề cướp biển *n* piracy
nghe được *adj* audible
nghề mộc *n* carpentry
nghề nghiệp *n* occupation
nghệ sĩ *n* artist
nghệ sĩ vĩ cầm *n* violinist
nghề thủ công *n* craft
nghệ thuật *n* art
nghe trộm *v* eavesdrop
nghèo *adj* poor
nghèo khó *adj* indigent
nghèo nàn *adv* poorly
nghèo nàn *adj* tenuous
nghèo túng *adj* needy
nghi lễ *n* ceremony, etiquette
nghi ngờ *v* doubt, mistrust
nghi ngờ *adj* distrustful

nghỉ ngơi *v* rest
nghĩ ra *v* devise
nghĩ rằng *v* deem
nghi thức *n* protocol, rite
nghị viên Anh *n* parliament
nghĩa *n* meaning
nghĩa địa *n* cemetery
nghĩa là *v* mean, signify
nghĩa trang *n* graveyard
nghĩa vụ *n* obligation
nghịch lý *n* paradox
nghiêm khắc *adj* relentless
nghiêm trọng *adj* serious
nghiêm túc *adv* earnestly
nghiền *v* mash, pound
nghiên cứu *n* research
nghiền nát *v* crush
nghiền thành bột *v* pulverize
nghiêng *adj* oblique
nghiêng đi *v* lean
nghiêng về *v* lean
ngờ được *adj* unbelievable
ngờ vực *v* distrust
ngoài *adv* out
ngoài *pre* without
ngoại *adj* external, foreign
ngoại giao *n* diplomacy
ngoại lai *adj* exotic
ngoại lệ *n* exception
ngoại ô *n* outskirts, suburb
ngoài ra *pre* besides
ngoài trời *adv* outdoor

N

ngoại trừ *adv* aside from
ngoại trừ *pre* except, barring
ngoan cố *adj* perverse
ngoan ngoãn *adj* meek
ngọc chạm *n* gem
ngốc nghếch *adj* silly
ngọc trai *n* pearl
ngọc xanh *n* saphire
ngói *n* tile
ngồi *v* sit
ngôi đền *n* temple
ngòi đốt *n* sting
ngợi khen *v* commend
ngôi làng *n* village
ngồi lê đôi mách *v* gossip
ngòi nổ *n* detonator
ngôi sao *n* star
ngồi vào *v* settle down
ngon *adj* delicious
ngọn *n* ridge
ngón cái *n* thumb
ngón chân *n* toe
ngọn cờ *n* banner
ngọn lửa *n* blaze, flame
ngôn ngữ *n* language
ngón tay *n* finger
ngọt *adj* sweet
ngột ngạt *adj* stifling, stuffy
ngột ngạt *v* suffocate
ngủ *v* sleep
ngủ chợp *v* snooze
ngũ cốc *n* cereal

ngu đần *adj* dull
ngu dốt *adj* ignorant
ngủ gà ngủ gật *v* doze
Ngũ giác đài *n* pentagon
ngũ kim *n* hardware
ngu ngốc *adj* idiotic, stupid
ngụ ngôn *n* allegory
ngụ ý *v* implicate
ngứa *v* itch
ngựa cái *n* mare
ngựa đua *n* crack
ngựa non *n* colt
ngựa phi *v* gallop
ngựa vằn *n* zebra
ngực *n* breast, chess
ngực áo *n* bosom
ngục tối *n* dungeon
ngụm *n* gulp
ngừng *v* desist
ngừng bắn *n* cease-fire
ngừng lại *v* stop
ngược *n* reverse
ngược đãi *v* mistreat
ngược lại *adv* conversely
người *n* man, person
người Ái nhĩ lan *adj* Irish
người âm mưu *n* conspirator
người ăn chay *v* vegetarian
người ẩn dật *n* hermit
người ăn xin *n* beggar
người anh hùng *n* hero
người Âu châu *adj* European

N

người Ba Lan *adj* Polish
người bán *n* seller
người bán hàng *n* salesman
người bán sách *n* bookseller
người bắn súng *n* gunman
người bắn tỉa *n* sniper
người bảo đảm *n* guarantor
người bảo hộ *n* custodian;
  patron
người báo tin *n* announcer
người bảo trợ *n* sponsor
người bảo vệ *n* guardian
người bắt chước *n* copier
người Bỉ *adj* Belgian
người bị bệnh hủi *n* leper
người bị đắm tàu *n* castaway
người bị ruồng bỏ *n* outcast
người biện hộ *n* defender
người biết ăn năn *n* penitent
người biếu tặng *n* donor
người bỏ trốn *n* deserter
người bơi *n* swimmer
người buôn bán *n* dealer
người cải đạo *n* convert
người cao niên *adj* elder
người chăn bò *n* cowboy
người chăn cừu *n* pastor,
  shepherd
người chạy đua *n* runner
người chế tạo *n* maker
người chỉ đạo *n* conductor
người chỉ điểm *v* snitch

người chỉ huy *n* commander
người chiến thắng *n* winner,
  victor
người chồng *n* husband
người chủ *n* boss
người chữa lành *n* healer
người có tội *n* sinner
người cố vấn *n* adviser,
  counselor
người công kích *n* attacker
người cộng sản *n* communist
người cứu nạn *n* lifeguard
người đa thê *n* polygamist
người đại lý *n* agent
người đánh cá *n* fisherman
người đấu bò *n* bull fighter
người đấu giá *n* auctioneer
người đầu tư *n* investor
người đấu võ *n* gladiator
người đi bộ *n* pedestrian
người di cư *n* migrant
người đi xa *n* voyager
người đi xe đạp *n* cyclist
người điên *n* madman
người định cư *n* settler
người Do thái *n* Jew
người độc thân *n* single
người đốn cây *n* chopper
người đồng hành *n* companion
người đồng lõa *n* accomplice
người dự tiệc *n* diner
người đưa thư *n* mailman,

postman
người đưa tin *n* courier
người Đức *adj* German
người ẻo lả *n* sissy
người gác cổng *n* janitor
người ghi điểm *n* marker
người giám hộ *n* tutor
người giữ ngựa *n* groom
người giữ trẻ *n* babysitter
người giữ tù *n* jailer
người giúp đỡ *n* helper
người góa vợ *n* widower
người gởi *n* sender
người gù lưng *n* hunchback
người hà tiện *n* miser
người hâm mộ *n* admirer
người hàng thịt *n* butcher
người hàng xóm *n* neighbor
người hầu cận *n* henchman
người hay cau có *n* owl
người hay nói đùa *n* wag
người hèn nhát *n* coward
người hộ tống *n* escort
người học nghề *n* apprentice
người hư hỏng *n* pervert
người hùn vốn *n* partner
người hút thuốc *n* smoker
người Hy lạp *adj* Greek
người kế vị *n* successor
người kéo *n* drawer
người khờ dại *n* moron
người khổng lồ *n* giant

người khuân vác *n* porter
người khuyết tật *n* invalid
người lạ lùng *n* oddity
người lạ mặt *n* stranger
người làm công *n* employee
người làm vườn *n* gardener
người lang thang *n* wanderer
người lau chùi *n* cleaner
người lớn *n* adult
người lừa gạt *n* con man
người lùn *n* dwarf, midget
người ly dị *n* divorcee
người ly khai *n* dissident
người mác xít *n* marxist
người miền bắc *n* northerner
người miền Đông *n* easterner
người mở đầu *n* precursor
người mới bắt đầu *n* beginner
người mới đến *n* newcomer
người nào *pro* anybody
người Nga *n* Russian
người ngoài cuộc *n* bystander
người ngoại đạo *n* heathen
người ngoại nhập *n* alien
người ngoại quốc *n* foreigner
người ngu ngốc *n* goof
người nhận thư *n* addressee
người nhận tiền *n* payee
người Nhật *n* Japanese
người nhiếp chính *n* regent
người nô lệ *n* slave
người nói ba hoa *n* garrulous

N

người nộm *n* dummy
người nữ thừa kế *n* heiress
người ở tù *n* inmate
người phác thảo *n* draftsman
người phân xử *n* arbiter
người phát ngôn *n* speaker
người phóng hỏa *n* arsonist
người phụ nữ *n* woman
người phụ rể *n* best man
người phụ tá *adj* auxiliary
người quản gia *n* housekeeper
người quan liêu *n* bureaucrat
người quản lý *n* curator, manager
người sáng lập *n* founder
người sáng tạo *n* creator
người sử dụng *n* user
người tà đạo *n* pagan
người tài năng *n* mastermind
người Tây ban nha *n* Spaniard
người thăm dò *n* explorer
người tham dự *n* attendant
người thanh niên *n* youngster
người thay thế *n* substitute
người thợ khâu *n* sewer
người thô lỗ *n* barbarian
người Thổ nhĩ kỳ *n* Turk
người thụ hưởng *n* beneficiary
người thủ thành *n* goalkeeper
người thu tiền *n* collector
người thua cuộc *n* loser
người thừa kế *n* heir

người thực dụng *n* pragmatist
người thuê nhà *n* occupant, tenant
người thường *n* layman
người thượng lưu *n* gentleman
người tiền nhiệm *n* predecessor
người tiêu thụ *n* consumer
người tin *n* believer
người trợ lực *n* aid
người trong nhà *n* household
người trung gian *n* intermediary
người tử vì đạo *n* martyr
người tuân thủ *n* conformist
người tỵ nạn *n* refugee
người ủng hộ *n* supporter
người vô thần *n* atheist
người xây cất nhà *n* builder
người xe dây *n* twister
người xem *n* onlooker
người xin việc *n* applicant
người xưng tội *n* confessor
người Ý *n* Italian
người yêu *n* lover, sweetheart
người yêu nước *n* patriot
nguồn gốc *n* origin, source
ngưỡng cửa *n* doorstep
ngưỡng mộ *v* admire
ngượng ngập *adj* self-concious
nguười chăm sóc *n* caretaker
nguy cơ *n* peril
nguy hiểm *adj* dangerous
ngụy trang *n* camouflage

nguyên âm *n* vowel
nguyên âm đôi *n* diphthong
nguyên mẫu *n* prototype
nguyền rủa *v* curse
nguyên sơ *adj* primitive
nguyên tắc *n* principle
nguyên thủy *adv* originally
nguyên tử *n* atom
nguyện vọng *n* aspiration
nhà *n* house, home
nhà bên cạnh *adj* next door
nhà buôn *n* merchant
nhà cầu *n* gallery
nhà chiêm tinh *n* astrologer
nhà chọc trời *n* skyscraper
nhà cung cấp *n* supplier
nhà để xe hơi *n* garage
nhà điêu khắc *n* sculptor
nhà gỗ nhỏ *n* chalet
nhà hàng ăn *n* restaurant
nhà hộ sanh *n* maternity
nhà khoa học *n* scientist
nhà kính *n* greenhouse
nhà làm luật *n* lawmaker
nhà máy *n* factory
nhà máy lọc *n* refinery
nhà máy rượu *n* winery
nhà ngoại giao *n* diplomat
nhã nhặn *adj* courteous
nhà ở *n* dwelling
nha phiến *n* opium
nhà quý tộc *n* nobleman

nha sĩ *n* dentist
nhà soạn nhạc *n* musician
nhà tạm giam *n* jail
nhà tâm thần học *n* psychiatrist
nhà thần học *n* theologian
nhà thiên văn học *n* astronomer
nhà thiện xạ *n* marksman
nhà thờ *n* church
nhà thờ Hồi giáo *n* mosque
nhà thờ lớn *n* cathedral
nhà thờ nhỏ *n* chapel
nhà thuyết giáo *n* pulpit
nhà tranh *n* cottage
nhà trẻ *n* nursery
nhà trường *n* school
nhà truyền giáo *n* preacher
nhà tu *n* monastery
nhà tù *n* prison
nhà văn *n* writer
nhà xác *n* mortuary
nhà xuất bản *n* publisher
nhạc kịch *n* opera
nhắc nhở *v* remind
nhai *v* chew
nhai trệu trạo *v* munch
nhắm mục đích *v* drive at
nhắm vào *v* aim
nhãn *n* label
nhận *v* accept
nhân cách *n* personality
nhân cách hóa *v* personify
nhấn chìm *v* submerge

N

nhân chứng *n* witness
nhãn dán *n* sticker
nhân danh *adv* behalf (on)
nhận diện *v* identify
nhân đó *c* whereupon
nhân đôi *v* double
nhận được *v* obtain
nhãn hiệu *n* brand
nhân lên *v* multiply
nhân loại *n* mankind
nhân lực *n* manpower
nhấn mạnh *v* emphasize, insist
nhận phòng *v* check in
nhân tạo *adj* artificial
nhận thức *v* comprehend
nhận thức *n* perception
nhận thức được *v* conceive
nhân tố *n* factor
nhân từ *adj* benevolent
nhân viên *n* staff
nhân viên tiếp tân *n* receptionist
nhân viên tòa án *n* bailiff
nhận xét *v* remark
nhanh *adj* fast, quick
nhanh *adv* quickly
nhánh *n* ramification
nhanh chóng *adj* prompt, rapid
nhanh nhẹn *adj* agile
nhạo báng *v* deride, ridicule
nhập cảng *v* import
nhập cư *v* immigrate
nhập tịch *v* nationalize

nhập viện *v* hospitalize
nhất *adj* premier
nhặt *v* pick
nhật báo *n* journal, newspaper
nhặt được *n* pickup
nhật ký *n* diary
nhật ký hàng hải *n* log
nhất là *adv* especially
nhất quán *adj* consistent
nhật thực *n* eclipse
nhau *adj* each other
nhau *adv* together
nhảy *v* jump, spring
nhạy cảm *adj* sensible
nhảy dây *v* skip
nhảy lên *v* leap
nháy mắt *n* wink
nháy mắt *v* wink
nhảy nhót *v* hop
nhẹ *adj* light
nhẹ nhàng *adv* lightly, softly
nhét *v* stuff
nhiễm độc *v* infect
nhiễm độc *adj* infectious
nhiên liệu *n* fuel
nhiếp ảnh gia *n* photographer
nhiệt độ *n* temperature
nhiệt kế *n* thermometer
nhiệt thành *adj* fervent
nhiệt tình *n* enthusiasm
nhiều *adv* lot, much
nhiều *adj* numerous, several

nhiều bò đực *n* oxen
nhiều hơn nữa *c* even more
nhiều mặt *adj* multiple
nhiều màu sắc *adj* colorful
nhiều mây *adj* cloudy
nhiều tài *adj* versatile
nhiều thủ đoạn *adj* tricky
nhiều vợ *n* bigamy
nhìn *v* look
nhìn chòng chọc *v* stare
nhìn lướt qua *v* glimpse
nhìn ngắm *v* behold
nhìn thấy được *adj* visible
nhìn thoáng qua *v* glance
nhìn vào bên trong *v* look into
nhịp cầu *n* span
nhịp đập của tim *n* pulse
nhịp điệu *n* rhythm
nhịp tim *n* heartbeat
nhỏ *adj* minor, small, little
nhổ *v* plug
nhổ cỏ *v* weed
nhỏ giọt *n* drop
nhỏ hơn *adj* lesser
nho khô *n* raisin
nhớ lại *v* recollect, remember
nhô lên *v* rise
nhỏ mọn *adj* petty
nhớ nhà *adj* homesick
nhỏ nhất *adj* least
nhổ rễ *v* uproot
nhỏ xíu *adj* tiny

nhồi *v* cram
nhồi nhét *v* ram
nhóm *n* group
nhôm *n* aluminum
nhóm họp *v* congregate
nhóm khách hàng *n* clientele
nhóm lửa *v* kindle
nhóm từ *n* phrase
như *adv* as
như anh em *adj* brotherly
nhu cầu *n* need
như cha *adj* fatherly
như nhau *adj* same
như thế *adv* thus
như vậy *adj* such
nhựa cây *n* sap
nhựa đường *n* asphalt, tar
nhuận tràng *adj* laxative
nhức đầu *n* headache
nhục mạ *v* blaspheme
nhục nhã *adj* disgraceful
nhúm *n* handful
nhún vai *v* shrug
nhung *n* velvet
nhúng *v* plunge
nhưng *c* but
những cái đó *adj* those
những cái này *adj* these
những phụ nữ *n* women
nhược điểm *n* shortcoming
nhuộm *v* dye
nhường *v* concede

N

nhượng bộ *n* concession
nhút nhát *adj* shy
ni cô tin *n* nicotine
ni tơ *n* nitrogen
niềm hy vọng *n* hope
niềm tin *n* faith
niềm vui *n* joy
niên đại học *n* chronology
nịt bít tất *n* garter
nngười độc thân *n* bachelor
nngười hầu *n* follower
nó *pro* he
nợ *n* debt, liability
nở hoa *v* bloom
nỗ lực *n* endeavor
nổ ra *v* erupt
nổ tung *v* burst, explode
nọc độc *n* venom
nói *v* speak
nối *v* join
nơi ẩn náu *n* hideaway
nối bản lề *v* hinge
nói bập be *v* babble
nổi bật *adj* outstanding
nổi bật lên *v* stand out
nơi bỏ phiếu *n* poll
nói bóng gió *v* insinuate
nỗi buồn *n* sorrow
nỗi buồn chán *n* boredom
nói chuyện phiếm *v* chat
nơi cư trú *n* residence
nỗi đau *n* affliction

nỗi đau buồn *n* grief
nỗi đau khổ *n* anguish
nổi dậy *v* revolt
nơi đến *n* destination
nội địa *adv* inland
nói đùa *v* joke
nồi đun *n* boiler
nội dung *n* contents, tenor
nòi giống *n* breed
nối kết *v* chain
nơi khác *adv* elsewhere
nỗi khổ cực *n* tribulation
nói khoác *v* boast
nói lại *v* reiterate, rejoin
nói lầm bầm *v* groan
nói lắp *v* stammer
nói lắp bắp *v* stutter
nói lầu bầu *v* mumble
nổi lên *v* emerge
nối liền *v* adjoin
nỗi lo âu *n* anxiety, qualm
nổi loạn *v* rebel
nới lỏng *v* loosen, slacken
nơi nghỉ *n* rest
nỗi nhớ nhà *n* nostalgia
nồi niêu *n* casserole
nói quá lời *v* overstate
nổi quạu *adv* berserk
nói sảng *v* rave
nói thẳng *adj* forthright
nói thẳng thừng *adj* outspoken
nói thì thầm *v* murmur

nỗi thương nhớ *n* yearn
nổi tiếng *adj* renowned
nói tổng quát *v* generalize
nơi trống trải *n* bleak
nơi trừng phạt *n* purgatory
nói trước *v* foretell, predict
nói về *pre* concerning
nôn *v* vomit
non nớt *adj* immature
nóng *adj* hot, torrid
nông dân *n* peasant
nóng đỏ lên *adj* red-hot
nông nghiệp *n* agriculture
nông thôn *n* countryside
nông thôn *adj* rural
nông trại *n* farm
nông trang *n* ranch
nộp *v* hand over
nộp lại *v* turn in
nộp thuế qua cầu *v* toll
nộp tiền chuộc *v* ramson
nữ bá tước *n* countess
nữ công tước *n* duchess
nụ cười *n* smile
nữ diễn viên *n* actress
nữ hoàng *n* empress
nụ hôn *n* kiss
nữ thần *n* goddess
nữ tu *n* priestess
nữ tu sĩ *n* nun
nữ tu viện *n* convent
nửa *n* half

núi *n* mountain
núi băng trôi *n* iceberg
núi lửa *n* volcano
núi nhỏ *n* mount
núm vú *n* nipple
nung *v* bake
nung nóng *v* heat
nước *n* country; water
nước Ba Lan *n* Poland
nước Bỉ *n* Belgium
nước Bồ Đào Nha *n* Portugal
nước bóng *n* gloss
nước bọt *n* saliva, spit
nước chanh *n* lemonade
nước cốt *n* puree
nước da *n* complexion
nước đá *n* ice
nước đá cục *n* ice cube
nước đái súc vật *adj* stale
nước Đan mạch *n* Denmak
nước đồng minh *n* ally
nước Đức *n* Germany
nước ép trái cây *n* juice
nước hoa *n* perfume
nước hoa côlôn *n* cologne
nước Hoà lan *n* Holland
nước Hòa Lan *n* Netherlands
nước Hy lạp *n* Greece
nước luộc thịt *n* broth
nước mắt *n* tear
nước Na Uy *n* Norway
nước Nga *n* Russia**

N

nước Nhật bản *n* Japan
nước Pháp *n* France
nước Tây ban nha *n* Spain
nước thải *n* sewage
nước thịt *n* gravy
nước Thổ nhĩ kỳ *n* Turkey
nước Thụy điển *n* Sweden
nước Thụy Sĩ *n* Switzerland
nước tiểu *n* urine
nước xốt *n* sauce
nước Ý *n* Italy
nuôi *v* nourish, rear
nuôi dưỡng *v* feed, foster
nuôi nấng *v* nurture
nướng *v* broil, grill
nuông chiều *v* pamper
nuốt *v* swallow
nuốt trộng *v* gulp
nuốt xuống *v* gulp down
nút *n* button, knot
nứt nẻ *adj* shaky

ổ *n* cavity
ợ *v* burp
ổ bánh mì *n* loaf
ở bên *adj* lateral
ô cầu thang *n* staircase
ở chân cầu thang *n* stairs
ô danh *n* dishonesty
ở đâu *n* whereabouts
ở đây *adv* here
ở dưới *pre* underneath
ổ gà con *n* clutch
ở lại *v* stay
ở một phía *adj* unilateral
ở quanh quẩn *v* stick around
ở tại *adj* located
ở tầng trên *adv* upstairs
ở trên *pre* upon
ô uế *adj* soiled
ở vị trí *v* lie
ở xa hơn *adv* beyond
ô xy *n* oxygen
oát *n* watt
ốc đảo *n* oasis
ôm *v* embrace, hug
ốm *adj* sick
ôm ấp *v* cuddle
ốm đau *adj* ailing
ồn ào *adj* fussy, noisy
ồn ào *adv* loudly

N
O

ổn định *adj* stable
ôn hòa *adj* moderate
ôn lại *v* brush up
ộn xộn *adj* promiscuous
ông *n* mister
ống *n* reel
ông chủ *n* master
ống cống *n* aqueduct
ống dẫn *n* duct
ống điếu *n* pipe
ông hoàng *n* prince
ống khói lò sưởi *n* chimney
ống nghe *n* earphones
ống nhòm *n* binoculars
ống nối *n* sleeve
ông nội/ngoại *n* grandfather
ống sáo *n* flute
ống thông *v* probe
ống tiêm *n* syringe
ông trợ tế *n* deacon
ong vò vẽ *n* wasp
ông/bà nội/ngoại *n* grandparents
ột vỏ *v* shed

penixilin *n* penicillin
pha chế *v* concoct
pha chế *n* infusion
phá cửa vào *v* break in
phá hoại *adj* destructive
phá hoại ngầm *v* sabotage
phá hũy *v* demolish
pha lê *n* crystal
pha loãng *v* dilute
phá sản *v* bankrupt
pha trộn *v* blend, mix
phá vỡ *v* disrupt
phác họa *v* outline, sketch
phải *v* have to, must
phái nam *n* male
phái nữ *n* female
phải suy nghĩ nhiều *adj* puzzling
phái viên *n* envoy
phẩm chất *n* quality
phẩm giá *n* dignity
phạm pháp *n* delinquent
phạm sai lầm *v* mistake
phạm tội *v* err, sin
phạm tội ác *adj* criminal
phạm vi bao quát *n* coverage
phần *n* part, portion
phần ăn *n* ration
phản bác *v* rebut
phân biệt *v* discern

O
P

phân bổ *v* allocate

phần bổ sung *n* complement

phản bội *adj* treacherous

phấn chấn *adj* elated

phân chia *v* divide

phản chiếu *v* reflect

phần còn lại *n* remainder

phân công *v* allot

phản đối *v* counter, object, protest

phản đối kịch liệt *v* outcry

phấn hoa *n* pollen

phân hủy *v* decompose

phần kết luận *n* conclusion

Phần lan *n* Finland

phân liệt *v* distinguish

phần lớn *adv* mainly

phần lớn là *adv* mostly

phân mét *n* centimeter

phần mộ *n* catacomb

phần mở đầu *n* prologue

phàn nàn *v* deplore

phần nào *adv* somewhat

phân nhánh *v* branch out

phần nhỏ *n* fraction

phân phát *v* distribute

phần phụ thêm *n* annex

phán quyết *n* verdict

phân ra *v* split up

phân rẽ *n* diver

phận sự *n* duty

phân súc vật *n* dung

phân tán *v* disperse

phân thú vật *n* manure

phần thưởng *n* award, prize

phân tích *n* anarchist

phần trăm *adv* percent

phân tử *n* molecule

phân ủ *n* compost

phản ứng *v* react

phản ứng mạnh *n* kickback

phản ứng ngược *v* backfire

phấn viết *n* chalk

phản xung *n* backlash

phao *n* buoy

pháo *n* firecracker

pháo binh *n* artillery

pháo bông *n* fireworks

pháo đài *n* fort, fortress

pháp chế *n* legislation

pháp sư *n* wizard

phạt *v* penalize, punish

phát âm rõ ràng *v* articulate

phát bóng *n* kickoff

phát đạt *v* flourish, prosper, thrive

phát đạt *adj* prosperous

phát động *v* trigger

phát kiến *v* discover

phát nổ *v* detonate

phát ra *v* emanate, emit

phát ra âm thanh *v* sound

phát ra tia lửa *v* spark off

phát sinh *v* arise, generate

phát súng *n* gunshot, shot
phẫu thuật *n* autopsy
phê bình *v* comment
phê chuẩn *v* ratify, sanction
phe phái *n* camp
phế thải *n* rubbish
phép *n* permit
phép ẩn dụ *n* metaphor
phép lạ *n* miracle
phép phù thủy *n* sorcery
phép thôi miên *n* hypnosis
phép tính toán *n* calculation
phép tổng hợp *n* synthesis
phỉ báng *v* defame
phi công *n* aviator, pilot
phi hành gia *n* astronaut
phi luân lý *adj* amoral
phi lý *adj* absurd
phi thường *adj* prodigious
phí tổn *n* expense
phi trường *n* airport
phía dưới *adv* below
phía sau *n* rear
phía tây nam *n* southwest
phía trong *pre* inside
phía trước *adv* forward
phía trước *n* front
phiên bản *n* version
phiên họp *n* session
phiến quân *n* rebel
phiếu *n* coupon
phiếu bán hàng *n* sale slip

phiếu bầu *n* ballot
phiếu trả lương *n* payslip
phim *n* movie
phim ảnh *n* film
phim tài liệu *n* documentation
phô mai *n* cheese
phó sản *n* by-product
phó từ *n* adverb
phổi *n* lung
phơi bày ra *v* expose
phối hợp *v* coordinate
phơi khô *v* dry
phơi nắng *v* bask
phóng *v* launch
phòng *n* room, ward
phòng ăn *n* dining room
phòng bán vé *n* box office
phong bì *n* envelope
phong cách *n* style
phong cầm *n* accordion
phong cảnh *n* landscape
phòng chứa đồ *n* closet
phóng đại *v* enlarge
phóng đăng *v* disobey
phòng điện thoại *n* booth
phòng giao dịch *n* stockroom
phòng học *n* classroom
phòng khách *n* living room
phòng khách lớn *n* saloon
phòng khóa kín *n* locker room
phóng khoáng *adj* broadminded
phồng lên *v* bloat

P

phồng lên *adj* puffy
phòng lớn *n* hall
phòng ngừa *adj* preventive
phòng nhảy *n* ballroom
phòng nhỏ *n* compartment
phong phú *adj* plentiful
phong thánh *v* sanctify
phòng thể dục *n* gymnasium
phòng thí nghiệm *n* lab
phóng thích *v* liberate, loose
phòng trước *n* hallway
phòng vệ sinh *n* rest room
phóng viên *n* reporter
phong vũ biểu *n* barometer
phòng xưng tội *n* confessional
phụ âm *n* consonant
phủ đầy mây *adj* overcast
phù hiệu *n* badge
phù hợp *adj* fitting, suitable
phụ khoa *n* gynecology
phụ lục *n* appendix
phủ nhận *v* disclaim
phù phiếm *adj* frivolous, futile
phụ tá *n* aide
phụ thuộc *adj* dependent
phụ thuộc vào *v* lean on
phù thủy *n* witch
phục chức *v* reinstate
phục hồi *v* fall back, recover
phức hợp *n* compound
phục kích *v* ambush
phúc lành *n* blessing

phúc lợi *n* welfare
phức tạp *adj* complex
phục vụ *v* serve
phục vụ *n* service
phun lửa *v* belch
phung phí *v* squander
phương Đông *n* orient, east
phường hội *n* guild
phương nam *n* south
phương pháp *n* method
phương tây *adj* western
phương tiện *n* means
phương trình *n* equation
phút *n* minute
plastic *n* plastic
platin *n* platinum

quá *adv* too
quả *n* fruit
quả bóng *n* ball
quả cân *n* poise
quá cao *adj* exorbitant
quả cầu *n* globe, sphere
quả đấm *n* knock, punch
qua đêm *adv* overnight
quá đông người *adj*

overcrowded

quá hạn *adj* outdated

quá khứ *adj* past

quả lắc *n* pendulum

qua loa *adv* slightly

qua mạn tàu *adv* overboard

quá mức *adj* extravagant

quá quắt *adj* intolerable

quả quít *n* tangerine

quả quyết *v* assure

quả sồi *n* gland

quá tải *n* surcharge

quà tặng *n* gift

qua tĩnh mạch *adj* intravenous

quá trình *n* process

quá trọng lượng *adj* overweight

quái dị *adj* monstrous

quai hàm *n* jaw

quái lạ *adj* fantastic

quái vật *n* monster

quai xách *n* handle

quán *n* kiosk

quăn *adj* curly

quần áo *n* apparel

quần áo ngủ *n* pajamas

quần bó ống *n* pantyhose

quần dài *n* pants

quần dài thường *n* slacks

quan điểm *n* viewpoint

quản đốc *n* foreman

quân đội *n* army

quần đùi *n* briefs, shorts

quản gia *n* butler

quần gin *n* jeans

quận hạt *n* county

quan hệ *n* dealings

quan hệ họ hàng *n* kinship

quản lý *v* administer

quản lý tồi *v* mismanage

quan niệm *n* conception

quan niệm sai lầm *n* misconduct

quán quân *n* champion

quan sát *v* observe, watch

quan tài *n* casket, coffin

quan tâm *v* concern

quan tâm *adj* mindful

quan tâm đến *v* care about

quần tây *n* trousers

quản thủ thư viện *n* librarian

quan thuế *n* customs

quân tiên phong *n* vanguard

quan toà *n* judge

quản trị *v* govern

quán trọ *n* inn, tavern

quan trọng *adj* momentous

quấn vào nhau *v* intertwine

quần vợt *n* tennis

quặng *n* mineral, ore

quảng bá *v* broadcast

quảng bá viên *n* broadcaster

quang cảnh *n* spectacle

quảng cáo *v* advertise

quảng cáo *n* advertising

quảng thời gian *n* duration

Q

quanh co *adj* cranky
quất *v* switch
quất *n* whip
quay *v* roast; rotate
quay chậm *n* slow motion
quay đi *v* avert
quầy hàng *n* counter
quấy nhiễu *v* bother
quấy rầy *v* disturb, molest
quấy rầy *n* worry
quấy rối *adj* disturbing
quấy rối *v* harass
quay số *v* dial
quay sợi *v* spin
quay trở lại *v* turn back
quay tròn *v* revolve
quay về *adj* oriented
que *n* rod
què *adj* lame
quê hương *n* homeland
quê nhà *n* hometown
quên *v* fail, forget
quên lãng *adj* oblivious
quen thuộc *adj* familiar
quét *v* scan, sweep
quét sơn *v* paint
quốc gia *n* nation
quốc tịch *n* nationality
quý *adj* precious
quý *n* quarter, trimester
quỹ *n* fund, funds
quý bà *n* lady

quy chế *n* statute
quỹ đạo *n* orbit
quy định *v* stipulate
quỳ gối *v* genuflect, kneel
qúy mến *v* adore
quý phái *adj* noble
quỷ quyệt *adj* satanic
quy tắc *n* canon, norm
quý tộc *n* peer
quy trình *n* procedure
quý trọng *v* esteem
quy ước *n* convention
quyển *n* volume
quyền chỉ huy *n* mastery
quyền chiếm hữu *n* lordship
quyền công dân *n* citizenship
quyền lựa chọn *n* option
quyền lực *n* power
quyền lực tối cao *n* supremacy
quyền phủ quyết *v* veto
quyến rũ *n* allure
quyến rũ *v* charm, fascinate
quyến rũ *adj* charming
quyền sở hữu *n* possession
quyền thống trị *n* dominion
quyền thuật *n* boxing
quyền tối cao *n* sovereignty
quyền ưu tiên *n* primacy
quyết định *v* decide
quyết định *adj* deciding
quyết định *n* decision
quyết liệt *adj* drastic

Q

quyết tâm *n* resolution

R

ra đa *n* radar
ra đi *adj* outgoing
ra đi *v* quit
ra khỏi *v* get off, get out
ra khỏi nhà *v* step out
ra ngoại quốc *adv* abroad
ra sắc lệnh *v* decree
rác *n* trash
rác rến *n* garbage
rắc rối *adj* troublesome
rác rưởi *n* litter, refuse
rắc *v* bestow
rách rưới *adj* ragged, shabby
rải rác *adj* sparse
rám nắng *n* sunburn
rám nắng *adj* tanned
rậm tóc *adj* hairy
rán *v* fry
rắn *adj* solid
rận *n* louse
rắn chắc *adj* firm
rắn lục *n* viper
rang *v* parch
răng *n* teeth, tooth

ràng buộc *adj* binding
rặng đá ngầm *n* reef
răng hàm *n* molar
rãnh *n* slot
ranh giới *n* boundary
ranh mảnh *adj* sly
rào cản *n* barrage
rào thú săn *n* hurdle
rạp hát *n* theater
rất *adv* very
rất lớn *adj* grand
rau *n* vegetable
râu *n* beard
rau cần tây *n* celery
râu của sâu bọ *n* antenna
rau diếp *n* lettuce
râu mép *n* mustache
rau mùi tây *n* parsley
râu ở bên má *n* sideburns
ráy tai *n* earwax
rễ cây *n* root
rẻ tiền *adj* cheap
rèm *n* drape
rên *v* moan
rèn dao *v* forge
reo mừng *v* crow
rêu *n* moss
rỉ ra *v* exude
riêng biệt *adj* distinct
riêng biệt *v* separate
riêng mình *adj* respective
rõ ràng *adj* obvious

Q
R

rò rỉ *v* leak

rọ *n* muzzle

rỗi *adj* unoccupied

rời bỏ *v* relinquish

rời khỏi *v* pull out

rời ra *v* come apart

rời ra *adv* apart

rời rạc *adj* sporadic

rơi thẳng xuống *v* plummet

rối trí *adj* mixed-up

rơi vỡ *v* crash

rơi xuống *v* fall

rơm *n* litter

rốn *n* belly button

rộng *adj* broad, wide

rộng lớn *adv* broadly

rộng lớn *adj* vast

rộng rãi *adj* ample, spacious

rộng thùng thình *adj* baggy

rốt cuộc *adv* eventually

rửa *v* mop, clean, wash, rinse

rửa tội *v* baptize, christen

rực cháy *adj* ablaze

rực rỡ *adj* splendid

run *v* shiver, thrill

run *adj* vibrant

rung *v* vibrate

rừng *n* forest

rung chuông *v* ring

rùng mình *v* shudder

rung rinh *v* flicker

rùng rợn *adj* ghastly

rừng rú *n* jungle

rương *n* ark

ruộng nho *n* vineyard

ruột *n* bowels, intestine

rượu *n* liqueur, liquor

rượu hỗn hợp *n* cock

rượu khai vị *n* aperitif, appetizer

rượu rum *n* rum

rượu táo *n* cider

rượu vang *n* wine

rút lui *v* retreat, retract

rút lui *adj* withdrawn

rút ngắn *v* abridge, curtail

rút ra *v* extract, withdraw

rụt rè *adj* timid, bashful

rút xuống *v* ebb

ruượu mạnh *n* brandy

S

sa mạc *n* desert

sa sút *v* come down

sa thải công nhân *v* lay off

sắc *adj* sharp

sắc bén *adj* edgy, shrewd

sắc đẹp *n* beauty

sắc lệnh *n* decree

sặc sỡ *adj* vivid

sắc thái *n* nuance

sách *n* book

sách bài tập *n* workbook

sách chỉ nam *n* handbook

sách giáo khoa *n* textbook

sách hướng dẫn *n* guidebook

sách phúc âm *n* gospel

sạch sẽ *adj* clean, neat, tidy

sai *adj* wrong

sải dài tay chân *adj* outstretched

sai lạc *adj* corrupt

sai lầm *n* error, fallacy

sai lầm *adj* mistaken

sai sót *n* defect

sấm *n* thunder

san bằng *v* equate; smooth

sân bay *n* airfield

sân chơi *n* playground

sân cỏ *n* lawn

sẵn có *adj* available

sân đua *n* course

sẵn lòng *adj* willing

sản lượng *n* produce, yield

sàn nhà *n* floor

sân nhỏ *n* courtyard

sản phẩm *n* product

san phẳng *v* flatten

sẵn sàng *adj* ready

sân sau *n* backyard

sản sinh *v* procreate

sàn tàu *n* deck

sân thượng *n* terrace

sân trại *n* farmyard

sản xuất *v* produce, yield

sản xuất *adj* productive

sân *n* courtyard

sang bên *adv* aside

sáng chế *v* invent

sáng kiến *n* initiative

sàng lọc *v* sift

sáng rực *v* glow

sáng sủa *adj* bright

sáng suốt *adj* judicious, lucid

sáng tạo *adj* creative

sang trọng *adj* de luxe

sao chép *v* copy

sao chổi *n* comet

sao hỏa *n* Mars

sao lại *v* replicate

sao lục *v* duplicate

sao sa *n* meteor

sáp *n* wax

sạp bán báo *n* newsstand

sắp đến *adj* forthcoming

sắp đến *adj* coming

sắp đến nơi *adj* imminent

sáp nhập *v* incorporate

sắp sôi *v* simmer

sắp xảy đến *adj* impending

sắp xếp *v* dispose

sát cạnh *pre* alongside

sát hạch *v* examine

sắt *n* iron

sáu *adj* six

S

sâu *adj* profound

sau *pre* after

sau *adj* latter

sâu bướm *n* caterpillar

sau cùng *adv* lastly

sau đây *adv* hereafter

sau đó *adv* then, afterwards

sáu mươi *adj* sixty

sâu sắc *adj* acute

sâu xa *adj* deep

say mê *adj* enchanting

say nắng *n* heatstroke

say rượu *adj* drunk

say sóng *adj* seasick

say sưa *adj* intoxicated

sẩy thai *v* abort

sỉ nhục *v* insult

sỉ nhục *adj* offensive

sĩ quan *n* officer

siết chặt *v* clench

siêu âm *n* ultrasound

siêu cường *n* superpower

siêu thị *n* supermarket

sinh lợi *adj* lucrative

sinh ra *v* be born

sinh ra *adj* born

sinh sản *v* breed

sinh thái học *n* ecology

sinh tố *n* vitamin

sinh trưởng *v* grow up

sinh vật *n* being

sinh vật học *n* biology

sinh viên *n* student

số *n* number

sờ *v* touch

sở *n* department

sợ *adj* fearful

sổ cái kế toán *n* ledger

số dặm đã đi *n* mileage

sơ đẳng *adj* rudimentary

số gia *n* increment

sợ hãi *adj* afraid

số học *n* arithmetic

sở hữu *adj* own

sở hữu *v* possess

sở hữu chủ *n* owner

số không *n* zero

số lượng *n* deal

số lượng lớn *n* bulk

sờ mó *n* touch

sờ mó được *adj* palpable

sổ mũi *v* sniff

số người chết *n* death toll

số nhiều *n* plural

số phận *n* destiny; doom

sổ sách *v* register

sơ sài *adj* sketchy

so sánh *v* compare

so sánh được *adj* comparable

sơ sinh *n* newborn

sổ tay *n* notebook

số thặng dư *n* excess

số thập phân *adj* decimal

sở thú *n* zoo

S

số thuế thu được *n* levy
số thương *n* quotient
số tiền *n* amount
số tiền góp *n* jackpot
số tiền thiếu hụt *n* deficit
số trung bình *n* average
sơ ý *adj* careless
sọc *n* stripe
sôcôla *n* chocolate
sỏi *n* gravel, pebble
sợi *n* fiber
sợi chỉ *n* thread; yam
sói con *n* cub
sợi dây *n* cord, string
sôi nổi *adj* hectic, lively
soi sáng *v* enlighten
sôi tràn *v* boil over
sớm *adv* early
sớm *adj* premature
sớm phát triển *adj* precocious
sơn *v* paint
sờn *adj* fuzzy
sóng *n* wave
sống *v* live, populate
sống *adj* raw
sòng bạc *n* casino
sông băng *n* glacier
sống chung *v* get along
sống còn *v* survive
song đề *n* dilemma
sống độc thân *adj* celibate
sống động *adj* live

sống lâu hơn *v* outlive
sống lâu năm *adj* perennial
sống nhờ vào *v* live off
song sinh *n* twin
sóng thần *n* tidal wave
sống thành đàn *adj* gregarious
soong *n* pan
sốt sắng *adj* zealous
sứ *n* porcelain
sự la hét *n* shouting
sự thờ cúng *n* worship
sự tiêu thụ *n* consumption
sự ám ảnh *n* obsession
sự am hiểu *n* competence
sự ăn cắp *n* larceny
sự ăn năn *n* remorse
sự ẩn náu *n* seclusion
sự an toàn *n* safety
sự ăn trộm *n* theft
sự an ủi *n* consolation
sự bãi bỏ *n* annulment
sự bán *n* sale
sự băng bó *n* bandage
sự bảo đảm *n* guarantee
sự báo động *n* alarm, alert
sự bảo hiểm *n* insurance
sự báo thù *n* revenge
sự bảo trì *n* maintenance
sự bảo trợ *n* patronage
sự báo trước *n* warning
sự bao vây *n* siege
sự bảo vệ *n* protection, salvation

S

sự bắt chước v imitate
sự bắt cóc n abduction
sự bất công n injustice
sự bắt đầu n beginning
sự bất diệt n immortality
sự bất đồng n disagreement
sự bắt giữ n capture
sự bất hạnh n adversity, misfit, unhappiness
sự bất kính n disrespect
sự bắt lửa n inflammation
sự bất lực n disability
sự bất mãn n displeasure
sự bất ổn n unrest
sự bất thường n abnormality
sự bày biện n garnish
sự bền bỉ n tenacity
sự bẽn lẽn n shyness
sự bị chia n dividend
sự biến dạng n deformity
sự biến đổi n transformation
sự biến mất n disappearance
sử biên niên n chronicle
sự bình tĩnh n calm
sự bó buộc n bondage
sự bổ nhào n nosedive
sự bỏ phiếu v vote
sự bỏ phiếu n voting
sự bỏ sót n omission
sự bổ sung n completion
sự bố trí n set-up
sự bọc n wrapping

sự bọc chì n plumbing
sự bơi lội n swimming
sự bội phản n betrayal
sự bối thự n endorsement
sự bôi trơn n lubrication
sự bồn chồn n uneasiness
sự bong gân n sprain
sự bóp méo n distortion
sự bóp nắn n extortion
sự bù trừ n compensation
sự bực bội n resentment
sự bức xạ n radiation
sự bùng nổ n outbreak
sự buộc tội n accusation
sự buồn bã n sadness
sự buôn lậu n contraband
sự buồn rầu n mourning
sự buồn tẻ n tedium
sự bướng bỉnh n obstinacy
sự cách ly n segregation
sự cải cách n reform
sự cãi cọ n quarrel
sự cãi nhau ồn ào n brawl
sự cải thiện n improvement
sự cải trang n disguise
sự cám dỗ n seduction
sự cầm đoán n prohibition
sự căm ghét n spite
sự cam kết n commitment
sự cảm kích n appreciation
sự cắn n bite
sự cần cù n diligence

S

sự can đảm *n* bravery
sự cạn kiệt *n* exhaustion
sự cẩn thận *n* caution
sự can thiệp *n* intervention
sự can thiệp giúp *n* intercession
sự can thiệp vào *n* interference
sự cần thiết *n* necessity
sự cản trở *n* deterrence
sự căng *n* tension
sự cảnh cáo *n* admonition
sự canh tân *n* innovation
sự cạnh tranh *n* rivalry
sự cấp phép *n* allowance
sự cắt *n* clipping
sự cất giữ *n* storage
sự cấu véo *n* pinch
sự cay đắng *n* bitterness
sự châm biếm *n* irony
sự châm chích *n* prick
sự chăm sóc *n* care
sự chạm trổ *n* engraving
sự chẩn đoán *n* diagnosis
sự chấn động *n* convulsion
sự chán ghét *n* distaste
sự chán nản *n* chagrin, depression
sự chân thật *n* authenticity
sự chào đón *n* welcome
sự chấp nhận *n* acceptance
sự chấp thuận *n* approval
sự chảy máu *n* bleeding
sự chảy nhỏ giọt *n* drip

sự chạy tán loạn *n* stampede
sự chảy vào *n* influx
sự che đậy *n* coverup
sự chen chúc *n* throng
sự chen lấn *n* hustle, scuffle
sự chênh lệch *n* odds
sự chèo xuồng *n* paddle
sự chết đói *n* starvation
sự chết vì đạo *n* martyrdom
sự chỉ đạo *n* guidance
sự chia ly *n* separation
sự chia rẻ *n* severance
sự chịu đựng *n* fortitude
sự chờ đợi *n* waiting
sự cho phép *n* permission, warrant
sự cho thuê *n* demise
sự choáng váng *n* dizziness
sự chọn lựa *n* choice
sự chống giữ *n* defense
sự chú ý *n* regard, attention
sự chuẩn bị *n* preparation
sự chuẩn y *n* assent
sự chuộc lại *n* redemption
sự chuộc lỗi *n* expiation
sự chuyển đổi *n* conversion
sự chuyển động *n* movement
sự chuyển tiếp *n* transition
sự cô đặc *n* condensation
sự cô đơn *n* loneliness, solitude
sự cố gắng *n* effort
sự có hiệu lực *n* validity

S

sự có ích *n* usefulness
sự cố kết *n* cohesion
sự cô lập *n* isolation
sự co thắt *n* spasm
sự có thể có *n* likelihood
sự có tội *n* culpability
sự cọ xát *n* rub
sự cống hiến *n* dedication
sự công kích *n* assault, attack
sự cộng tác *n* collaboration
sự cự tuyệt *n* rebuff
sự cư xử *n* treatment
sự cùn nhụt *n* bluntness
sư cùng chia xẻ *n* communion
sự cứng rắn *n* stiffness
sự cưỡng chế *n* constraint
sự cưỡng đoạt *n* rape
sự cướp bóc *n* loot, pillage
sự đâm bằng dao *n* stab
sự đắm chìm *n* immersion
sự đam mê *n* passion
sự đắm tàu *n* wreck
sự đàn áp *n* oppression
sự đắn đo *n* scruples
sự dàn xếp *n* settlement
sự đăng bạ *n* registration
sự đáng ghét *n* revulsion
sự đánh cuộc *n* bet
sự đánh giá *n* estimation
sự đào ngủ *n* defection
sự đảo ngược lại *n* reversal
sự đập mạnh *n* throb

sự đặt chỗ trước *n* reservation
sự đạt tới *n* attainment
sự đau buồn *n* woes
sự đau đớn *n* suffering, torment, pang
sự đầu hàng *n* surrender
sự đau khổ *n* distress
sự đau ốm *n* illness
sự đậu xe *n* parking
sự đày ải *n* exile
sự dạy dỗ *n* upbringing
sự đẩy lùi *n* repulse
sự đe dọa *n* threat
sự đề phòng *n* precaution
sự đếm *n* count
sự đệm *n* padding
sự đến *n* coming
sự đến nơi *n* arrival
sự đen tối *n* blackness
sự dệt *n* texture
sự đều đặn *n* regularity
sự di chuyển *n* move
sự dị ứng *n* allergy
sự đi xuống *n* descent
sự điềm tĩnh *n* composure
sự điên cuồng *n* frenzy
sự điên dại *n* craziness
sự điên rồ *n* folly
sự diễn tiến *n* sequence
sự điều chỉnh *n* regulation
sự điều chỉnh *n* adjustment
sự điều tra *n* inquiry

S

sự điều tra dân số *n* census
sự dinh dưỡng *n* nutrition
sự định hướng *n* orientation
sự đổ đầy *n* filling
sự do dự *n* hesitation
sự đố kỵ *n* envy
sự đo lường *n* measurement
sự đổ nát *n* ruin
sự đổ ra *n* outpouring
sự đọc *n* reading
sự độc tài *n* dictatorship
sự đổi chác *n* swap
sự đổi chỗ ở *n* relocation
sự đòi hỏi *n* requirement
sự đổi màu *n* stain
sự đối xử *n* snub
sự đối xứng *n* symmetry
sự đơn điệu *n* monotony
sự đơn giản *n* simplicity
sự động kinh *n* epilepsy
sự đồng cảm *n* sympathy
sự đồng đều *n* uniformity
sự đông giá *n* frost
sự đóng góp *n* contribution
sự đồng hóa *n* assimilation
sự đông lại *n* coagulation
sự đồng lõa *n* complicity
sự đồng lòng *n* accord
sự đồng mưu *n* conspiracy
sự đồng thuận *n* consensus
sự đồng tình *n* unanimity
sự đồng ý *n* agreement

sự đốt cháy *n* combustion
sự dụ dỗ *n* enticement
sự đưa vào *n* introduction
sự đục lỗ *n* perforation
sử dụng *v* exert, use
sự đụng chạm *n* hit
sự đúng đắn *n* fairness
sự dừng lại *n* stay
sự đứng lại *n* stop
sự đụng nhau *n* collision
sự dùng sai *n* misuse
sự đương đầu *n* confrontation
sự duy trì *n* conservation
sự duyệt trước *n* preview
sự ép buộc *n* coercion,
  compulsion
sự gãy *n* fracture
sự gãy đổ *n* rupture
sự gây hấn *n* aggression
sự gây ra *v* inspire
sự ghê tởm *n* loathing
sự ghét bỏ *n* dislike
sự ghi âm *n* recording
sự ghi vào sổ *n* inscription
sứ giả *n* herald
sử gia *n* historian
sự giả bộ *n* pretense
sự giả định *n* presumption
sự giả mạo *n* forgery
sự gia tăng *n* increase
sự giả thiết *n* assumption
sự giải giới *n* disarmament

S

sự **giải khát** *n* refreshment
sự **giải phóng** *n* liberation
sự **giải tán** *n* dissolution
sự **giải thoát** *n* rescue
sự **giải trí** *n* entertainment
sự **giam cầm** *n* detention
sự **giảm giá** *n* depreciation, discount
sự **giam giữ** *n* confinement
sự **giảm miễn** *n* exemption
sự **giảm nhẹ** *n* relief
sự **giám sát** *n* supervision
sự **giận dữ** *n* fury
sự **gian khổ** *n* hardship
sự **gian lận** *n* fraud
sự **giáng sinh** *n* Advent
sự **giao hàng** *n* delivery
sự **giao thông** *n* traffic
sự **giao việc** *n* assignment
sự **giật** *n* pluck
sự **giật gân** *n* zest
sự **giật lùi** *n* setback
sự **giàu có** *n* wealth
sự **giấu tên** *n* anonymity
sự **giết** *n* slaughter
sự **giết chóc** *n* killing
sự **giống nhau** *n* resemblance
sự **giữ lại** *n* retention
sự **giúp đỡ** *n* help
sự **gợi ý** *n* suggestion
sự **hài hoà** *n* harmony
sự **hài hước** *adj* humorous

sự **hạn chế** *n* limitation
sự **hành hạ** *n* torture
sụ **hành kinh** *n* menstruation
sự **háo hức** *n* eagerness
sự **hắt hơi** *n* sneeze
sự **hiến dâng** *n* consecration
sự **hiện diện** *n* presence
sự **hiện hữu** *n* existence
sự **hiển nhiên** *n* evidence
sự **hiểu biết** *n* acquaintance
sự **hiệu nghiệm** *n* effectiveness
sự **hình thành** *n* formation
sự **hô hấp** *n* breathing
sự **hoàn hảo** *n* perfection
sự **hoan hô** *n* applause
sự **hoàn lại** *n* restitution
sự **hoãn lại** *n* postponement
sự **hoàn thành** *n* accomplishment
sự **hoàn trả** *n* refund
sự **hoạt hóa** *n* activation
sự **học** *n* learning
sự **hội họp** *n* congregation
sự **hồi hương** *v* repatriate
sự **hối lộ** *n* bribery
sự **hồi phục** *n* recovery
sự **hối tiếc** *n* regret
sự **hồi tưởng** *v* recall
sự **hội ý** *n* counsel
sự **hỗn độn** *n* tumult
sự **hôn mê** *n* coma
sự **hợp nhất** *n* merger, union
sự **hợp pháp** *n* legality

S

sự hợp tác *n* partnership
sự hợp thành *n* composition
sự hư hại *n* damage
sự huấn luyện *n* coaching, training
sự hủy bỏ *n* repeal
sự hũy diệt *n* annihilation
sụ hy sinh *n* sacrifice
sự im lặng *v* hush up
sự im lặng *n* silence
sự kể lại *n* rehearsal
sự kềm chế *n* curb
sự kém cõi *n* mediocrity
sự kéo *n* traction
sự kéo dài *n* extension
sự kéo theo *n* involvement
sự kẹp chặt *n* gripe
sự kết án *n* conviction
sự kết đoàn *n* solidarity
sự kết hợp *n* association
sự kết nối *n* connection
sự kết thúc *n* closure
sự kết ước *n* engagement
sự kêu goi *n* appeal
sự khác biệt *n* difference
sự khắc nghiệt *n* harshness
sự khác nhau *n* diversion
sự khai thác *n* explotation
sự khám phá *n* discovery
sự khẩn cấp *n* urgency
sự khan hiếm *n* scarcity
sự khao khát *n* craving

sự khát nước *n* thirst
sự khấu trừ *n* deduction
sự khéo léo *n* skill
sự khích lệ *n* incentive
sự khiêm tốn *n* humility
sự khiển trách *n* reproach
sự khiếp đảm *n* phobia
sự khiêu khích *n* provocation
sự khiếu nại *n* complaint
sự khiêu vũ *n* dancing
sự khinh khi *n* contempt
sự khó chịu *n* discomfort; hanger
sự khỏa thân *n* nudity
sự khởi đầu *n* inception
sự khốn khổ *n* misery
sự không kín đáo *n* indiscretion
sự không tin *n* disbelief
sự không tuân thủ *n* dismount
sự khước từ *n* denial
sự khuyên giải *n* appeasement
sự kích động *n* incitement
sự kích thích *n* excitement, stimulus
sự kiềm chế *n* restraint
sự kiểm duyệt *n* censorship
sự kiểm kê *n* inventory
sự kiểm soát *n* control
sự kiểm tra *n* check, scrutiny
sự kiện *n* event, fact
sự kiện cáo *n* litigation
sự kiên định *n* constancy
sự kiên nhẫn *n* patience

S

sự kiên trì *n* persistence
sự kiêng cữ *n* abstinence
sự kiêu hãnh *n* pride
sự kín đáo *n* discretion
sự kinh hoàng *n* panic, terror
sự kinh ngạc *n* amazement
sự kinh tởm *n* horror
sự kỳ diệu *n* marvel
sự kỳ thị *n* discrimination
sự lắc lư *n* swing
sự lắc lư *v* wiggle
sự làm ẩm *n* moisture
sự lam dụng *n* abuse
sự làm gián đoạn *n* interruption
sự làm hư hỏng *n* deterioration
sự lầm lạc *n* aberration
sự làm nản lòng *n* discouragement
sự làm nặng thêm *n* aggravation
sự làm ngạt thở *n* asphyxiation
sự làm rõ *n* clarification
sự làm sạch *n* clearance
sự làm thất vọng *n* frustration
sự lẫn lộn *n* confusion
sự lẫn tránh *n* avoidance
sự lẫn trốn *n* escapade
sự lãng quên *n* oblivion
sự lãnh đạm *n* indifference
sự lãnh đạo *n* leadership
sự lạnh lẽo *n* coldness
sự lắp đặt *n* setting
sự lặp lại *n* repetition
sự lắp ráp *n* assembly

sự lật đổ *n* overthrow
sự lật úp *n* capsize
sự lấy lại *n* retrieval
sự lấy vào *n* intake
sự lễ phép *n* politeness
sự lệch lạc *n* deviation
sự lên men *n* ferment
sự leo *n* climbing
sự liên kết *n* affiliation
sự liên lạc *n* liaison
sự liên minh *n* alliance
sự liên tục *n* continuity
sự lo lắng *n* worry
sự lơ lửng *n* suspension
sự lo xa *n* providence
sự lôi cuốn *n* attraction
sự lớn mạnh *n* growth
sự lộn xộn *adj* disorganized
sự lừa bịp *n* deception, swindle
sự lựa chọn *n* selection
sự lừa dối *n* deceit
sự lười biếng *n* laziness
sự lượng giá *n* appraisal
sự lưu thông *n* circulation
sự ly dị *n* divorce
sự ma sát *n* friction
sự mặc *n* wear
sự mặc cả *n* bargaining
sự mắng nhiếc *n* scolding
sự mang thai *n* pregnancy
sự mất cảm giác *n* anesthesia
sự mất mác *n* deprivation

S

sự mất mát _n_ loss
sự mất tinh thần _n_ dismay
sự may mắn _n_ luck
sự may rủi _n_ hazard
sự may vá _n_ sewing
sự mê tín _n_ superstition
sự mềm _n_ softness
sứ mệnh _n_ mission
sự mênh mông _n_ immensity
sự mệt mỏi _n_ tiredness
sự miễn dịch _n_ immunity
sự miễn phạt _n_ impunity
sự miễn trừ _n_ dispensation
sự mịn màng _n_ smoothness
sự minh hoạ _n_ illustration
sự mở mang _n_ development
sự mở rộng _n_ expansion
sự mô tả _n_ description
sự mong đợi _n_ expectation
sự mỏng mảnh _n_ frailty
sự mù quáng _n_ blindness
sự mua sắm _n_ shop, shopping
sự mua vào _n_ purchase
sự nắm lấy _n_ grasp, snatch
sự nâng đỡ _n_ support
sự nâng lên _n_ elevation, raise
sự nấu chảy _n_ fusion
sự nêm gia vị _n_ seasoning
sự nếm trước _n_ foretaste
sự nén _n_ compression
sự ngạc nhiên _n_ jolt, surprise
sự ngăn cản _n_ obstruction

sự ngăn chặn _n_ arrest
sự ngắn gọn _n_ brevity
sự ngăn ngừa _n_ prevention
sự ngang nhau _n_ parity
sự ngẫu nhiên _n_ contingency
sự nghèo đói _n_ poverty
sự nghi ngờ _n_ suspicion
sự nghỉ ngơi _n_ repose
sự nghiêm khắc _n_ austerity
sự nghiêm ngặt _n_ rigor
sự nghiêm túc _n_ seriousness
sự nghiên cứu _n_ research
sự nghiệp _n_ career
sự ngờ vực _n_ distrust
sự ngồi họp _n_ sitting
sự ngon miệng _n_ appetite
sự ngon ngọt _n_ sweetness
sự ngu dốt _n_ ignorance
sự ngứa ngáy _n_ itchiness
sự ngừng bắn _n_ truce
sự ngừng lại _n_ standstill
sự ngừng nghỉ _n_ break
sự ngược đãi _n_ mistreatment
sự ngưỡng mộ _n_ admiration
sự nguy hiểm _n_ danger
sự nhã nhặn _n_ courtesy
sự nhắc đến _n_ mention
sự nhai _n_ champ
sự nhận được _n_ receipt
sự nhấn mạnh _n_ insistence
sự nhăn nhó _n_ grimace
sự nhận thức _n_ awakening

S

sự nhất quán *n* consistency
sự nhảy dây *n* skip
sự nhảy vọt *n* leap
sự nhiễm độc *n* infection
sự nhìn *n* vision
sự nhờ đến *n* recourse
sự nhỏ mọn *n* pettiness
sự nhồi đầy *n* stuffing
sự nhục mạ *n* blasphemy, affront
sự nịnh nọt *n* adulation
sự nổ *n* detonation
sự nở hoa *n* blow
sự nổ ra *n* eruption
sự nói bóng gió *n* insinuation
sự nổi dậy *n* insurgency
sự nổi loạn *n* riot
sự nôn mửa *n* vomit
sự non nớt *n* immaturity
sự nung nóng *n* heating
sự nuôi dưỡng *n* nourishment
sự ợ *n* burp
sự ô danh *n* dishonor
sự ô nhiễm *n* pollution
sự ốm đau *n* ailment
sự ồn ào *n* fuss
sự ớn lạnh *n* chill
sự pha chế *n* concoction
sự phá hoại ngầm *n* sabotage
sự phá hủy *n* destruction
sự phá phách *n* devastation
sự phá vỡ *n* disruption
sự phạm pháp *n* delinquency

sự phân bổ *n* allotment
sự phản bội *n* treachery
sự phân chia *n* division
sự phản đối *n* objection, protest
sự phân liệt *n* schism
sự phân loại *n* assortment
sự phản nghịch *n* treason
sự phân phát *n* distribution
sự phân tích *n* analysis
sự phản ứng *n* reaction
sự phản xạ *n* reflection
sự phân xử *n* arbitration
sự phát đạt *n* prosperity
sự phát hiện *n* revelation
sự phát ra *n* emission
sự phê bình *n* criticism
sự phê chuẩn *n* ratification
sự phối hợp *n* coordination
sự phóng *n* launch
sự phóng đại *n* enlargement
sự phỏng đoán *n* conjecture
sự phong phú *n* abundance
sự phóng ra *n* discharge
sự phóng tên lửa *n* lift-off
sự phong tỏa *n* blockade
sự phù hợp *n* fitness
sự phù phiếm *n* futility
sự phụ thêm *n* annexation
sự phụ thuộc *n* dependence
sự phục hồi lại *n* renewal
sự phục hưng *n* restoration
sự phục sinh *n* resurrection

S

sự phức tạp *n* complication
sự phục tùng *n* meekness
sự phun lửa *n* belch, outburst
sự quá cảnh *n* transit
sự quá đáng *n* extravagance
sự quá kích động *n* hysteria
sự quả quyết *n* assurance
sự quan sát *n* observation
sự quảng bá *n* broadcast
sự quảng cáo *n* publicity
sự quay *n* rotation, turn
sự quấy rối *n* disturbance
sự quay thịt *n* roast
sự qui tụ *n* affluence
sự qúy mến *n* adoration
sự quyên góp tiền *n* subscription
sự ra đi *n* departure
sự rắc rối *n* trouble
sự riêng biệt *n* distinction
sự riêng tư *n* privacy
sự rò rỉ *n* leakage
sự rối loạn *v* turmoil, disorder
sự rơi ngã *n* fall
sự rửa ráy *n* toilet
sự rực rỡ *n* splendor
sự rủi ro *n* risk
sự run *n* quiver; thrill
sự rung *n* vibration
sự rung động *n* tremor
sự rùng mình *n* shudder
sự rút lại *n* withdrawal

sự rụt rè *n* timidity
sự rút thăm *n* draw
sự sẵn lòng *n* willingness
sự săn lùng *n* manhunt
sự sẵn sàng *n* availability
sự sản xuất *n* production
sự sáng chế *n* invention
sự sáng tạo *n* creation
sự sẩy thai *n* abortion
sự sỉ nhục *n* mortification, offense
sự sinh đẻ *n* birth
sự sợ hãi *n* awe, scare
sự sở hữu *n* ownership
sự so sánh *n* comparison
sự sơ ý *n* carelessness
sự sống sót *n* survival
sự sửa chữa *n* reparation
sự sùng kính *n* reverence
sự sụp đổ *n* collapse, crash
sự sụt giảm *n* decrease
sự suy đoán *n* speculation
sự suy đồi *n* declension
sự suy tàn *n* decay
sự tác động *n* impact
sự tái diễn *n* recurrence
sự tái sinh *n* rebirth
sự tái xanh *n* paleness
sự tàn ác *n* atrocity, cruelty
sự tàn phá *n* havoc, ravage
sự tan rã *n* disintegration
sự tận thế *n* apocalypse

S

sự tán tỉnh *n* courtship
sự tặng *n* offering
sự tâng bốc *n* flattery
sự tăng giá *n* boost
sự táo bạo *adj* audacious
sự tao nhã *n* elegance
sự tập họp *n* rally
sự tập trung *n* concentration
sự tắt đèn *n* blackout
sự tẩy rửa *n* scrub
sự tẩy trắng *n* bleach
sự tế nhị *n* tact
sự tha lỗi *n* pardon
sự tha thứ *n* forgiveness
sự thách thức *n* dare, defiance
sự thai nghén *n* gestation
sự tham chiếu *n* reference
sự thẩm định *n* determination
sự thăm dò *v* search
sự thăm dò *n* survey
sự tham dự *n* attendance
sự tham gia *n* participation
sự tham khảo *n* consultation
sự thâm nhập *n* infiltration
sự thẩm tra *n* verification
sự thăm viếng *n* visit
sự thân mật *n* intimacy
sự thận trọng *n* prudence
sự thăng bằng *n* equilibrium
sự thắng cuộc *v* win
sự thăng tiến *n* promotion
sự thành công *n* success

sự thanh nhã *n* delicacy
sự thanh thản *n* ease
sụ thanh toán *n* liquidation
sự thanh trừng *n* purge
sự thảo luận *n* discussion
sự thắp sáng *n* lighting
sự thật *n* reality, truth
sự thất bại *n* defeat
sự thất lạc *n* miscarriage
sự thất nghiệp *n* unemployment
sự thất vọng *n* disappointment
sự thay đổi *n* change
sự thay thế *n* replacement
sự thấy trước *n* foresight
sự theo đuổi *n* chase, pursuit
sự thi hành *n* performance
sự thích thú *n* enjoyment
sự thích ứng *n* conformity
sự thiên vị *n* predilection
sự thiệt hại *n* harm
sự thiết lập *n* foundation; installation
sự thiết thực *n* expediency
sự thiếu *n* failure, lack
sự thiếu hụt *n* shortage
sự thiếu thốn *n* deficiency
sự thô lỗ *n* discourtesy
sự thỏa mãn *n* satisfaction
sự thoái hóa *n* degeneration
sự thọc lét *n* tickle
sự thối nát *n* corruption
sự thổi phồng *n* inflation

S

sự thối rửa *n* rot
sự thôi thúc *n* impulse
sự thông báo *n* notification
sự thông gió *n* ventilation
sự thống nhất *n* unification
sự thông thái *n* wisdom
sự thống trị *n* domination
sự thư giãn *n* relax
sự thử làm *n* tentative
sự thù nghịch *n* animosity
sự thu nhận *n* reception
sự thử thách *n* ordeal; test
sự thừa kế *n* inheritance
sự thừa nhận *n* admission
sự thuận lợi *n* advantage
sự thuận tiện *n* convenience
sự thực hiện *n* fulfillment
sự thuê mướn *n* rent
sự thưởng thức *n* gusto
sự thương tổn *n* injury
sự thụt vào *n* recession
sự thuyên giảm *n* remission
sự thuyết phục *n* persuasion
sự tịch thu *n* seizure
sự tiêm vào *n* injection
sự tiến triển *n* evolution
sự tiếp cận *n* approach
sự tiếp nhận *n* adoption
sự tiếp nối *n* continuation
sự tiếp tục *n* resumption
sự tiếp xúc *n* contact
sự tiêu dùng *n* expenditure

sự tiêu hóa *n* digestion
sự tiêu pha *n* spending
sự tín nhiệm *n* credibility, reliance
sự tin tưởng *n* trust
sự tinh chế *n* purification
sự tinh khiết *n* purity
sự tĩnh lặng *n* serenity
sự tinh quái *n* wickedness
sư to lớn *n* greatness
sự toan tính *n* attempt
sự toát mồ hôi *n* perspiration
sự tổn hại *n* detriment
sự tôn kính *n* homage
sự tôn thờ *n* cult
sự tống xuất *n* expulsion
sự tốt nghiệp *n* graduation
sự trả đũa *n* retaliation
sự trả thù *n* reprisal
sự trả tiền *n* payment
sự trả xong nợ *n* acquittal
sự trang trí *n* ornament
sự tranh cãi *n* controversy
sự tranh luận *n* reasoning
sự trao trả *n* extradition
sự trì hoãn *n* delay
sự triển khai *n* deployment
sự trình bày *n* presentation
sự trinh tiết *n* virginity
sự trợ cấp *n* subsidy
sự trợ giúp *n* assistance
sự trở lại *n* reentry

S

sự trở về *n* return
sự trộm cắp *n* heist
sự trong sáng *n* clearness
sự trong trắng *n* chastity
sự trừ đi *n* subtraction
sự trục lên *n* hoist
sự trục xuất *n* banishment
sự trưng bày *n* display
sự trùng hợp *n* coincidence
sự trừng phạt *n* punishment
sự trượt *n* slide, slip
sự trụy lạc *n* depravity
sự truyền máu *n* transfusion
sự từ bỏ *n* abandonment
sư tử cái *n* lioness
sự từ chối *n* refusal
sự từ chức *n* resignation
sự tụ họp lại *n* gathering
sự từ ngôi vị *n* abdication
sự tự sát *n* suicide
sự tự trọng *n* self-esteem
sự tức giận *n* wrath
sự tưới *n* irrigation
sự tương phản *n* contrast
sự tương thích *n* compatibility
sự tưởng thưởng *n* reward
sự tương tự *n* analogy
sự tưởng tượng *n* imagination
sự tuyển mộ *n* recruitment
sự tuyên truyền *n* propaganda
sự tuyệt vọng *n* despair
sự ứ đọng *n* stagnation

sự u sầu *n* melancholy
sự ưa thích *n* liking
sự ưa thích hơn *n* preference
sự ứng cử *n* candidacy
sự ủng hộ *n* backing
sự ưng thuận *n* compliance
sự ước đoán *n* guess
sự ước muốn *n* desire
sự uy nghi *n* majesty
sự ủy nhiệm *n* mandate
sự ủy quyền *n* proxy
sự va chạm *n* shock
sự va chạm mạnh *n* bump
sự vận chuyển *n* transport
sự vận hành *n* operation
sự vâng lời *n* obedience
sự vắng mặt *n* absence, miss
sự vây bắt *n* roundup
sự về hưu *n* retirement
sự vi phạm *n* infraction
sự viện cớ *n* allegation
sự vỡ mộng *n* disillusion
sự vội vàng *n* haste
sự vui sướng *n* delight
sự vui thú *n* revel
sự vui vẻ *n* cheer
sự vững chắc *n* firmness
sự vụng về *n* clumsiness
sự vuốt ve *n* caress
sự vứt bỏ *n* disposal
sự xa hoa *n* luxury
sự xác nhận *n* confirmation

S

sự xấc xược *n* impertinence

sự xâm chiếm *n* conquest

sự xâm lăng *n* invasion

sự xâm nhập *n* intrusion

sự xao lãng *n* neglect, negligence

sự xấu hổ *n* shame

sự xấu xí *n* ugliness

sự xây cất *n* construction

sự xê dịch *n* upheaval

sự xem lại *n* revision

sự xem xét *n* review

sự xen vào *n* insertion

sự xếp đặt *n* arrangement

sự xếp hàng *n* alignment

sự xét xử *n* judgment, trial

sự xô đẩy *n* shove

sự xoa bóp *n* massage

sự xoắn *n* twist, wrench

sự xuất bản *n* publication

sự xuất hiện *n* appearance

sự xuất huyết *n* hemorrhage

sự xuất sắc *n* excellence

sự xúc động *n* emotion

sự xúc phạm *n* outrage

sự xúi giục *n* temptation

sự xung đột *n* clash, conflict

sự yên lặng *n* quietness

sự yên tĩnh *n* tranquility

sự yêu mến *n* fondness

sự yếu ớt *n* weakness

sủa *v* bark

sửa chữa *v* repair, revise

sửa đổi *v* amend

sửa lại *v* rectify, redress

sửa sơ qua *v* touch up

sữa *n* milk

sức căng *n* strain

sức khoẻ *n* health

sức mạnh *n* force, strength

súc miệng *v* gargle

sức nặng *n* weight

sức nóng *n* heat

sức sống *n* vitality

súc tích *adj* terse

súc vật *n* beast

súng *n* firearm, gun

sừng bò *n* horn

sùng đạo *adj* religious

sung huyết *adj* congested

sưng lên *v* swell

súng lục *n* pistol, revolver

súng máy *n* machine gun

súng ngắn *n* handgun

sũng nước *adj* watery

súng săn *n* shotgun

sung sướng *adj* happy

súng trường *n* rifle

sung túc *adj* well-to-do

suối nước khoáng *n* spa

sườn *n* flank

sườn đồi *n* hillside

sườn nhà *n* framework

sương *n* dew

sương mù *n* fog, mist, haze

S

suốt *pre* through
suốt chỉ *n* cop
suốt cuộc đời *adj* lifetime
sướt qua *v* graze
sụp đổ *v* collapse
sưu tập *n* collection
sưu tập *v* compile
suy diễn *v* deduce
suy đoán *v* speculate
suy đồi *n* decadence
suy luận *v* infer
suy nghĩ *v* meditate, think
suy sụp *adj* down-to-earth
suy yếu *adj* attenuating

tá (12 cái) *n* dozen
tã lót *n* diaper
tạc đạn *n* bombshell
tác động *n* impact
tác động đến *v* affect
tác giả *n* author
tác phong *n* behavior
tách *n* cup
tách ra *v* detach, split
tách ra *adj* separate
tách riêng ra *v* segregate

S
T

tai *n* ear
tái *adj* pale
tại *pre* at
tài chánh *n* finance
tài chánh *adj* financial
tái chế *v* recycle
tài giỏi *adj* brilliant
tai hại *adj* fatal
tai họa *n* casualty
tai họa *adj* disastrous
tái hôn *v* remarry
tài hùng biện *n* eloquence
tài khéo léo *n* ingenuity
tài liệu *n* document
tài liệu lưu trữ *n* archive
tái mét *adj* livid, lurid
tai nạn *n* accident, wreckage
tài năng *n* talent
tài nguyên *n* resource
tái phát *n* relapse
tài sản *n* asset, property
tái sản xuất *v* reproduce
tại sao *adv* why
tái sinh *n* reproduction
tái tài trợ *v* refinance
tái tạo *v* recreate
tái thiết *v* rebuild
tái tổ chức *v* reorganize
tài trợ *v* fund
tải trọng *n* load
tài tử múa rối *n* juggler
tai ương *n* calamity

tài xế *n* driver

tài xế xe tải *n* trucker

tái xuất *v* reappear

tám *adj* eight

tấm *n* plate, sheets, slab

tạm biệt *n* farewell

tấm lót *n* mat

tâm lý học *n* psychology

tấm màn *n* curtain

tám mươi *adj* eighty

tạm nghỉ *v* halt

tầm nhìn *n* view, eyesight

tầm nhìn xa *n* visibility

tấm nhún *n* springboard

tầm quan trọng *n* importance

tắm rửa *v* bathe

tâm sự *n* confidence

tấm thảm *n* carpet, rug

tâm thần học *n* psychiatry

tấm thẻ *n* card

tạm thời *adj* temporary

tầm thường *adj* trivial

tầm thường hóa *v* trivialize

tâm trạng *n* mood, humor

tầm với *n* reach

tắm vòi sen *n* shower

tăm xỉa răng *n* toothpick

tàn *v* wane

tấn *n* ton

tàn ác *adj* atrocious

tàn bạo *adj* brute

tấn công *v* assail, assault

tản cư *v* evacuate

tàn dư *n* remnant

tàn nhẫn *adj* grim, merciless

tàn phá *v* ravage

tàn sát *v* decimate

tần số *n* frequency

tàn tích *n* remains

tán tỉnh *v* court, flirt

tân trang *v* refurbish

tán tung *adj* complimentary

tận tụy *adj* committed

tan vỡ *v* break up

tăng *v* increase, boost

tầng *n* layer

tảng *n* mass

tặng *v* donate, offer

tâng bốc *v* flatter

tăng cường *v* reinforce, beef up

tảng đá *n* rock

tặng dữ *n* donation

tầng dưới *adv* downstairs

tầng gác mái *n* attic

tăng gấp ba lần *adj* triple

tăng gấp đôi *v* redouble

tăng lữ *n* clergy

tang quyến *n* bereavement

tăng tốc *v* speed up

tăng tốc độ *v* accelerate

tầng trệt *n* ground floor

tánh ích kỷ *n* selfishness

tánh kiêu ngạo *n* arrogance

tánh thô bạo *n* brutality

T

táo bạo *n* audacity

táo bạo *adj* bold, hardy

tạo hóa *n* creature

tao nhã *adj* elegant

tạo ra *v* create

tạo thành *v* constitute

tạo thành vết *v* spot

tạp chí *n* magazine

tập chi phiếu *n* checkbook

tập đoàn công ty *n* corporation

tập họp *v* muster

tập hợp lại *v* cluster

tập quen *v* accustom

tập san *n* bulletin

tập trung *v* concentrate

tắt *v* turn off

tất cả *adj* all, altogether

tắt đèn *v* shut off

tạt vào thăm *v* drop in

tàu chiến *n* warship

tàu chiến nhỏ *n* frigate

tàu điện *n* streetcar, tram

tàu điện ngầm *n* subway

tàu thủy *n* ship

tẩy chay *v* boycott

tay đôi *adj* dual

tẩy não *v* brainwash

tẩy rửa *v* cleanse

tẩy trắng *v* bleach

tẩy uế *v* disinfect

tay vin cầu thang *n* handrail

tẩy xóa *v* raze

tê cóng *adj* numb

tế nhị *adj* exquisite; subtle

tên *n* name

tên đầu sỏ *n* ringleader

tên độc tài *n* tyrant

tên vô lại *n* scoundrel

teo *v* atrophy

thả lỏng *v* unleash

thả ra *v* release

tha thứ *v* forgive

thác nước *n* cascade

thách đố *v* challenge

thách thức *v* defy

thái ấp *n* feud

thải đi *v* scrap

thái độ *n* attitude

thăm *v* visit

tham chiến *adj* belligerent

tham chiếu *v* refer to

thấm đi *v* soak up

thẩm định *n* assessment

thẩm định *v* determine

thăm dò *v* explore, search

tham dự *v* attend

tham gia *v* participate

tham gia cuộc đua *v* race

thảm họa *n* disaster

tham khảo *v* consult

thảm khốc *adj* dire

tham lam *adj* greedy

tham lam vô độ *adj* insatiable

thâm nhập *v* infiltrate, penetrate

tham ô *v* embezzle

thâm sâu *adj* abysmal

thảm thêu *n* tapestry

thảm thiết *adj* pathetic

thẩm tra *v* verify

thám tử *n* detective

thẩm vấn *v* debrief

thấm vào *v* permeate

tham vọng *n* ambition

than *n* charade

thần *n* deity

thân ái *adj* cordial

thân ái *adv* dearly

than chì *n* lead

than đá *n* coal

thần học *n* theology

than khóc *v* greet; mourn

thân mật *adj* hearty

thân mình *n* torso

thần thánh *adj* divine

thần thánh *n* divinity

thần thoại *adj* fabulous

thân thuộc *adj* akin

thân thuộc *n* folks

thân tình *adj* amicable

thận trọng *adj* cautious

thận trọng *v* deliberate

thận trọng *adv* gingerly

thần tượng *n* idol

than vãn *v* lament

than xỉ *n* cinder

thân yêu *adj* dear

thang *n* ladder

tháng *n* month

thẳng *adv* right

thẳng *adj* straight

tháng Ba *n* March

tháng Bảy *n* July

tháng Chín *n* September

thặng dư *adj* excessive

thặng dư *n* surplus

thang đứng *n* stepladder

tháng Giêng *n* January

tháng Hai *n* February

thang máy *n* elevator

tháng Mười *n* October

tháng Mười Hai *n* December

tháng Mười Một *n* November

tháng Năm *n* May

thằng ngốc *n* idiot

tháng Sáu *n* June

tháng Tám *n* August

thẳng thắn *adv* frankly

thẳng thừng *adj* plump

tháng Tư *n* April

thánh *n* saint

thánh ca *n* chant

thanh đạm *adj* frugal

thanh đạm *adv* sparingly

thánh giá *n* cross

thanh kiếm *n* sword

thành kiến *n* prejudice

thánh kinh *n* bible

thành kính *adj* devout

T

thành lập *v* establish
thanh lịch *adj* gracious
thanh nẹp *n* splint
thành niên *n* grown-up
thành phần *n* component
thành phố *n* city, town
thanh quản *n* larynx
thành thạo *adj* proficient
thành thật *adj* sincere
thanh thiếu niên *n* teenager
thảnh thơi *adj* carefree
thanh toán *v* defray
thanh toán trọn *v* pay off
thanh tra *n* inspector
thanh trừng *v* purge
thành tựu *n* achievement
tháo *v* unmask
tháo gỡ *v* dismantle
thảo luận *v* debate
thảo mộc *n* botany, herb
tháo nước ra *v* drain
tháo nút *v* unplug
tháo ra *v* deplete, unwind
tháp *n* tower
thắp *v* light
thập ác *n* crucifix
thấp bé *adj* low
tháp chuông *n* belfry
thập niên *n* decade
tháp súng *n* turret
thập tự chinh *n* crusade
thất bại *v* fall down

thắt chặt *v* tighten
thất nghiệp *adj* unemployed
thật thà *adj* candid, honest
thật vậy *adv* indeed
thất vọng *adj* disappointing
thấu kính *n* lense
thấy *v* see
thay cho *n* in lieu of
thay đổi *v* change, vary
thay đổi *adj* variable
thầy dòng *n* friar
thầy giáo *n* teacher
thầy phù thủy *n* sorcerer
thay thế *v* replace
thầy tu *n* monk
thay vì *adv* instead
thề *v* swear
thế bí *n* stalemate
thể chế *n* institution
thế giới *n* world
thẻ hành lý *n* tag
thế hệ *n* generation
thế kỷ *n* century
thế nằm *n* lie
thể thao *n* sport
thể thức *n* formality
thế tục *adj* profane
thế vận hội *n* olympics
thêm *v* complete
thêm *adv* extra
thèm muốn *v* covet
thêm vào *v* add

T

theo *pre* according to
theo *v* follow
theo dõi *v* monitor
theo đuổi *v* pursue, chase
theo hướng *pre* towards
theo kịp *v* keep up
theo nghĩa đen *adv* literally
theo tập tục *adj* conventional
theo thời vụ *adj* seasonal
theo vết *v* track
thép *n* steel
thêu *v* embroider
thi đấu *n* contest
thị giác *n* sight
thì giờ rãnh rỗi *n* leisure
thi hành *v* execute, implement
thị nữ *n* maid
thi sĩ *n* poet
thì thầm *v* whisper
thị tộc *n* clan
thị trưởng *n* mayor
thích *v* like
thích đùa nghịch *adj* playful
thích giao du *adj* sociable
thích hơn *v* prefer
thích hợp *adj* adequate
thích nghi *v* accommodate
thích nghi *n* adaptation
thích thể thao *adj* sporty
thích trở thành *adj* would-be
thích ứng *v* adapt
thích ứng với *v* conform

thiếc *n* tin
thiển cận *adj* shortsighted
thiện chí *n* goodwill
thiên đàng *n* heaven
thiên hướng *n* propensity
thiên nga *n* swan
thiên nhiên *n* nature
thiên niên kỷ *n* millennium
thiên tài *n* genius
thiên thần *n* angel
thiên thu *adj* timeless
thiên về *v* incline
thiên về *adj* prone
thiêng liêng *adj* sacred
thiêng liêng *n* holiness
thiết bị *n* outfit, device
thiết lập *v* install, open up
thiết yếu *adj* essential
thiếu *adj* destitute
thiếu *v* lack
thiếu kiên nhẫn *adj* impatient
thiếu nợ *adj* due
thiếu số *n* minority
thiếu tá *n* major
thiếu thốn *adj* deficient, scarce
thiếu tôn kính *adj* disrespectful
thiêu xác *v* cremate
thiích hợp *adj* appropriate
thỉnh cầu *v* recourse
thính giả *n* listener
thính giác *n* hearing
thính phòng *n* auditorium

T

thỉnh thoảng *adv* occasionally
thịt *n* flesh, meat
thịt băm *n* hamburger
thịt bê *n* veal
thịt bò *n* beef
thịt heo *n* pork
thit heo hun khói *n* bacon
thịt hươu *n* venison
thịt lưng *n* loin
thịt nướng *n* barbecue
thịt thăn bỏ *n* sirloin
thịt viên *n* meatball
thô *adj* gross, harsh, rude
thơ *n* poetry, verse
thở *v* breathe
thợ bạc *n* silversmith
thô bạo *adj* brutal
thơ ca trữ tình *n* lyrics
thở dài *v* sigh
thợ điện *n* electrician
thợ hàn *n* plumber, welder
thợ hớt tóc *n* barber
thở khò khè *v* wheeze
thợ làm bánh *n* baker
thợ làm tóc *n* hairdresser
thợ lặn *n* plunge
thô lỗ *adj* coarse, crude
thổ lộ tâm tình *v* confide
thợ mài dao kéo *n* sharpener
thợ may *n* tailor
thợ mỏ *n* miner
thợ nề *n* bricklayer, mason

thổ ngữ *n* dialect
thổ ra *v* throw up
thợ rèn *n* smith
thỏ rừng *n* hare
thợ săn *n* hunter
thợ sửa đồng hồ *n* watchmaker
thợ sửa khóa *n* locksmith
thờ thẫn *adj* drowsy
thô thiển *adv* grossly
thợ thủ công *n* craftsman, artisan
thoái hóa *v* degenerate
thoái hóa *adj* degenerate
thoái lui *v* back down
thoải mái *adj* cozy
thoát ra *v* escape
thọc lét *v* tickle
thỏi *n* bar
thổi *v* blow
thời cực thịnh *n* heyday
thời đại *n* era
thổi đi *v* blow out
thói đỏng đảnh *n* whim
thời gian *n* time
thời khóa biểu *n* timetable
thời kỳ *n* period
thời kỳ mãn kinh *n* menopause
thôi miên *v* hypnotize
thối nát *v* corrupt
thời niên thiếu *n* adolescence, boyhood
thổi phồng *v* inflate

T

thói quan liêu *n* red tape
thói quen *n* habit
thối rửa *adj* putrid
thối rửa *v* rot
thổi tắt *v* put out
thời thơ ấu *n* childhood
thời tiền sử *adj* prehistoric
thời tiết *n* weather
thời trang *n* fad, fashion
thỏi vàng *n* ingot
thói xấu *n* vice, flaw
thơm *adj* aromatic
thơm ngon *adj* tasty
thơm nức *adj* fragrant
thon *n* sleigh
thôn *n* hamlet
thông báo *v* inform, notify
thống chế *n* marshal
thông dịch viên *n* interpreter
thông điệp *n* message
thống đốc *n* governor
thông gió *v* ventilate
thông lệ *n* routine
thông minh *adj* intelligent, smart
thông số *n* parameters
thông thạo *adv* fluently
thông thường *adj* common, usual
thông thường *adv* ordinarily
thông tin *n* information
thư *n* epistle, letter
thứ *adj* sixth

thứ *n* thing
thử *v* try
thứ ba *adj* third
thứ Bảy *n* Saturday
thứ bảy *adj* seventh
thứ chín *adj* ninth
thư chuyển tiền *n* remittance
thủ đắc *n* acquisition
thú đi lạc *adj* stray
thủ đô *n* capital
thủ đoạn *n* guile, ploy
thụ động *adj* passive
thư giãn *adj* relaxing
thu góp *v* amass
thứ hai mươi *adj* twentieth
thứ Hai *n* Monday
thù hận *adj* hateful
thu hồ *v* revoke
thu hoạch *v* harvest
thu hồi *v* recuperate
thu hút *v* absorb
thu hút *adj* riveting
thư ký *n* secretary, clerk
thu lại *v* regain
thu lợi *v* gain
thứ lỗi *v* excuse
thu mình lại *v* downsize
thứ một trăm *adj* hundredth
thư mục học *n* bibliography
thứ mười *n* tenth
thứ mười chín *adj* nineteen
thứ mười hai *adj* twelfth

T

thứ mười một *adj* eleventh
thứ năm *adj* fifth
thứ Năm *n* Thursday
thù nghịch *adj* hostile
thử nghiệm *n* test
thú nhận *v* profess
thu nhỏ *v* minimize
thu nhỏ lại *v* belittle
thủ phạm *n* culprit
thu phục *v* conciliate
thủ quỹ *n* cashier
thứ Sáu *n* Friday
thứ tám *adj* eighth
thụ thai *adj* pregnant
thư thông báo *n* notice
thú tiêu khiển *n* hobby
thú tính *n* bestiality
thụ tinh *v* fertilize
thú tội *v* confess
thư từ *n* mail
thứ tư *adj* fourth
thứ Tư *n* Wednesday
thú vật *n* animal
thú vị *adj* enjoyable
thư viện *n* library
thửa đất *n* premises
thừa hưởng *v* inherit
thừa kế *v* succeed
thừa nhận *v* admit, recognize
thừa thãi *adj* redundant, superfluous
thưa thớt *adv* thinly

thuần hóa *v* domesticate
thuần hóa *adj* tame
thuận lợi *adj* auspicious, favorable
thuận tiện *adj* convenient
thuật ngữ *n* term
thuật lại *v* tell
thuật sĩ *n* magician
thực *adj* real, truthful
thức ăn *n* food
thức ăn còn thừa *n* leftovers
thực chất *adj* intrinsic
thúc đẩy *v* motivate, quicken
thức dậy *v* wake up, awake
thực đơn *n* menu
thúc dục *v* goad
thực dụng *adj* practical
thúc giục *v* hurry, urge
thực hành *v* practise
thực hiên *v* officiate
thực hiện *v* realize, carry out, fulfill
thực phẩm *n* foodstuff
thực quản *n* esophagus
thực sự *adj* actual
thực sự *adv* actually, quite
thực tập viên *n* trainee
thực tế *adv* really
thực tế *adj* substantial
thức uống *n* drink
thuế *n* tax
thuế chợ *n* toll**

thuê mướn *v* rent
thùng *n* tank, tub
thùng chứa *n* container
thùng đựng rượu *n* bin; butt
thung lũng *n* valley
thùng rác *n* trash can
thùng rượu *n* barrel
thùng thư *n* mailbox
thuốc *n* medicine, drug
thuốc an thần *n* sedation
thuộc Anh *adj* British
thước Anh *n* yard
thuộc Anh giáo *adj* Anglican
thuốc aspirin *n* aspirin
thuốc bổ *n* tonic
thuộc cấp thấp *adj* lowly
thuốc chống nắng *n* sunblock
thuốc chữa *n* remedy
thuộc đàn ông *adj* virile
thuộc đạo Cơ đốc *adj* catholic
thuộc địa *n* colony
thuộc địa cực *adj* polar
thuốc diệt trùng *n* pesticide
thuộc đô thị *adj* urban
thuốc độc *n* poison
thuốc giải độc *n* antidote
thuốc giảm đau *n* painkiller
thước kẻ *n* ruler
thuốc kháng sinh *n* antibiotic
thuốc lá *n* tobacco
thuốc lá Ha sít *n* hashish
thước lấy mực *n* level

thuộc mặt trời *adj* solar
thuốc mê *n* narcotic
thuộc não bộ *adj* cerebral
thuộc nhiệt đới *n* tropic
thuộc nhiệt đới *adj* tropical
thuốc nhuộm *n* dye
thuốc nổ *n* dynamite
thuộc nơi sinh *adj* native
thuộc phía bắc *adj* northern
thuốc rửa *n* lotion
thuốc súng *n* gunpowder
thuốc tẩy *n* cleanser
thuộc thẩm mỹ *adj* aesthetic
thuộc thần kinh *adj* nervous
thuộc thể xác *adj* bodily
thuộc trung tâm *adj* central
thước tỷ lệ *n* scale
thuộc về *v* belong to
thuộc về đất *adj* terrestrial
thuộc về điền kinh *adj* athletic
thuộc về khí hậu *adj* climatic
thuộc về Ả rập *adj* Arabic
thuộc về Bắc cực *adj* arctic
thuộc về bờ biển *adj* seaside
thuộc về cá *adj* fishy
thuộc về cảm xúc *adj* emotional
thuộc về cơn sốt *adj* feverish
thuộc về công dân *adj* civic
thuộc về dạ dày *adj* gastric
thuộc về đại lục *adj* continental
thuộc về đám cưới *adj* bridal
thuộc về đạo đức *adj* ethical

T

thuộc về đạo Hồi *adj* Islamic
thuộc về đế quốc *adj* imperial
thuộc về dị giáo *adj* heretic
thuộc về điện *adj* electric
thuộc về điện tử *adj* electronic
thuộc về gia đình *adj* domestic
thuộc về giáo dục *adj* educational
thuộc về giáo xứ *adj* parochial
thuộc về hàng hải *adj* marine
thuộc về hàng rào *n* fencing
thuộc về hóa học *adj* chemical
thuộc về Hòa lan *adj* Dutch
thuộc về Hồi giáo *adj* Muslim
thuộc về hôn nhân *adj* marital
thuộc về kim loại *adj* metallic
thuộc về kinh tế *adj* economical
thuộc về kỹ thuật *adj* technical
thuộc về liên bang *adj* federal
thuộc về ma thuật *adj* magical
thuộc về mẹ *adj* maternal
thuộc về Mễ tây cơ *adj* Mexican
thuộc về mét *adj* metric
thuộc về ngày lễ *adj* festive
thuộc về nguồn gốc *adj* genetic
thuộc về nguyên tử *adj* atomic
thuộc về phá sản *adj* bankrupt
thuộc về Phần lan *adj* Finnish
thuộc về phản ứng *adj* reflexive
thuộc về phụ nữ *adj* feminine
thuộc về quốc gia *adj* national
thuộc về quý tộc *adj* aristocrat

thuộc về răng *adj* dental
thuộc về số mệnh *adj* weird
thuộc về sự sống *adj* vital
thuộc về sữa *adj* milky
thuộc về súc vật *adj* bestial
thuộc về tâm linh *adj* psychic
thuộc về tâm thần *adv* mentally
thuộc về tâm thần *adj* mental
thuộc về thân thể *adj* corporal
thuộc về thánh kinh *adj* biblical
thuộc về thị giác *adj* visual
thuộc về thiên thần *adj* angelic
thuộc về thực dân *adj* colonial
thuộc về thuốc *adj* medicinal
thuộc về Thụy Sĩ *adj* Swiss
thuộc về tinh thần *adj* spiritual
thuộc về trái cây *adj* fruity
thuộc về trẻ con *adj* childish
thuộc về tu viện *adj* monastic
thuộc về ung thư *adj* cancerous
thuộc vũ trụ *adj* celestial
thuộc xác thịt *adj* carnal
thường *adj* frequent; vulgar
thưởng *v* award, reward
thưởng *n* bonus
thượng đỉnh *n* summit
thường hay *adj* used to
thường lệ *adj* habitual
thương lượng *v* negotiate
thương mãi *n* commerce
thương mại *n* trade
thượng nghị sĩ *n* senator

thương nhân *n* trader
thường thường *adv* often
thương tiếc *v* regret
thường trực *adj* permanent
thượng viện *n* senate
thủy ngân *n* mercury
thủy thủ *n* sailor
thủy tinh *n* glass
thủy triều *n* tide
thuyền buồm *n* sailboat
thuyền đánh lưới *n* drifter
thuyết *n* theory
thuyết giảng *v* preach
thuyết phục *v* convince
thuyết vô thần *n* atheism
tỉ mỉ *adj* meticulous
tia *n* ray
tia *v* prune
tia chớp *n* lightning
tia laze *n* laser
tia lửa *n* spark
tia lửa lấp lánh *v* sparkle
tia sáng le lói *n* glimmer
tia sáng yếu ớt *n* gleam
tia X *n* X-ray
tia *n* beam
tích lũy *v* accumulate
tích sản *n* assets
tịch thu *v* confiscate
tích trữ *v* stock, store
tích tụ *v* agglomerate
tiệm bán giày *n* shoestore

tiệm bán sách *n* bookstore
tiệm giặt ủi *n* laundry
tiềm tàng *adj* potential
tiệm tạp hoá *n* groceries
tiệm tạp hóa *n* bazaar
tiệm thuốc tây *n* drugstore
tiệm vàng *n* jewelry store
tiền bạc *n* money
tiền bảo chứng *n* bail
tiến bộ *n* progress
tiền bồi thường *n* indemnity
tiền đặt trước *n* down payment
tiên đề *n* axiom, premise
tiền gởi ngân hàng *n* deposit
tiến hành *v* carry on, go ahead
tiền kiếm được *n* earnings
tiền lệ *n* precedent
tiến lên *v* move forward
tiên liệu *v* anticipate
tiên liệu *n* anticipation
tiền lương *n* pay, wage
tiền mặt *n* cash
tiện nghi *n* amenities, comfort
tiền phạt *n* fine, penalty
tiền sảnh *n* lobby
tiền tệ *n* currency
tiền tiết kiệm *n* savings
tiến tới trước *v* advance
tiền trả định kỳ *n* installment
tiến triển *v* evolve
tiến triển *n* progress
tiền trợ cấp *n* grant

T

tiến về *v* head for

tiền xe *n* fare

tiếng Anh *adj* English

tiếng Bồ Đào Nha *adj* Portuguese

tiếng cười *n* laughter, laugh

tiếng đánh bốp *n* smack

tiếng động *n* noise, uproar

tiếng động ầm ầm *n* rumble

tiếng gầm *n* boom

tiếng gào *n* howl

tiếng gõ *n* slap

tiếng hét lanh lảnh *n* shriek

tiếng huýt sáo *n* whistle

tiếng kẽo kẹt *n* creak

tiếng kêu *n* cry

tiếng kêu chít chít *n* peep

tiếng kêu ken két *n* squeak

tiếng kêu la *n* yell

tiếng kêu thét *n* scream

tiếng kêu vù vù *n* buzz

tiếng la hét *n* roar, shout

tiếng la ó phản đối *n* anvil

tiếng lầm bầm *n* groan

tiếng Na Uy *adj* Norwegian

tiếng ngáy *n* snore

tiếng ngỗng kêu *n* honk

tiếng nói *n* speech

tiếng Pháp *adj* French

tiếng rên *n* moan

tiếng rên rỉ *n* wail

tiếng róc rách *n* ripple

tiếng rơi tỏm *n* flop

tiếng sét *n* thunderbolt

tiếng sủa *n* bark

tiếng Tây Ban Nha *n* Spanish

tiếng than vãn *n* whine

tiếng thét lanh lảnh *n* screech

tiếng thì thầm *n* whisper

tiếng thở dài *n* sigh

tiếng thổn thức *n* sob

tiếng vọng *n* echo

tiếp đầu ngữ *n* prefix

tiếp giáp *v* border on

tiếp liệu *n* supplies

tiếp nhận *v* adopt

tiếp sau *adj* next

tiếp thêm *v* refuel

tiếp theo *adj* subsequent

tiếp tục *v* continue, go on

tiếp tục giữ *v* keep on

tiếp xúc *n* contact

tiết diện *n* section

tiết kiệm *v* economize

tiết kiệm *adj* thrifty

tiết lộ *v* disclose, reveal

tiệt trùng *v* sterilize

tiêu *n* bell pepper

tiêu chảy *n* diarrhea

tiêu chuẩn *n* standard

tiêu chuẩn hóa *v* standardize

tiêu cực *adj* negative

tiểu đề *n* subtitle

tiêu điểm *n* focus

tiêu diệt *v* slay
tiểu đoàn *n* battalion
tiêu dùng *v* expel
tiêu hóa *v* assimilate
tiêu hóa *adj* digestive
tiểu sử *n* biography
tiểu sử sơ lược *n* profile
tiêu thụ *v* consume
tiểu thuyết *n* novel
tiểu thuyết gia *n* novelist
tiểu tiện *v* urinate
tiểu tư sản *adj* bourgeois
tiêu xài hoang phí *v* lavish
tìm hiểu *v* fathom out
tìm kiếm *v* look for, seek
tim mạch *adj* cardiac
tìm ra *v* work out
tìm thấy *v* find, find out
tin cậy *v* trust
tín điều *n* creed
tin đồn *n* hearsay
tín hiệu *n* signal
tin tức *n* news
tin tưởng *v* believe
tin vào *v* rely on
tỉnh *n* province
tình anh em *n* fraternity
tình bạn *n* fellowship
tình bạn bè *n* companionship
tinh bột *n* starch
tình cảm *n* sentiment
tình cảnh khó khăn *n* predicament

tính cáu gắt *n* bile
tính cáu kỉnh *adj* grouchy
tính chất đàn ông *n* virility
tính chất phá hoại *n* vandalism
tình cờ *adj* accidental, odd
tình cờ gặp *v* come across
tính cộng *n* addition
tính đa dạng *n* diversity
tính dễ bảo *n* docility
tinh dịch *n* sperm
tính giáo điều *adj* dogmatic
tính hà tiện *n* avarice
tính hào phóng *n* bounty
tính hèn hạ *n* meanness
tính hèn nhát *n* cowardice
tính hiếu kỳ *n* curiosity
tính hoà nhã *n* gentleness
tính hung dữ *n* ferocity
tình huống *n* situation
tính ích kỷ *n* egoism
tính khí *n* temper; mentality
tính khiêm tốn *n* modesty
tinh khiết *adj* immaculate
tinh khiết *n* pore
tính kiêu căng *n* vanity
tĩnh lặng *adj* serene
tính liêm chính *n* integrity
tĩnh mạch *n* vein
tình mẫu tử *n* motherhood
tính ngay thật *n* frankness
tính nghiêm khắc *adj* severe
tỉnh ngủ *adj* awake

tình nguyện viên *n* volunteer
tính nhân từ *n* leniency
tính nhạo báng *n* cynicism
tính ổn định *n* stability
tính ôn hòa *n* moderation
tinh ranh *adj* astute
tính sáng tạo *n* creativity
tính sinh động *n* animation
tính táo bạo *n* boldness
tính tham lam *n* greed
tinh thần *n* mind, moral, spirit
tính thành thật *n* sincerity
tính thật thà *n* candor
tính thiêng liêng *n* sanctity
tính thờ ơ *n* apathy
tính thô tục *n* vulgarity
tính tiền *v* charge
tính tiết kiệm *n* frugality
tính tình *n* character
tính toán *v* calculate
tính toán sai *v* miscalculate
tính toán thì giờ *v* time
tình trạng *n* state
tình trạng cổ xưa *n* antiquity
tình trạng độc thân *n* celibacy
tình trạng hỗn loạn *n* chaos
tình trạng hư nát *n* disrepair
tình trạng lộn xộn *n* mess
tình trạng man rợ *n* barbarism
tình trạng mất trí *n* insanity, lunacy
tình trạng nô lệ *n* slavery

tình trạng phá sản *n* bankruptcy
tình trạng sai sót *n* lapse
tình trạng tê cóng *n* numbness
tình trạng tươi *n* freshness
tính trước *v* premeditate
tính từ *n* adjective
tính tự cao *n* pomposity
tính tự động *n* spontaneity
tính từ thiện *n* charity
tính ưu việt *n* superiority
tình yêu *n* love
tổ chức *n* organization
tổ chức *v* organize
tô điểm *v* adorn
tố giác *v* denounce
tổ hợp *n* combination
to lớn *adj* huge, massive
tơ lụa *n* silk
tô màu *v* color
tổ ong *n* beehive, hive
tổ tiên *n* ancestor
tờ truyền đơn *n* leaflet
tổ *n* nest
tòa án *n* tribunal
tỏa ánh sáng *adj* luminous
tòa đại sứ *n* embassy
tọa lạc *adj* situated
tòa lãnh sự *n* consulate
toà nhà *n* building
tòa thị chính *n* city hall
toa thuốc *n* prescription
toàn bộ *n* totality

toàn bộ *adj* whole
toàn cảnh *n* prospect
toàn cầu *adj* worldwide
toán nhân *n* multiplication
toàn thể *adv* overall
toán *n* math
toát mồ hôi *v* perspire
tốc độ *n* speed
tóc giả *n* hairpiece
tốc ký *n* shorthand
tóc mai *n* whiskers
tộc trưởng *n* patriarch
tóc *n* hair
tội ác *n* crime
tối cao *adj* sovereign
tối đa *adj* maximum
tối đen *adj* pitch-black
tội diệt chủng *n* genocide
tội giết người *n* murder
tối hậu thư *n* ultimatum
tối lờ mờ *adj* dim
tội lỗi *n* sin
tội lỗi *adj* wicked
tối mờ mờ *adj* gloomy
tối nay *adv* tonight
tội ngộ sát *n* manslaughter
tội ngoại tình *n* adultery
tối tăm *adj* dark, obscure
tối thiểu *n* minimum
tối thượng *adj* supreme
tới trước *pre* ahead
tôi *pro* I

tôm hùm *n* lobster
tóm tắt *v* summarize
tóm tắt lại *v* boil down
tôn giáo *n* religion
tôn kính *v* venerate
tồn tại *v* abide by, subsist
tồn tại lâu hơn *v* outlast
tôn trọng *n* respect
tôn vinh *v* dignify
tổng cộng *v* sum up
tổng cộng *adj* total
tống đạt trát tòa *v* subpoena
tông đồ *n* apostle
tống giam *v* incarcerate
tổng giám mục *n* archbishop
tổng hành dinh *n* headquarters
tông môn *n* ancestry
tống ra *v* eject
Tổng Thống *n* President
tống tiền *v* blackmail
tổng trưởng *n* minister
tống xuất *v* expel
tốt *adj* fine, good, nice
tột cùng *adj* extreme
tốt hơn *adj* better
tốt nghiệp *v* graduate
tốt nhất *adj* best
trà *n* tea
trả đũa *v* retaliate
trả lại *v* give back
trả lời *v* answer, reply
trả thù *v* avenge, revenge

T

trả thù lao *v* gratify
trả tiền *v* pay
trả tiền thù lao *v* remunerate
trả xong *v* acquit
trắc ẩn *n* pity
trách nhiệm *n* responsibility
trai *n* oyster, shellfish
trái anh đào *n* cherry
trái bí ngô *n* pumpkin
trái bom *n* bomb
trái bưởi *n* grapefruit
trái cam *n* orange
trái cây *n* fruit
trái chanh *n* lemon
trái đào *n* peach
trái đất *n* earth
trái đấu *n* acorn
trái dâu tây *n* strawberry
trái dừa *n* coconut
trái hạch *n* nut
trái hạnh *n* almond
trái khí cầu *n* balloon
trái lại *adj* contrary
trái lê *n* pear
trải lên *v* lay
trại lính *n* barracks
trái lựu *n* pomegranate
trái mâm xôi *n* blackberry
trái mận *n* plum, prune
trái mơ *n* apricot
trái nho *n* grape
trái ô liu *n* olive

trái phép *adj* illicit
trái phỉ *n* hazelnut
trải qua *v* go through; last; spend
trái quất *n* lime
trái táo *n* apple
trái thận *n* kidney
trái thơm *n* pineapple
trái tim *n* heart
trái vả *n* fig
trái với đạo đức *adj* immoral
trăm *adj* hundred
trầm ngâm *adj* thoughtful
trầm trọng *adv* badly
trán *n* forehead, front
trận chiến *n* combat, fight
trận đánh *n* battle
trận đấu bò *n* bull fight
trận động đất *n* quake
trấn lột *n* mugging
trận lụt lớn *n* deluge
trận mưa đá *n* hail
tràn ngập *v* inundate
trần nhà *n* ceiling
tràn qua *v* overrun
trần trụi *adj* bare
trần trụi *adv* barely
trần truồng *adj* nude, naked
tràn vào phá hoại *adj* infested
trang bị *v* equip
trang điểm *v* make up
trang hoàng *v* decorate
tráng lệ *adj* superb

T

trang mạng *n* web site	**trên** *pre* on
trang nghiêm *adj* solemn	**trên** *adj* upper
trang phục *n* clothing	**trên bờ** *adv* ashore
trang sách *n* page	**trên phố** *n* downtown
trạng thái *n* status	**trên tàu** *adv* aboard
trạng thái bị mê *n* ecstasy	**trên trời** *adj* heavenly
trạng thái hôn mê *n* trance	**treo** *v* hang, suspend
trạng thái yên tĩnh *n* lull	**trèo lên** *v* go up, move up
trang thiết bị *n* appliance	**trêu đùa** *v* tease
trang trọng *adv* gravely	**trị giá** *v* cost
tranh *n* picture	**trì hoãn** *v* defer, delay
tránh *v* avoid	**trí nhớ** *n* memory
tranh cãi *v* argue, dispute	**tri thức** *n* knowledge
tranh cãi *n* dispute	**trí tuệ** *n* wit
tranh giành *v* contend	**trích đoạn** *n* excerpt
tranh hoạt hoạ *n* cartoon	**triển khai** *v* deploy
tránh trách nhiệm *v* shirk	**triệt** *v* exterminate
tránh vì sợ *v* chicken out	**triết gia** *n* philosopher
trao đổi *v* exchange, swap	**triết học** *n* philosophy
trao đổi lẫn nhau *v* interchange	**triệu** *n* million
trào phúng *n* satire	**triệu chứng** *n* symptom
trật đường rầy *v* derail	**triều đại** *n* dynasty, reign
trát tòa *n* subpoena	**triều đại** *v* reign
trật tự *n* order	**triệu phú** *adj* millionaire
trát vữa *v* plaster	**triệu tập** *v* convene
trễ *adv* late	**trình** *v* hand in
trẻ *adj* young, youthful	**trình bày ngắn gọn** *v* brief
trẻ con *n* child, children	**trình bày trang in** *n* lay-out
trẻ con *adj* puerile	**trinh nữ** *n* virgin
trễ hơn *adv* later	**trình tự** *n* proceedings
trẻ mồ côi *n* orphan	**trìu mến** *adj* affectionate
trẻ sơ sinh *n* baby	**tro** *n* ash

trợ cấp *v* subsidize
trò chơi *n* game
trò chơi *v* play
trò chơi bi-da *n* billiards
trò chơi chắp chữ *n* charade
trò chơi ô chữ *n* crossword
trò chơi xỏ *n* hoax
trò chuyện *v* talk
trò cười *n* laughing stock
trò đùa ác ý *n* prank
trợ giúp *v* assist
trò hề *n* farce
trổ hoa *v* blossom
trở lại *v* come back
trở lại như trước *v* revert
trở lên *adv* onwards
trở lui *adv* back
trở nên *v* become
trở nên chai lì *adj* callous
trở ngại *n* drawback, impediment
tro than *n* embers
trò tiêu khiển *n* pastime
trơ tráo *adj* cheeky
trơ trẽn *adj* shameless
trở về *v* get back, return
trò vui đùa *n* fun
trôi giạt *v* drift
trôi giạt ra *v* drift apart
trời mưa *v* rain
trôi nổi *v* float
trôi qua *v* elapse
trơn *adj* greasy, slippery; plain

trốn khỏi *v* break away
trộn lẫn *v* mingle
trốn thoát *v* break free
trọn vẹn *adj* entire
trong *pre* within
trồng *v* plant, transplant
trong bóng râm *adj* shady
trông cậy vào *v* reckon on
trong chốc lát *adv* momentarily
trong khi *c* as, while
trong khi *pre* during
trong khi chờ đợi *adv* meanwhile
trong khi đó *adv* meantime
trong khi mà *c* whereas
trọng lực *n* gravity
trong nhà *adv* indoor
trông nom *v* care for
trống rỗng *adj* empty, hollow
trong sạch *adj* pure
trong số *pre* among
trong suốt *adj* transparent
trọng tài *n* referee
trong thâm tâm *adv* inwards
trong trắng *adj* chaste
trồng trọt được *adj* arable
trông xuống *v* overlook
trừ *adj* minus
trừ khi *c* unless
trụ sở tòa án *n* courthouse
trừ tiệt *v* eradicate
trụ cột *n* pillar
trục *n* axis**

T

trục bánh xe *n* hub
trực đêm *n* vigil
trực giác *n* intuition
trực thăng *n* helicopter
trực tiếp *adj* direct
trực tràng *n* rectum
trục xe *n* axle
trục xuất *v* deport
trùm tư bản *n* tycoon
trứng *n* egg
trưng bày *v* display, exhibit, set out
trung bình *adj* mean, medium
trung đoàn *n* regiment
trung đội *n* platoon
trùng hợp *adj* coincidental
trung lập *adj* neutral
trùng lặp *v* overlap
trung lập hóa *v* neutralize
trừng phạt *v* chastise
trung sĩ *n* sergeant
trung tâm *n* center
trung tâm mua sắm *n* mall
trung thành *adj* faithful, loyal
trứng tráng *n* omelette
trung úy *n* lieutenant
trước *pre* before
trước *adv* beforehand
trước *adj* former, previous
trước đây *adv* previously
trước đây là *adv* formerly
trước khi *adv* before

trước mặt *adj* opposite
trước nhất *adv* chiefly
trườn *v* creep; scramble
trường cao đẳng *n* college
trưởng cơ quan *n* chief
trường dòng *n* seminary
trường học *n* school
trường hợp *n* case
trương mục *n* account
trượt *v* slip, glide
trượt băng *v* skate
trút hết ra *v* empty
trừu tượng *adj* abstract
truy lùng *v* quest
truy tố *v* indict
truyền *v* transmit
truyền bá *v* propagate
truyện cổ tích *n* legend
truyền dẫn ý tưởng *v* instil
truyền đạt *v* communicate
truyền đi *v* dispatch
truyện ngụ ngôn *n* parable
truyền nhiễm *adj* contagious
truyền thông *n* communication
từ *pre* from
từ *n* word
tủ ăn *n* cupboard
tư bản hoá *v* capitalize
từ bỏ *v* renounce, resign, waive
tư cách hội viên *n* membership
tư cách làm cha *n* paternity
tu chính án *n* amendment

T

từ chối *v* refuse, deny

tự cô / bà ấy *pro* herself

tủ có nhiều ngăn *n* cabinet

tử cung *n* uterus, womb

tủ đá *n* freezer

tự điển *n* dictionary

tự do *adj* free

tự do *n* liberty, freedom

từ độ ấy *adv* since then

tự động *adj* automatic

từ đồng nghĩa *n* synonym

từ học *n* magnetism

tụ họp lại *v* gather

từ khi *c* since

tụ lại *v* crowd

tủ lạnh *n* icebox

tự lợi *n* self-interest

từ ngôi vị *v* abdicate

tù nhân *n* captive, prisoner

tự nhiên *adj* casual, natural

tự phát *adj* spontaneous

tự phụ *adj* cocky

tủ quần áo *n* wardrobe

tủ sách *n* bookcase

tu sĩ *n* priest

tụ tập *v* mob

tử tế *adj* amiable, kind

tư thế *n* pose

từ thiện *adj* charitable

tự trị *adj* autonomous

tự trọng *n* self-respect

từ trong ra ngoài *adv* inside out

tù túng *adj* cramped

tu viện *n* abbey, cloister

tu viện trưởng *n* abbot

từ vựng *n* glossary, vocabulary

từ xa *adv* afar

tua bin *n* turbine

tựa đề *n* title

tua khăn *n* fringe

tuần lễ *n* week

tuân theo *v* comply

tuần tiễu *n* patrol

tuần tra *v* cruise

tuần trăng mật *n* honeymoon

túc cầu *n* football

tức giận *adj* angry

tục lệ *n* custom

túi *n* pocket, sack

túi đeo lưng *n* backpack

túi mật *n* gall bladder

túi xách *n* handbag

túm lấy *v* grab

từng bước *adv* step-by-step

từng cái *adv* piecemeal

từng chút một *adv* little by little

từng phần *adj* partial

túng thiếu *adj* deprived

tước đoạt *v* deprive

tuổi *n* age

tươi *adj* fresh

tưới *v* irrigate

tưới cây *v* water

tuổi dậy thì *n* puberty

T

tuổi già *n* old age
tuổi trẻ *n* youth
tuôn ra *v* run out
tượng bán thân *n* bust
tương đắc *adj* congenial
tương đối *adj* relative
tương đương *adj* equivalent
tương hợp *v* match
tương lai *n* future
tương nhượng *v* compromise
tương thích *adj* compatible
tương tự *n* analogy
tương tự *adj* similar
tưởng tượng *v* imagine
tương ứng *adj* corresponding
túp lều *n* hut
tụt hậu *v* drop, fall behind
tụy *n* pancreas
tùy chọn *adj* optional
tuy nhiên *c* nevertheless
tuy nhiên *adv* nonetheless
tùy thuộc *v* depend
tuy vậy *c* however
tủy xương *n* bone marrow
tuyên án *v* convict, sentence
tuyên bố *v* declare, state
tuyển dụng *v* employ
tuyên dương *v* glorify
tuyến giáp *n* thyroid
tuyển mộ *v* recruit
tuyên ngôn *n* declaration
tuyển quân *v* enlist

tuyến tiền liệt *n* prostate
tuyết *n* snow
tuyệt chủng *adj* extinct
tuyệt đối *adj* absolute
tuyết lở *n* avalanche
tuyết rơi *v* snow
tỷ giảo *adj* comparative
tỷ lệ *n* proportion
tỷ lệ phần trăm *n* percentage
tỷ phú *n* billionaire
tỷ số *n* ratio

u ám *adj* murky
ự đánh đập *n* battery
ứ đọng *adj* stagnant
u nang *n* cyst
u uất *adj* sullen
úa tàn *v* languish
ùa vào *v* flood
uật lệ *n* rule
uể oải *adj* faint
ủi áo quần *v* iron
ủi đất *v* bulldoze
um tùm *adj* lush
ửng đỏ *v* redden
ứng dụng *n* application

ứng khẩu *adv* impromptu
ứng khẩu *v* improvise
ung thối *v* fester
ung thư *n* cancer
ứng viên *n* candidate
ước *v* wish
ước đoán *v* guess
ước muốn *v* aspire
uốn cong *v* curve; flex
uốn quăn *v* curl
uống *v* drink, sip
uổng công *adj* vain
ướp xác *v* embalm
ướt *adj* wet
ướt đẫm *adj* sloppy
ưu tiên *n* priority
ưu tú *adj* classy
ủy ban *n* committee
ủy quyền *v* delegate
uy thế *n* ascendancy
uy tín *n* charisma
ủy viên công tố *n* prosecutor

vá *n* patch
và *c* and
va chạm nhau *v* clash
va ly *n* suitcase
va phải *v* run into
vá víu *v* mend
vắc xin *n* vaccine
vách đá nhô ra biển *n* cliff
vách ngăn *n* partition
vách núi cao ngất *adj* steep
vạch trần *v* debunk
vải *n* cloth
vại *n* jar, mug
vải bạt *n* canvas
vải dệt *n* web
vải lanh *n* linen
vải liệm *n* shroud
vải sồi *n* floss
vạm vỡ *adj* corpulent
van *n* valve
vần *n* syllable
vặn *n* screw
văn bản *n* text
văn bằng *n* diploma
văn chương *n* literature
vấn đề *n* issue
vấn đề khó khăn *n* puzzle
văn hóa *adj* cultural
văn hóa *n* culture

văn minh *n* civilization
văn phạm *n* grammar
văn phòng *n* office
văn phòng phẩm *n* stationery
vắn tắt *adj* brief
vần thơ *n* rhyme
văn thư hỏa tốc *n* express
vận tốc *n* velocity
ván trượt tuyết *n* ski
vạn vật *adj* universal
văn xuôi *n* prose
vàng *n* gold
vắng *adj* missing
vang dội *adj* resounding
vâng lời *adj* obedient
vâng lời *v* obey
vắng mặt *adj* absent
vành *n* rim
vấp *v* stumble
vắt *v* wring
vật cản *n* hindrance
vật chắn *n* fender
vật che mắt *n* blindfold
vật có cánh *n* flier
vật cống *n* tribute
vật của nó *pro* hers
vật để pha trộn *n* blend
vật đính theo *n* attachment
vật giành được *n* booty
vật hình tròn *adj* round
vật kỷ niệm *n* memento
vật liệu *n* material, stuff

vật lý học *n* physics
vật mẫu *n* specimen
vật nuôi *n* livestock
vật thải *n* waste
vật trang hoàng *n* décor
vất vả *adj* hard
vay *v* loan
vấy bẩn *v* blot
vây cá *n* fin
váy ngắn *n* miniskirt
vẩy nước *v* sprinkle
vây quanh *v* beset
vẫy tay *v* beckon
về *pre* about
vẽ chân dung *v* portray
về chiến thuật *adj* tactical
về cơ thể *adj* physically
về đêm *adj* nocturnal
về hướng Đông *adj* eastbound
về hướng Đông *adv* eastward
vẻ mặt *n* countenance
về một phía *adv* sideways
vệ sinh *n* hygiene
vẽ theo tỷ lệ *v* scale
vệ tinh *n* satellite
vẻ tương tự *n* semblance
vẻ vang *adj* glorious
vẻ yêu kiều *n* grace
vecni *n* varnish
ven *n* verge
véo *v* nip
vết *v* trace

vết bầm tím *n* bruise
vết bầm tím *v* bruise
vết bẩn *n* smear
vết bỏng *n* burn
vết cắt *n* cut
vết cháy *n* scorch
vết nhăn *n* wrinkle
vết nhơ *n* blemish, slur
vết nứt *n* split
vết rạch *n* slash
vết rạn *n* rift
vết sẹo *n* scar
vết thương *n* wound
vết thương dài *n* gash
vết tích *n* vestige
vết xước *n* scratch
vị *n* savor
vi ba *n* microwave
vĩ cầm *n* violin
vị chưởng ấn *n* chancellor
vĩ đại *adj* monumental
ví dụ *n* example
vi khuẩn *n* bacteria
vì lý do *c* inasmuch as
vĩ nướng cá *n* grill
vi phạm *adj* derogatory
vi phạm *v* violate
ví thử *c* supposing
ví tiền *n* purse
vị trí *n* location, position
vi trùng *n* microbe
vĩ tuyến *n* latitude

vỉa hè *n* pavement
việc cày cấy *n* cultivation
việc chuyển *n* transfer
việc đánh thuế *n* imposition
việc đầu tư *n* investment
việc đếm ngược *n* countdown
việc đi nhờ xe *n* hitchhike
việc dời đi *n* removal
việc giải thích *n* interpretation
việc giữ sổ sách *n* bookkeeping
việc khắc *n* incision
việc làm *n* employment, job, work
việc làm mới lại *n* renovation
việc làm sai trái *n* misdemeanor
việc làm táo bạo *n* coup
việc lặn dưới nước *n* diving
việc mai táng *n* burial
việc mạo hiểm *n* venture
việc nấu ăn *n* cooking
việc nhà *n* housework
việc nhập cảng *n* importation
việc quản lý *n* management
việc sử dụng *n* exertion
việc tháo nước ra *n* drainage
việc thuyết giảng *n* preaching
việc tịch thu *n* confiscation
việc vặt *n* chore, errand
việc xảy ra *n* ocurrence
viêm phổi *n* pneumonia
viên *n* globule, knob
viện bảo tàng *n* museum

viễn cảnh *n* perspective
viện cớ *v* allege
viện cứu tế *n* asylum
viên đá nền *n* cornerstone
viên gạch *n* brick
viên thuốc *n* pill, tablet
viện trưởng *n* rector
viên tướng *n* general
viết *v* write
viết *adj* written
viết tắt *v* abbreviate
viết tay *n* handwriting
vịnh *n* bay, gulf
vinh dự *n* honor
vịnh hẹp *n* fjord
vinh quang *n* glory
vĩnh viễn *n* eternity
virút *n* virus
vịt mái *n* duck
vợ *n* wife, wives
vô bao *v* pack
vỗ béo *v* fatten
vô căn cứ *adj* baseless
vỗ cánh *v* flutter
vợ chồng *adj* conjugal
vô cùng *adj* deadly
vỏ cứng *n* crust, shell
vô cùng to lớn *adj* almighty
vô danh *adj* unknown
vô địch *adj* invincible
vô giá *adj* invaluable
vô gia cư *adj* homeless

vô giáo dục *adj* uneducated
vô hại *adj* harmless
vô hạn *adj* infinite
vô hiệu hóa *v* nullify
vô hình *adj* invisible
vô ích *adj* useless
vô lễ *adj* impolite
vô nghĩa *adj* meaningless
vô nghĩa *n* nonsense
vô nhân đạo *adj* inhuman
vô ơn *adj* ungrateful
vỡ ra từng mảnh *v* splinter
võ sĩ đô vật *n* wrestler
võ sĩ hạng nhẹ *n* lightweight
võ sĩ quyền thuật *n* boxer
vô số *adj* innumerable
vô số *n* multitude
vô số kể *adj* countless
vỗ tay *v* clap
vô thần *adj* godless
vô tình *adj* heartless
vô tội *n* innocence
vỏ trái cây *n* hull; peel
vỏ trái hạch *adv* nut-shell
võ trang *v* arm
võ trang *adj* armed
vô trùng *adj* sterile
vô tuyến *adj* wireless
vỗ về *v* coax
vô vị *adj* insipid
vô vọng *adj* hopeless
vỡ vụn *v* crumble

vô ý thức *adj* senseless
với *pre* with
với điều kiện là *c* providing that
vòi nước *n* faucet, fountain
vội vàng *adv* hastily, hurriedly
vòm miệng *n* palate
vòng đeo tay *n* bracelet
vòng hoa *n* wreath
vòng kẹp *n* shackle
vòng tay ôm *n* embrace
vòng tròn *n* circle
vòng tròn *v* circle
vòng tứ kết *n* quarters
vụ ám sát *n* assassination
vụ bắt cóc *n* kidnapping
vu cáo *v* malign
vụ cướp *n* robbery
vụ cướp tàu *n* hijack
vũ khí *n* weapon
vụ kiện *n* lawsuit
vụ ném bom *n* bombing
vụ nổ *n* explosion
vú nuôi *n* nanny
vụ tai tiếng *n* scandal
vụ tàn sát *n* holocaust
vụ trộm *n* burglary
vũ trụ *adj* cosmic
vũ trụ *n* universe
vua *n* king, monarch
vữa *n* mortar
vựa lúa *n* barn
vừa mới *adv* newly

vừa tầm tay *adj* handy
vữa trát tường *n* plaster
vực thẳm *n* abyss, chasm
vui lên! *v* cheer up
vui mừng *adj* glad
vui mừng *v* rejoice
vui nhộn *adj* hilarious, jolly
vui sướng *v* delight
vui thích *adj* amusing
vui thú *adj* entertaining
vui tính *adj* genial, jovial
vui vẻ *adj* cheerful, joyful
vùng *n* area, region
vững chắc *adj* steady
vùng hoang vu *n* wilderness
vùng lân cận *n* vicinity
vùng nước mặn *n* lagoon
vùng phụ cận *n* surroundings
vụng trộm *adj* covert
vụng về *adj* clumsy
vườn *n* garden
vườn cây ăn quả *n* orchard
vươn tới *v* reach
vương giả *adj* regal, royal
vương miện *n* crown
vương quốc *n* kingdom
vương quyền *n* royalty
vuốt *n* claw
vượt hẳn *v* outdo
vượt qua *v* get over, cross
vượt quá *v* exceed
vượt quá giới hạn *v* overstep

vượt thoát *v* break out
vượt trội *v* beat, surpass
vuốt ve *v* caress, fondle
vứt bỏ *v* let go, throw away
vứt thành đống *v* huddle

xa *adv* far
xa cách *adj* distant
xa hoa *adj* luxurious, plush
xã hơi *v* deflate
xã hội *n* society
xã hội hóa *v* socialize
xa hơn *adv* farther, further
xà lách *n* salad
xà lan *n* barge
xa lộ *n* freeway, highway
xa nhất *adj* utmost
xa ra *adv* away
xá tội *v* absolve, remit
xa xăm *adj* faraway, remote
xa xôi *adj* devious
xa xôi hẻo lánh *adj* lonesome
xác định *adj* definite
xác nhận *v* confirm
xác nhận đúng *v* authenticate
xác súc vật *n* carcass

xác thực *adj* genuine
xấc xược *adj* impertinent
xâm lấn *v* encroach, invade
xâm nhập *v* intrude
xâm phạm *v* trespass
xanh *adj* blue
xao lãng *v* neglect
xảo quyệt *adj* foxy
xảo trá *adj* wily
xấp xỉ *adj* approximate
xấu *adj* bad
xấu hổ *adj* ashamed
xấu hơn *adj* worse
xấu nhất *adj* worst
xấu xa *adj* vicious
xấu xí *adj* ugly
xay *v* grind
xảy đến chậm *adj* belated
xây dựng *v* build, construct
xây dựng lại *v* reconstruct
xây lấp đi *n* buildup
xảy ra *v* happen, occur
xảy ra cùng lúc *v* synchronize
xe *n* vehicle
xé *v* rip
xe buýt *n* bus
xe cút kít *n* wheelbarrow
xe cứu hộ *n* tow truck
xe cứu thương *n* ambulance
xe đạp *n* bicycle
xe đẩy *n* cart, trolley
xe gắn máy *n* motorcycle

xe hơi *n* auto, car

xe lăn *n* wheelchair

xe lửa *n* train

xe ngựa *n* carriage, wagon

xé nhỏ *v* shred

xe tắcxi *n* cab

xe tải *n* truck, van

xe tải nhỏ *n* pick up

xe tang *n* hearse

xeé toạc ra *v* rip off

xem *v* view

xem xét *v* review

xem xét lại *v* reconsider

xén *v* clip

xen kẽ *v* alternate

xen kẽ *adj* alternate

xen kẽ nhau *n* alternative

xen vào *v* insert

xẻo *v* mutilate

xếp đặt *v* arrange

xếp hàng *v* align; ransack

xếp hạng *v* classify

xếp thành đống *v* stack

xếp thành hàng *v* line up

xếp thành nếp *adj* pleated

xét đoán sai *v* misjudge

xi đánh bóng *n* polish

xi măng *n* cement

xích đạo *n* equator

 xi-gà *n* cigar

xin *v* beg, apply for

xin lỗi *v* apologize, pardon

xin lỗi *adj* sorry

xinh đẹp *adj* pretty

xinh xắn *adj* cunning; cute

xirô *n* syrup

xỏ chỉ *v* thread

xô đẩy *v* shove

xô viết *n* soviet

xóa *v* obliterate

xóa bỏ *v* erase, undo

xoa bóp *v* massage

xoa dịu *v* placate, sweeten

xoắn *adj* convoluted

xoay *v* turn, twist

xoay về *adj* exposed

xoay xở được *v* get by

xộc vào *v* burst into

xoi mói *adj* nitpicking

xoi mói *n* piercing

xông lên *v* rush

xoong *n* saucepan

xứ Ái nhĩ lan *n* Ireland

xử lý *v* handle

xử sự *v* demean

xua cho bay lên *v* flush

xưa cổ *adj* ancient

xua đuổi *v* banish, dispel

xua tan *v* dissipate

xuất bản *v* come out

xuất cảng *v* export

xuất hiện *v* appear, turn up

xuất hiện lại *v* resurface

xuất liệu *n* output

xuất sắc *adj* bully; crack; excellent
xức dầu *v* anoint
xúc phạm *v* offend
xúc tiến *v* promote
xúc tu *n* tentacle
xúc xích *n* sausage
xúi giục *v* instigate, provoke
xui khiến *v* induce
xứng đáng *v* deserve, merit
xứng đáng *adj* deserving, worthy
xung đột *v* conflict
xuống *adv* down
xuống *v* get down to
xương *n* bone
xưởng *n* workshop
xương bánh chè *n* kneecap
xuống dốc *adv* downhill
xương đòn gánh *n* collarbone
xưởng đóng tàu *n* shipyard
xương gò má *n* cheekbone
xương sống *n* backbone
xương sườn *n* rib
xúp *n* soup
xút *n* soda
xuyên qua *v* pierce
xuyên tạc *v* falsify
xylanh *n* cylinder

ý định *n* intention
ý kiến *n* idea, opinion
ý muốn *n* will
ý nghĩ *n* thought
ý nghĩa *n* significance
ý niệm *n* concept
y phục *n* costume
y tá *n* nurse
ý thức *n* awareness
yên lặng *adj* quiet
yên ngựa *n* saddle
yên tĩnh *adj* restful, still
yêu *v* love
yếu *adj* weak
yêu cầu *v* request
yêu dấu *adj* beloved, darling
yêu dấu *n* chemistry
yếu đuối *adj* feeble, frail, wimp
yêu thích *adj* fond
yếu tố *n* element

www.BilingualDictionaries.com

Please visit us online to:

- Download Current Catalogs
- View Samples of Products
- Shop Online
- View Company Information
- Contact Us

Word to Word® Bilingual Dictionary Series

Language - Item Code - Pages
ISBN #

Albanian - 500X - 306 pgs
ISBN - 978-0-933146-49-5

Amharic - 820X - 362 pgs
ISBN - 978-0-933146-59-4

Arabic - 650X - 378 pgs
ISBN - 978-0-933146-41-9

Bengali - 700X - 372 pgs
ISBN - 978-0-933146-30-3

Burmese - 705X - 310 pgs
ISBN - 978-0-933146-50-1

Cambodian - 710X - 376 pgs
ISBN - 978-0-933146-40-2

Chinese - 715X - 340 pgs
ISBN - 978-0-933146-22-8

Farsi - 660X - 372 pgs
ISBN - 978-0-933146-33-4

French - 530X - 320 pgs
ISBN - 978-0-933146-36-5

German - 535X - 352 pgs
ISBN - 978-0-933146-93-8

Gujarati - 720X - 334 pgs
ISBN - 978-0-933146-98-3

Haitian-Creole - 545X - 322 pgs
ISBN - 978-0-933146-23-5

Hebrew - 665X - 316 pgs
ISBN - 978-0-933146-58-7

Hindi - 725X - 362 pgs
ISBN - 978-0-933146-31-0

Hmong - 728X - 294 pgs
ISBN - 978-0-933146-31-0

Italian - 555X - 362 pgs
ISBN - 978-0-933146-51-8

All languages are two-way:
English-Language / Language-English.
More languages in planning and production.

Japanese - 730X - 372 pgs
ISBN - 978-0-933146-42-6

Korean - 735X - 374 pgs
ISBN - 978-0-933146-97-6

Lao - 740X - 319 pgs
ISBN - 978-0-933146-54-9

Pashto - 760X - 348 pgs
ISBN - 978-0-933146-34-1

Polish - 575X - 358 pgs
ISBN - 978-0-933146-64-8

Portuguese - 580X - 362 pgs
ISBN - 978-0-933146-94-5

Punjabi - 765X - 358 pgs
ISBN - 978-0-933146-32-7

Romanian - 585X - 354 pgs
ISBN - 978-0-933146-91-4

Russian - 590X - 298 pgs
ISBN - 978-0-933146-92-1

Somali - 830X - 320 pgs
ISBN- 978-0-933146-52-5

Spanish - 600X - 346 pgs
ISBN - 978-0-933146-99-0

Swahili - 835X - 308 pgs
ISBN - 978-0-933146-55-6

Tagalog - 770X - 332 pgs
ISBN - 978-0-933146-37-2

Thai - 780X - 354 pgs
ISBN - 978-0-933146-35-8

Turkish - 615X - 348 pgs
ISBN - 978-0-933146-95-2

Ukrainian - 620X - 337 pgs
ISBN - 978-0-933146-25-9

Urdu - 790X - 360 pgs
ISBN - 978-0-933146-39-6

Vietnamese - 795X - 324 pgs
ISBN - 978-0-933146-96-9

Order Information

To order our Word to Word® Bilingual Dictionaries or any other products from Bilingual Dictionaries, Inc., please contact us at (951) 296-2445 or visit us at **www.BilingualDictionaries.com**. Visit our website to download our current Catalog/Order Form, view our products, and find information regarding Bilingual Dictionaries, Inc.

 **Bilingual Dictionaries, Inc.**

PO Box 1154 • Murrieta, CA 92562 • Tel: (951) 296-2445 • Fax: (951) 461-3092
www.BilingualDictionaries.com

Special Dedication & Thanks

Bilingual Dicitonaries, Inc. would like to thank all the teachers from various districts accross the country for their useful input and great suggestions in creating a Word to Word® standard. We encourage all students and teachers using our bilingual learning materials to give us feedback. Please send your questions or comments via email to support@bilingualdictionaries.com.